ജ്ഞാനസ്നാനം

സജിനി. എസ്.

എറണാകുളം ജില്ലയിലെ പിറവത്ത് ജനനം. അച്ഛൻ പരേതനായ ആർ. ശ്രീധരൻ. അമ്മ ശ്രീമതി കെ.കെ. രാജമ്മ. ഇപ്പോൾ തിരുവനന്തപുരത്ത് കുടപ്പനക്കുന്നിൽ സ്ഥിരതാമസം.

പിറവം സെന്റ് ജോസഫ്സ് കോൺവെന്റ്, എം.കെ.എം ഹൈസ്കൂൾ, കോലഞ്ചേരി സെന്റ് പീറ്റേഴ്സ് കോളേജ് എന്നിവടങ്ങളിൽ വിദ്യാഭ്യാസം.

ഗവ. സെക്രട്ടേറിയറ്റിലെ മുൻ അഡീഷണൽ സെക്രട്ടറി.

കൃതികൾ: മാൻ ഓഫ് ദി മാച്ച്, സാൻ ആൻഡ്രിയാസിലെ പടയാളികൾ, യേശു മഴ പുതയ്ക്കുന്നു, കറുത്തവരുടെ കടൽ എന്നീ കഥാസമാഹാരങ്ങൾ. ഓർമ്മക്കൂട്ട് (ഓർമ്മ, അനുഭവം), ബാബു രാഗലയുമായി ചേർന്നെഴുതിയ സ്വാത്ത് താഴ്‌വരയിലെ ചോളപ്പൂവ് (മലാലയുടെ ഡയറിക്കുറിപ്പുകൾ) എന്നിവയാണ്.

കേസരി പുരസ്കാരം (2007), തകഴി പുരസ്കാരം, (2015) മുതുകുളം പാർവ്വതിയമ്മ പുരസ്ക്കാരം, (2017) ബാലകൃഷ്ണൻ മങ്ങാട് പുരസ്കാരം (2015) പ്രവാസി ശബ്ദം അവാർഡ് തുടങ്ങിയവ ലഭിച്ചിട്ടുണ്ട്.

ഭർത്താവ്: ബാബു രാഗലയം (എഴുത്തുകാരൻ)

മക്കൾ: യദുരാഗ്, ശ്രീരാഗ്, ചന്ദന യദുരാഗ്

വിലാസം

രാഗലയം,
MLARRA 67, MLA Road,
കുടപ്പനക്കുന്ന് പി.ഒ.
തിരുവനന്തപുരം. 695043
Ph: 94974 54203
email: sreesajini@gmail.com

ജ്ഞാനസ്നാനം

(കഥാസമാഹാരം)

സജിനി. എസ്

FEMINGO BOOKS
2023

വില: 250 രൂപ

Njanasnanam
Sajini S.
Malayalam Stories

Published by:-
FEMINGO BOOKS
An Imprint of
Maxlive Media Solutions Pvt Ltd.
Muppathiyil Building, Muttambalom Post,
Kanjikuzhy, Kottayam 686 004
femingobooks@gmail.com
Ph: 90740 98776, 8301034604

Cover Design:
Maxlab

Copyright:
Femingo Books

Printed in India
at Max

Edition:
First Editon September 2023

Price: Rs. 250
ISBN: 978-93-91085-96-4

പ്രസാധകക്കുറിപ്പ്

മുഖ്യധാരാ പ്രസിദ്ധീകരണങ്ങളിലൂടെ വായനക്കാരുടെ ശ്രദ്ധ പിടിച്ചുപറ്റിയ ഇരുപതു ചെറുകഥകളുടെ സമാഹാരമാണ് ഈ പുസ്തകം. സജിനി എസിന്റെ കഥകൾ സ്ത്രീപക്ഷ കഥകളാണ് എന്നതിനുമപ്പുറം മനുഷ്യജീവിതത്തിൽ നിന്നകന്നു പോകുന്ന നീതിയെക്കുറിച്ചുള്ള നിലവിളികളാണ് എന്നു പറയാം. അത് ഈ സമാഹാരത്തിലെ മുഴുവൻ കഥകളിലും തൊട്ടറിയാം. ഇതിലെ ഒരു കഥയും അവസാനവരിയിൽ അവസാനിക്കുന്നില്ല. അത് ഇനിയെന്ത് എന്ന ആകുലത വായനക്കാർക്കു മുന്നിൽ അവശേഷിപ്പിച്ചാണ് നിലകൊള്ളുന്നത്. ഭാവനയുടെ അസാധ്യപ്രയോഗങ്ങൾ, വിവരണങ്ങളുടെ ദൃശ്യപരത എന്നിവയാൽ ഈ കഥകൾ പ്രസിദ്ധീകരിക്കപ്പെട്ട സമയത്തു തന്നെ ചർച്ച ചെയ്യപ്പെട്ടവയാണ്. പരിസ്ഥിതി, സ്ത്രീസുരക്ഷ, സ്ത്രീയുടെ ഉയിർത്തെഴുന്നേൽപ്പ് എന്നിവ ഈ കഥകളുടെ നിലപാടുകളാണ്. ആത്മവിമർശനത്തിലൂടെ കടന്നുപോകാൻ വായനക്കാരെ പ്രേരിപ്പിക്കുന്നുണ്ട് ഈ കഥകൾ. പല കാലഘട്ടത്തിൽ എഴുതപ്പെട്ട സജിനി എസിന്റെ കഥകൾ സമാഹരിക്കാനും പ്രസിദ്ധീകരിക്കാനും സാധിച്ചതിൽ ഞങ്ങൾക്ക് ഏറെ സന്തോഷമുണ്ട്.

ദുർഗ മനോജ്
ഫെമിൻഗോ ബുക്സ്

മുൻകുറിപ്പ്

ഈ കഥാപാത്രങ്ങളെല്ലാം പല കാലങ്ങളിലായി എന്നെ തേടി വന്നവരാണ്. പല രൂപങ്ങളിൽ, ഭാവങ്ങളിൽ.

കഥയുടെ മറുകരയിലേയ്ക്ക് ഞങ്ങൾ യാത്ര ചെയ്തു.

അതെ. എഴുത്ത് ഒഴുക്കുള്ള ഒരു നദി മുറിച്ചു കടക്കുന്നതു പോലെയാണല്ലോ! കുത്തൊഴുക്കിൽപ്പെട്ട് മനസ്സ് മുറിവേറ്റിട്ടുണ്ട്. ശരീരം സങ്കടങ്ങളാൽ വിറപൂണ്ടിട്ടുണ്ട്. എന്നിട്ടും ഈ കഥകൾ സംഭവിക്കുകയായിരുന്നു. ഞാനൊരാൾ എഴുതിയില്ലെങ്കിലും ഒന്നും സംഭവിക്കില്ലെന്ന് അറിയാം. എന്നിട്ടും കുഞ്ഞുനുണകളും, ഭ്രാന്തുകളും ചുറ്റുംകണ്ട പരുക്കൻ കാഴ്ചകളിൽ ചേരുവകളായി ചേർത്ത് കാത്തിരിക്കുന്നുഞാൻ. ആർക്കുവേണമെങ്കിലും സ്വീകരിക്കാം.

ഇകഴ്ത്തിയവർക്കും പുകഴ്ത്തിയവർക്കും നന്ദി...

കഥകൾ പ്രസിദ്ധീകരിക്കാൻ നല്ല മനസ്സുകാട്ടിയ പത്രാധിപന്മാരോട് ആദരവ്...

ആദ്യവായനക്കാരനായ എഡിറ്റർ/കൂട്ടുകാരന് സ്നേഹം...

പുസ്തകരൂപീകരണത്തിന്റെ ഓരോഘട്ടത്തിലും ഇങ്ങനെയായാൽ നന്നായിരിക്കും എന്ന് സ്നേഹപൂർവ്വം ഉപദേശം നൽകിയ ഫെമിൻഗോ ബുക്സിന്റെ സാരഥി ദുർഗ മനോജിന് നന്ദി...

ഈ സമാഹാരത്തിലെ മിക്ക കഥകളും വായിച്ച് വിലയേറിയ വാക്കുകൾ സമ്മാനിച്ച ഹരിയേട്ടന് (അന്തരിച്ച പ്രിയ കഥാകൃത്ത് ഇ.ഹരികുമാർ) പ്രണാമം...

അങ്ങനെയങ്ങനെ...

എഴുത്തിന്റെ അതിർത്തിയിലേക്ക് എന്നെ പ്രവേശിപ്പിച്ച്
മൺമറഞ്ഞുപോയ അച്ഛന്

ഉള്ളടക്കം

ജീവനുള്ള കഥകൾ അഥവാ ആസക്തിയുടെ ഭൂഖണ്ഡങ്ങൾ

ഡോ. തോമസ് സ്കറിയ

അനുഭവത്തോടുള്ള മനുഷ്യമനോഭാവത്തിന്റെ ആവിഷ്കാരമാണ് കഥ. അനുഭവത്തിന്റെ സ്വതന്ത്രമായ ഭാഷയെ അവ പ്രതിനിധീകരിക്കുന്നു. ഒരിക്കൽ ഒരാൾ കാണുന്നതുപോലെയല്ല അവയെ മറ്റൊരാൾ അനുഭവിക്കുന്നത്. ഏകാഗ്രതയും സാന്നിധ്യവും ആവശ്യപ്പെടുന്ന, ആശയക്കുഴപ്പവും വ്യസനവും സൃഷ്ടിക്കുന്ന, അനുഭവാത്മകമായ സന്ദേശത്തിന് യോജിച്ച പാഠങ്ങളാണ് പുതിയ കഥകൾ പകർന്നു തരുന്നത്. സൗന്ദര്യശാസ്ത്രവും പ്രായോഗികതയും തമ്മിലുള്ള വ്യത്യാസത്തിന്റെ മങ്ങലും, പുതിയ സൗന്ദര്യാത്മക സ്ഥിരരാശികളുടെ പിറവിയും, വ്യതിരിക്തതകളുടെ ആഘോഷവും വൈരുദ്ധ്യാത്മകതയുടെ തകർച്ചയും പുതുകഥയെ സങ്കീർണ്ണമാക്കുന്നു. അവിടേക്കാണ് സജിനി എസ്.ന്റെ കഥാസമാഹാരം ജ്ഞാനസ്നാനപ്പെടുന്നത്. അനുഭവവിസ്തൃതിയുടെ ആ മാന്ത്രികമന്ദിരത്തിൽ നീതിയുടെയും സ്വാതന്ത്ര്യത്തിന്റെയും ലിംഗബോധത്തിന്റെയും പ്രമാണങ്ങൾ കാണാം. വ്യവസ്ഥകളുടെ വേലികൾ തകരുന്നതു കാണാം. പ്രതിഷേധവും പ്രതിരോധവും കാണാം.

പ്രതിഭയും പ്രബുദ്ധതയും ചേരുന്ന അപൂർവ്വതയുടെ സൃഷ്ടികളാണ് സജനി എസ്.ന്റെ കഥകൾ. കഥയുടെ രാസവിദ്യ കൈവശമാക്കിയ ഒരാൾക്കു മാത്രം ഭാവന ചെയ്യാൻ കഴിയുന്നവയാണ് ജ്ഞാനസ്നാനത്തിലെ കഥകൾ എന്നു ഒറ്റവായനയിൽത്തന്നെ നിസ്സംശയം പറയാം. അഞ്ചേറ്റുമുക്കിലെ തോട്ടിൻ കരയിൽ വെച്ച് കണ്ടെത്തിയ തലയോടിന്റെ രഹസ്യം ഖനനം ചെയ്തെടുക്കുന്ന പാഠഭേദവും മാർഗരീത്തയുടെ പതം വന്ന ചിന്തകളാവിഷ്കരിക്കുന്ന യേശു മഴ പുതയ്ക്കുന്നുവും സഭാവസ്ത്രമൂരിയ പുഷ്പ മറിയത്തിന്റെ അനുഭവവിസ്തൃതിയിൽ പൂക്കുന്ന വിശുദ്ധപാപങ്ങളും ദു:സ്വപ്നാത്മകമായ ഒരു ലോകത്തിലേക്ക് വായനക്കാരെ കൊണ്ടുപോകും. ജീവിതത്തിന്റെ പുറം പരപ്പിൽ നിന്നും അനുഭൂതിയുടെ അകം പൊരുളിലേയ്ക്ക് സഞ്ചരിക്കാൻ ഈ സമാഹാരത്തിലെ കഥകൾ സഹൃദയരെ ക്ഷണിക്കുന്നു.

1
ആദിമരാത്രി

“രണ്ടു സോഫ്റ്റ്‌വേർ എഞ്ചിനീയർമാർ കൂട്ടിമുട്ടി നക്ഷത്രമുണ്ടാകുന്ന രാത്രി അല്ലേ?” ജോസി കടുംകാപ്പി നിറമുള്ള വിസ്കി ഗ്ലാസ് ചുണ്ടുകളിൽ ചേർത്ത് ആദ്യരാത്രിയിൽ ഗ്രേസിനെ നോക്കി ചോദിച്ചു.

“പാലിനു പകരം വിസ്കി. കൊള്ളാം നിന്റെ അപ്പാപ്പന്റെ ഐഡിയ” ആൺ സോഫ്റ്റുവേർ പെൺസോഫ്റ്റുവേറിനെ നോക്കി കണ്ണിറുക്കി പറഞ്ഞു.

“നക്ഷത്രമെണ്ണാതിരുന്നാൽ മതി” ഗ്രേസ് ആ രാത്രിയിലെ ആദ്യ ഉമ്മ ജോസിക്ക് നൽകി അയാളുടെ ചെവിയിൽ മന്ത്രിച്ചു.

ആദ്യരാത്രിയ്ക്ക് മുറിയൊരുക്കിയത് ആ വീട്ടിലെ പെണ്ണുങ്ങളാരുമായിരുന്നില്ല. സാക്ഷാൽ അപ്പാപ്പൻ. ഗ്രേസിന്റെ അപ്പന്റെ അപ്പൻ. പതിവിനു വിപരീതമായി ചെറുക്കന്റെ വീട്ടിൽ കെട്ടിക്കേറാതെ പെണ്ണിന്റെ വീട്ടിലേക്കാണ് പുതുച്ചെറുക്കനേം കൊണ്ട് പെണ്ണ് വരേണ്ടതെന്ന് വാശിപിടിച്ച് എല്ലാവരേം കൊണ്ട് സമ്മതിപ്പിച്ചത് അപ്പാപ്പനായിരുന്നു. പുരോഗമനക്കാരനും പരിഷ്കാരിയുമാണ് അപ്പാപ്പൻ എന്ന് ഖ്യാതി നേടിയതിനാൽ അല്ലറചില്ലറ മുറുമുറുപ്പുകൾക്കൊടുവിൽ രണ്ടുവീട്ടുകാരും അതങ്ങു സമ്മതിച്ചുകൊടുത്തു.

ചന്ദനനിറമുള്ള മന്ത്രകോടി കൈത്തണ്ടയിൽ മടക്കിയിട്ട് നെറ്റിയിലും നെഞ്ചിലും കുരിശുവരച്ച് പത്രോസച്ചന്റെ കൈയും മുത്തി പള്ളിവാതിൽക്കലേക്ക് ഗ്രേസ് ജോസിയുമായി നടക്കുന്നതിന് മുൻപുതന്നെ അപ്പാപ്പന്റെ കെട്ടിക്കേറലിന്റെ പുത്തനാശയം കേട്ട് പള്ളിയ്ക്കകത്ത് കുശലം പറഞ്ഞു നിന്ന ബന്ധുക്കളെല്ലാം ഞെട്ടിപ്പോയി. തല മൂത്ത ചില കാരണവൻമാർ ക്ഷോഭത്താൽ ഒച്ചവെ

യ്ക്കാൻ ശ്രമിച്ചെങ്കിലും അപ്പാപ്പന്റെ നെഞ്ചുവിരിച്ച പ്രൗഢിക്കു മേൽ പരന്ന ഗർവ്വ് കണ്ട് അവർക്കൊന്നും ഉരിയാടാൻ തോന്നിയില്ല. അൽപ്പനേരത്തെ നിശബ്ദതയിൽ പള്ളിമോന്തായത്തിലെ പ്രാവുകളുടെ അർത്ഥം വെച്ചതുപോലുള്ള കുറുകലും മെഴുകുതിരികളുടെ ആലസ്യഉലയലും ഭിത്തിയിലെ മൂത്തു നരച്ച നെടുങ്കൻ ക്ലോക്കിന്റെ നെടുവീർപ്പടക്കി പിടിച്ചുള്ള സമയമുട്ടലും മാത്രം.

പുതുപ്പെണ്ണും ചെക്കനും പാലും പഴവും നുണഞ്ഞ് പെൺഗൃഹപ്രവേശം നടത്തുന്നതുകണ്ട് ആണുങ്ങൾ പരവശരായി. പെണ്ണുങ്ങളാകട്ടെ അപ്പാപ്പന്റെ മുട്ടുകവിഞ്ഞു കിടന്ന സ്വർണ്ണനിറമുള്ള ജുബ്ബയിൽ നിന്നും കസവുമുണ്ടിൽ നിന്നും കണ്ണെടുക്കാതെ അന്തം വിട്ടവരായി മതി മറന്നു നടന്നു.

“ഈ അപ്പനിതെന്തിന്റെ കേടാ” ഗ്രേസിന്റെ അപ്പൻ ഭാര്യയുടെ ചെവിയിൽ പലപ്പോഴും ഒച്ച താഴ്ത്തി പറഞ്ഞു. ലജ്ജയേതുമില്ലാത്ത ഒരു നവവരന്റെ പരാക്രമഭാവത്തോടെ രാത്രി നിലാവുമായി പെട്ടന്നങ്ങു കയറി വന്നു. അപ്പാപ്പൻ ഉൽസാഹിയായി. ബലിഷ്ഠമായ കാലുകൾ വലിച്ചുവെച്ച് വീടിന്റെ രണ്ടാം നിലയിലേക്കുള്ള പടിക്കെട്ട് കയറി അപ്പാപ്പൻ കൊച്ചുമക്കൾക്ക് മണിയറ ഒരുക്കി.

“നല്ല ഊരാ കാർന്നോർക്ക്” വീട്ടിലെ മറ്റു പെണ്ണുങ്ങൾ മുറുമുറുക്കാൻ തുടങ്ങി. “ഊരെന്ന് വച്ചാല് ഒടുക്കത്തെ ഊര്. പഴേ ചവിട്ട് നാടകക്കാരനല്ലേ താകിടജം തരികിടജംജം തരികിടജം സരിഗമപ ധനിസ എന്ന് താളോം ചൊല്ലി തെറിം പറഞ്ഞല്ലേ കാല് പൊക്കി ചവിട്ടിമെതിച്ച് നടക്കണെ എപ്പളും.” അസൂയക്കാരികൾക്ക് കലിയിളകി.

പ്രകാശം പോലെ തിളക്കിയെടുത്ത പിച്ചളത്തട്ടത്തിൽ പഴങ്ങൾക്കു പകരം കോഴിക്കാലുകൾ എണ്ണ മിനുപ്പിൽ മൊരിഞ്ഞ് കാത്തു കിടന്നു.

വെള്ളിപ്പൂക്കൾ പതിപ്പിച്ച ജഗ്ഗിൽ വിസ്കി നിറച്ചതും അപ്പാപ്പൻ തന്നെ. ആപ്പിൾനിറമുള്ള പറവകൾ വിണ്ണിലേയ്ക്കുയർന്നു പൊങ്ങി പറക്കുന്ന ആകാശനീല വിരിയാണ് അപ്പാപ്പൻ നവദമ്പതികൾക്കായി വിരിച്ചിട്ടത്. മുല്ലപ്പൂക്കൾക്കു പകരം ചെഞ്ചോരനിറമുള്ള റോസ് ഇതളുകൾ പെർഫ്യൂമിൽ മുക്കി അരിച്ചെടുത്ത് വിരിയിലാകെ വിടർത്തിയിട്ടിരുന്നു. ഗ്രേസിനേയും ജോസിയേയും മുറിയ്ക്കുള്ളിലാക്കി കതക് വെളിയിൽ നിന്ന് വലിച്ചടച്ച് അപ്പാപ്പൻ നെഗളിപ്പോടെ പടിക്കെട്ടിറങ്ങി വരുന്നതു കണ്ട് ഗ്രേസിന്റെ അപ്പനും അമ്മയും ആദ്യമുണ്ടായ ദേഷ്യമൊക്കെ മറന്ന് വായ്ക്കു രുചിയായി ചിരിച്ചു

മറിഞ്ഞു.

അന്തരീക്ഷത്തിൽ നിന്ന് എന്തൊക്കെയോ എത്തിപ്പിടിച്ചതു പോലെ അപ്പാപ്പൻ പെരിയാറേ പെരിയാറേ എന്ന ഭാര്യയിലെ സിനിമാപാട്ടു മൂളാൻ തുടങ്ങിയതും ഗ്രേസിന്റെ അപ്പനമ്മമാർ ചിരി നിർത്താനായി പരസ്പരം വായ് പൊത്തി നിന്നു.

മുകൾ കിടപ്പുമുറിയിലെ ആകാശനിറവിരിപ്പിൽ പറന്നുയരാൻ തുടങ്ങുന്ന പക്ഷികളെ ഉരുമ്മി ഗ്രേസും ജോസിയും ഉടലുകൾ ചേർത്തു കിടന്നു. അവരുടെ ആദ്യരാത്രിയും ആദ്യപകലുമൊക്കെ ബാംഗ്ലൂരെ ഇരുളും സുഗന്ധവും മത്തു പിടിപ്പിക്കുന്ന ഹോട്ടൽ മുറികളിൽ കഴിഞ്ഞുപോയതിനാൽ രണ്ടാൾക്കും അത്ര വലിയ ആവേശമൊന്നും തുടക്കത്തിൽ തോന്നിയിരുന്നില്ല. എങ്കിലും എന്റെ പ്രിയനേ എന്ന് ഗ്രേസ് ജോസിയുടെ നെഞ്ചിൽ മുഖം ചേർത്ത് ചുമ്മാതങ്ങു പറഞ്ഞു. എന്റെ മൈഡിയർ കുട്ടിച്ചാത്തീ എന്ന് വിളിച്ച് ഉമ്മ വച്ച് ജോസിയും തകർത്തഭിനയിച്ചു.

ഗ്രേസിനപ്പോൾ കഥ പറയാനൊരു വെമ്പൽ വന്നു കയറി. അവളുടെ കുടുംബക്കാരാകെ അങ്ങിനെയാണ്. എന്തു കാര്യം തുടങ്ങിയാലും ഒരു കഥ പറച്ചിൽ വേണം. അപ്പനപ്പാപ്പൻമാരിൽ നിന്ന് പകർന്നു കിട്ടിയ ശീലമാണ്.

ഗ്രേസിന്റെ അപ്പാപ്പനാണേൽ ബൈബിളും ഖുറാനും ഭഗവത്ഗീതയുമൊക്കെ അരച്ചു കലക്കി കുടിച്ചിട്ടൊന്നുമില്ലങ്കിലും അവയിലെയൊക്കെ ചില ഉദ്ധരണികൾ എടുത്ത് കഥകൾ കടഞ്ഞെടുക്കുന്നതിൽ വിദഗ്ദ്ധനായിരുന്നു.

അപ്പാപ്പനീ കഥേക്കെ എഴുതി വച്ചിരുന്നേല് ഒരു ജ്ഞാനപീഠം ഉറപ്പാരുന്നു എന്ന് ഗ്രേസി കളിയാക്കാറുമുണ്ട്. അതൊക്കെ പറഞ്ഞ് രസിച്ച്, എണ്ണം മറന്ന പെഗ്ഗുകളടിച്ച് ഗ്രേസും ജോസിയും ജനാലകൾ തുറന്നിട്ട് ആകാശത്ത് നോക്കി. സാവധാനം ചുരന്നുവന്ന ഏതൊക്കെയോ ആസക്തികളുടെ കുത്തൊഴുക്കിലൂടെ അവരൊഴുകി നടന്നു. കഥ പറയാൻ മറന്ന ആലസ്യത്തിൽ നിന്ന് പെട്ടെന്നാണ് ഗ്രേസ് ഒരുണർച്ചയിലേക്ക് കണ്ണുകൾ തുറന്നതും കഥാശരീരത്തെ എടുത്തുയർത്തിയതും.

നിലാവും ചന്ദ്രനും നക്ഷത്രങ്ങളും ആകാശവും പകുത്തു പകുത്തങ്ങനെ വരുന്ന ഒരു കഥ. ആദ്യമൊക്കെ അർദ്ധമയക്കത്തിലും ജോസി കഥകേട്ട് മൂളി. മുട്ടത്തുവർക്കിയെ വെല്ലുന്ന ഒരു തരളിതകഥ. കഥയിലാകെ ഓടിനടന്നത് ഫ്രില്ലുവച്ച നീല ഉടുപ്പണിഞ്ഞ ഒരു കൊച്ചു പെൺകുട്ടിയായിരുന്നു. അവൾക്കു പിന്നാലെ മൂപ്പു കൂടിയ

പരന്ന കാലടി ശബ്ദം ആരുടേതെന്ന് എത്രയോ ആലോചിച്ചിട്ടും അവൾ കണ്ടുപിടിച്ചതേയില്ല. കഥയിൽ ഇടയ്ക്കൊക്കെ മേമ്പൊടി പോലെ സന്ധ്യമയങ്ങും നേരം എന്നോ ഒരു കൊച്ചു സ്വപ്നത്തിൽ എന്നോ ഒക്കെ തുടങ്ങുന്ന വരികളും മൂളിയിരുന്നു ഗ്രേസ്. "ആദ്യ രാത്രിയല്ലേ. അതാ ഇങ്ങനെ" എന്ന് ഗ്രേസ് ചുവന്നു തുടുത്ത് ജോസിയെ സന്തോഷിപ്പിക്കുകയും ചെയ്തു കൊണ്ടേയിരുന്നു.

ഒരന്തോം കുന്തോമില്ലാത്ത കഥയെന്നും നിന്റപ്പാപ്പനും അങ്ങിനെ കഥയില്ലാത്ത ആളെന്നും ഗ്രേസിനോട് ജോസി നിർദാഷിണ്യം പറഞ്ഞു. രണ്ടുപേരും കുറെ നേരം വാക്പോരു നടത്തി ജയിച്ചേ എന്ന ഭാവത്തിൽ കൈകൾ ഉയർത്തി. പിന്നെ പതിവുതെറ്റിയ്ക്കാതെ കല്യാണത്തിനു മുൻപ് ചെയ്തിരുന്നതുപോലെ മേശമേൽ തൊട്ടുതൊട്ടിരുന്ന അവരുടെ പൂട്ടിവച്ച മൊബൈലുകളിലേക്ക് പരസ്പരം ഗുഡ്നൈറ്റും ഉമ്മകളും ഒറ്റക്കൊമ്പൻ സ്മൈലികളും വാട്ട്സ് ആപ്പ് ചെയ്ത് ഉറങ്ങിപ്പോയി.

താഴെ കുരിശുവര മുറിയ്ക്കരികിലെ ചാരുകസേരയിൽ കാലുകൾ നീട്ടിവെച്ച് കിടന്ന അപ്പാപ്പന് ഉറക്കം വന്നതേയില്ല. ഉറക്കക്കുറവുള്ള അപ്പാപ്പൻ രാത്രിസഞ്ചാരം കൂടി തുടങ്ങുന്നു എന്നു കണ്ടപ്പോഴാണ് ഗ്രേസിന്റെ അപ്പൻ, അപ്പാപ്പനെ ഡോക്ടറെ കാണിച്ച് മരുന്ന് വാങ്ങിയത്.

അന്നും അപ്പാപ്പൻ വൈൻ കഴിച്ചു. നല്ല നടൻ കുത്തരിമാവു കൊണ്ട് പാവുകാച്ചി നിർമ്മിച്ചെടുത്ത കല്യാണസ്പെഷ്യലായ വെള്ളയപ്പം തേങ്ങാപ്പാലിൽ മുക്കി കഴിച്ചു. പിന്നെ പതിവ്പോലെ ഉറക്ക ഗുളികയും കഴിച്ചാണ് ഉറങ്ങാൻ കിടന്നതെങ്കിലും അപ്പാപ്പന് ഉറക്കം നഷ്ടപ്പെട്ടു. ബദ്ധപ്പെട്ട് മുകൾനിലയിലേക്ക് കയറി ഗ്രേസിനേയും ജോസിയേയും വിളിച്ചുണർത്തി. കരിനീല ഗൗൺ വാരിയണിഞ്ഞ് ഗ്രേസും വെള്ള സിൽക്ക് ജുബ്ബ തലവഴി തിടുക്കത്തിലിട്ട് ജോസിയും ഒന്നിച്ചാണ് കതക് തുറന്നത്.

"ഈ അപ്പാപ്പനിതെന്തിന്റെ സൂക്കേടാ. ഈ പച്ചപ്പാതിരക്ക്." ഗ്രേസ് ജോസിയുടെ ചെവിയിൽ പറഞ്ഞു.

"ഇതാണ് ഞങ്ങടെ അങ്ങോട്ടെ ഭാഷേല് നട്ടപ്രാന്ത്. നിന്റെ അപ്പാപ്പനതുണ്ട് കലശലായി. രാവിലെ പള്ളീലത്തെ പ്രകടനോം മണിയറയൊരുക്കലുമൊക്കെ കണ്ടപ്പളേ എനിക്കു തോന്നീതാ അത്." ജോസി കലി പുരട്ടിയ ഒരു ദുഷ്ടച്ചിരി അപ്പാപ്പന്റെ മുമ്പിലേക്കിട്ടു ഗ്രേസിനോട് പറഞ്ഞു.

"ഇന്ന് മരുന്ന് കഴിച്ചില്ലേ." ഗ്രേസ് അപ്പാപ്പന്റെ നേർക്ക് ആംഗ്യം

കാണിച്ചു. "അതല്ല ഗ്രേസ് മോളേ നീയെന്റെ കഥേക്കെ എപ്പളും കേക്കണതാ. എന്നാലും നീയും ജോസി മോനും ഇപ്പളിങ്ങനെ ഒന്നിച്ചിരുന്നീ കഥ കേക്കണന്നാ അപ്പാപ്പന്റെ ആഗ്രഹം.'' പണ്ടൊക്കെ ഞാമ്പാടുകേം കളിക്കേം ചെയ്ത ചവിട്ട്നാടകോക്കെ നീ എത്ര വട്ടം കണ്ടിട്ടുണ്ട് ഗ്രേസ്മോളെ. പളാപളാന്നുള്ള ചുവപ്പു കുപ്പായോം ഇട്ട് "ഇന്നും നമ്മുടെ മുന്നിൽ ആരുമില്ലൊരു ധീരനുമില്ല എന്ന് പാടി അപ്പാപ്പൻ ചാടിക്കളിക്കുന്ന ഓർമ്മ ഗ്രേസിനെ ചവിട്ടി മെതിച്ചു.

"നമ്മുടെ പല പല വിദ്യകളാൽ ജയിച്ചിടുമെന്നും നമ്മുടെ പടകൾ" എന്ന് മുദ്രകൾ കാട്ടുന്ന അപ്പാപ്പന്റെ നെടുനീളൻ രൂപം പനയോളം വളർന്നു മുറ്റി ഗ്രേസിനെ നടുക്കി.

"അപ്പാപ്പനിന്ന് ഭയങ്കര മൂഡാ. കൊറെ കഴിയുമ്പം കഥ പറഞ്ഞ് ഉറങ്ങിക്കോളും.മരുന്നും കഴിച്ചോണ്ടല്ലേ ഇരിക്കണെ. നമ്മക്കൊന്ന് മൂളികൊടുത്തേക്കാം. ജോസി അല്പമൊന്നയഞ്ഞ് ഗ്രേസിനോട് ശബ്ദം താഴ്ത്തി പറഞ്ഞു.

പുകയിലഞെട്ട് അണപ്പല്ലുകൾക്കിടയിൽ തിരുകി കവിൾ വീർപ്പിച്ച് അപ്പാപ്പൻ രോമം നിറഞ്ഞ കറുത്ത കാലുകൾ വിസ്തരിച്ചു വിടർത്തി ചാരുകസേരയിൽ കിടന്ന് കഥ പറയാൻ ഒരുങ്ങി.

"അപ്പളിതിനാണ് അപ്പാപ്പൻ ഞങ്ങളെ ഇന്നിങ്ങോട്ട് കോണ്ടോരാൻ വാശി കാണിച്ചെ അല്ലെ. അപ്പാപ്പന്റെ കഥകളൊക്കെ കേൾപ്പിക്കാൻ"

ഗ്രേസ് അപ്പാപ്പന്റെ ഉറക്കം ചുരുട്ടിവച്ചിരിക്കുന്ന ചാരനിറക്കണ്ണുകളിലേക്ക് നോക്കി ചോദിച്ചു.

ജോസിയുടെ തല പുകയാൻ തുടങ്ങിയിരുന്നു. ഇങ്ങിനെയൊരു കുരുക്ക് അയാൾ ഈ പാതിരാത്രിയിൽ പ്രതീക്ഷിച്ചിരുന്നതേയല്ല

"സാത്താന്റെ ഓരോരോ പരീക്ഷണങ്ങളാ ഇതൊക്കെ". ജോസി കോട്ടുവായിട്ട് പറഞ്ഞു.

ഗ്രേസിനൊപ്പം മുൻപ് കഴിച്ചുകൂട്ടിയ സായന്തനങ്ങളിലും ഏസിയുടെ തണുപ്പിൽപോലും ചൂടു പിടിപ്പിച്ചിരുന്ന പ്രണയവേകലിനിടയിലുമൊക്കെ അവൾ അപ്പാപ്പനെ കുറിച്ച് കുറെയേറെ പറഞ്ഞിട്ടുണ്ട്. അങ്ങേര് ഒരു പ്രത്യേക ജനുസാ. നിനക്കത് കല്യാണം കഴിയുമ്പം ബോധ്യാകും എന്നൊക്കെ പറഞ്ഞിട്ടുണ്ടെങ്കിലും ഇത്രത്തോളം കരുതിയതേയില്ല.

"ഇതിപ്പം ഒരൊന്നൊന്നര ജനുസ് തന്നെ". ജോസി മുഖത്തെ ഉറക്കച്ചടവിന്റെ ഞൊറിവുകൾക്കു നേരെ കൈവിരൽ ഞൊടിച്ച്

കാലിന്റെ പെരുവിരലിൽ ഉയർന്നു പൊങ്ങി ഗൗരവത്തിൽ പറഞ്ഞു. "ഇനിയിപ്പം കഥേം കേട്ടോണ്ടിരിക്കാം. എന്നിട്ട് ഫസ്റ്റ് നൈറ്റ് സ്റ്റോറീസ് എന്ന ടൈറ്റിലിൽ നീ നിന്റെ അപ്പാപ്പന്റെ ഒരു കഥ പുരാണം എഴുതി ഉണ്ടാക്കി പ്രസിദ്ധീകരിക്കാൻ കൊട്."

ഗ്രേസും ജോസിയും കഥ കേൾക്കാനെന്ന മട്ടിൽ അപ്പാപ്പൻ കിടന്ന ചാരുകസേരയുടെ ഇരുകൈകളിലും പിടിച്ച് മാർബിൾ തറയിൽ ചമ്രം പടിഞ്ഞിരുന്നു.

"നിങ്ങളിങ്ങനെ അലസമായിരുന്നല്ല ഈ കഥയൊക്കെ കേൾക്കേണ്ടത്. നമുക്കൊരിടം വരെ പോകാം. കഥകൾ കേൾക്കുന്നതിലും നല്ലത് അനുഭവിക്കുകയാണ്." അപ്പാപ്പന്റെ സംസാരത്തിന് അതേവരെ ഗ്രേസ് കേട്ടിട്ടില്ലാത്ത ഒരു നിഗൂഢത വന്നത് അവൾ കണ്ടുപിടിച്ചിരുന്നു.

"വരൂ. പോകുന്ന വഴിയിലൊന്നും ചോദ്യങ്ങൾ പാടില്ല. നിലാവ് കണ്ട് നടക്കുക മാത്രം മതി." അപ്പാപ്പൻ ദീർഘമായി നിശ്വസിച്ച് മുന്നിൽ നടന്നു. മഞ്ഞിൻ കണങ്ങളുടെ തണുപ്പേറ്റ് ഗ്രേസും ജോസിയും അപ്പാപ്പൻ അറിയാത്ത തരത്തിൽ കെട്ടിപ്പിടിച്ചാണ് നടന്നു നീങ്ങിയത്.

കൂർക്കനട്ട കുന്നിൻചെരിവും കടന്ന് പകലൊക്കെ പാമ്പുകളുടെ രതിനോട്ടങ്ങൾ പിണഞ്ഞു കിടന്നിട്ടുണ്ടാകുമായിരുന്ന തൊണ്ടിലൂടെയാണ് അപ്പാപ്പൻ ഗ്രേസിനേയും ജോസിയേയും കൂട്ടികൊണ്ടുപോയത്. കഥപറയുമ്പോഴുള്ള അപ്പാപ്പന്റെ ആ പഴയ ഗർവ് ഗ്രേസിനെ പൊതിഞ്ഞു. കാറ്റിനൊപ്പമുള്ള ഒരു വേഗത്തിലേക്ക് അവൾ ആനയിക്കപ്പെടുകയായിരുന്നു.

പുത്തൻ പുരക്കാരുടെ പറമ്പിൽ ഈയിടെ കണ്ടുപിടിച്ച ഒരു ഗുഹയെ ചുറ്റിപ്പറ്റിയായിരുന്നു അപ്പാപ്പന്റെ ആ കഥ.

ഗുഹാമുഖം കഥയ്ക്കൊപ്പം ഒരു കൊടുങ്കാറ്റിന്റെ ഊർജ്ജത്തോടെ ഗ്രേസിനേയും ജോസിയേയും അതിനുള്ളിലേക്ക് വലിച്ചെടുക്കുന്നതായി അവർക്കു തോന്നി. അപ്പാപ്പന്റെ വാർദ്ധക്യം തീണ്ടാത്ത ശബ്ദം ഒരു മുഴക്കമായി അവർ കേൾക്കുകയും ചെയ്തു. പിന്നെ ഗുഹ ശക്തിയായി ചുരുങ്ങി വരുന്നതറിഞ്ഞ് ഗ്രേസ് അലമുറയിടാൻ തുടങ്ങിയെങ്കിലും അപ്പാപ്പൻ അവളെ തടഞ്ഞു. അവസാനത്തെ തുള്ളിവെളിച്ചത്തേയും പിന്നിൽനിന്നും ആരോ ശക്തമായി വലിച്ചെടുത്തതായുള്ള തോന്നലിൽ ജോസിയും ഭയന്നു.

ഗ്രേസും ജോസിയും പരസ്പരം ഗന്ധമേൽക്കുകയോ കാണുകയോ ചെയ്യാത്ത തരത്തിൽ അവർക്കിടയിൽ വലിയ ഒരു മറ രൂപ

പ്പെട്ടുവരുന്നത് അറിഞ്ഞ് ആരുടെയെങ്കിലും ഒരു ശ്വാസത്തിനായി ചെവിയോർത്തു.

ഗുഹയിലെ ഇരുൾ മാറി വെളിച്ചത്തിന്റെ വജ്രമൂർച്ചയിൽ മുറിവേറ്റതുപോലെ അപ്പാപ്പന്റെ ശ്വാസഗതിയേറ്റ് അവർ നീറി.

"കഥ കേട്ടിട്ടുപോലും നിങ്ങൾ ഭയന്നു പോയി. അപ്പപ്പിന്നെ എന്റെ തെയ്യാമ്മേടെ ധൈര്യത്തെപ്പറ്റി കേട്ടാൽ നിങ്ങളെന്തു പറയും."

"ഇവക്കടെ അമ്മാമ്മയാരുന്നു തെയ്യാമ്മ കേട്ടോ. അപ്പാപ്പൻ ജോസിയോടെന്ന പോലെ ഗ്രേസിനെ ചൂണ്ടി പറഞ്ഞു. അവക്കടെ പതിനഞ്ചു വയസിലാരുന്നു ഞാനവളെ കെട്ടി കൂടെ കൂട്ടീത്. കെട്ടീന്നൊന്നും പറയാമ്പറ്റില്ല. അവളന്നേ വേറൊരാളുടെ ഭാര്യയായിരുന്നു. സത്യം പറഞ്ഞാ അവള് തെരണ്ടിട്ട് പോലുമില്ലായിരുന്നു. എന്നിട്ടും ഞാനവളെ മോഷ്ടിച്ച് കൊണ്ടുവന്നൂന്ന് പറഞ്ഞാമതി"

"നാട്ടിലാകെ തല്ലും വഴക്കും കൊലേമൊക്കെ നടന്നു. ഞാൻ വിട്ടുകൊടുക്കുവോ. രായ്ക്കുരാമാനം അവളേം പൊക്കിയെടുത്തോണ്ട് പോന്നു. അവക്കെന്നെ ഇഷ്ടമൊന്നുമല്ലാരുന്നു. പേടിയായിരുന്നു."

'കണ്ടാ ദേ ഇതുപോലെ ഗ്രേസിനെ പോലൊക്കെ ഇരിക്കും. വാറ്റുചാരായം കഴിക്കണപോലത്തെ ലഹരിയായിരുന്നു എനിക്ക് തെയ്യപ്പെണ്ണ്. മേൽച്ചുണ്ടിന് മേളിലെ ആ മറുക്. ഓ...അതിലൊന്ന് തൊട്ടാൽ ഞാൻ വികാരത്താൽ വിറങ്ങലിച്ച് കുരിശു വരക്കുവാരുന്നു. നമ്മടെ ഗ്രേസിനും ഉണ്ട് അതേ സ്ഥാനത്ത് അതേ മറുക്'. അപ്പാപ്പനിൽ നിന്ന് സീൽക്കാരം പോലെ ഒരു ശബ്ദമുയർന്നു കേട്ടപ്പോൾ ഗ്രേസ് നടുങ്ങി. പണ്ടെന്നോ കണ്ട ഗുഹയും അപ്പാപ്പന്റെ തീഷ്ണഗന്ധവും സ്വപ്നമായിരുന്നോ എന്നറിയാനാകാതെ ഗ്രേസിന്റെ ചിന്തകൾ ഒരു ചുഴിയിലകപ്പെട്ടതുപോലെ വട്ടം കറങ്ങുന്നുണ്ടായിരുന്നു. "ഇപ്പ നിങ്ങള് കഥേ കേട്ട ആ ഗുഹയില്ലേ. അവിടെ വച്ചാരുന്നു ഞങ്ങടെ ആദ്യ കൂടിച്ചേരൽ".

"എല്ലാത്തിനും നമ്മുടേതായ ഒരു കയ്യൊപ്പു വേണം പിള്ളാരെ. അതല്ലേ ദേ ഇപ്പം നിങ്ങക്ക് ഞാന്തന്നെ മണിയറ ഒരുക്കീതും എന്റെ തെയ്യേടെ അതായത് ഈ ഗ്രേസിന്റെ അമ്മാമ്മേടെ ആദ്യമണമുള്ള ഈ ഗുഹേലേക്ക് കഥേക്കടെ നടത്തിച്ച് നിങ്ങളെ കൊണ്ടോന്നതും."

കുറേ നേരത്തേയ്ക്ക് ഗ്രേസും ജോസിയും നിശബ്ദതയിലും ഇരുട്ടിലും കുരുക്കഴിക്കാനാകാത്ത അസംഖ്യം നൂൽവരമ്പുകളിലൂടെ

കാലിടറിയുള്ള വീഴ്ചകളുടെ ആഘാതമേറ്റവരായി കുഴയാൻ തുടങ്ങിയിരുന്നു. തൊട്ടുപിന്നിൽ നിന്നും അപ്പാപ്പന്റെ ശബ്ദം വെറുമൊരു മുഴക്കം മാത്രമായി മാറുന്നതു പോലെ ഗ്രേസിനു തോന്നി.

ആ കാലടിശബ്ദങ്ങൾ ഘനമുള്ള പാറക്കല്ലുകളുടെ ഘർഷണം ഭൂമിയിൽ പതിക്കുന്നതുപോലെയാണെന്നും അവളറിഞ്ഞു. വെളിച്ചത്തിന്റെ കുറെയേറെ തരികൾ തൊട്ടെടുത്ത് വിതറി അപ്പാപ്പൻ തെയ്യാമ്മയെ കാണിച്ചുതരാമെന്ന വാഗ്ദാനത്തിൽ ഗ്രേസിന്റെ കൈയിൽ മുറുകെ പിടിച്ചു. അവിടെ വച്ചാണ് അപ്പാപ്പൻ ഇരുട്ടിന്റെ ഒരു വലിയ സങ്കൽപ്പമൂടി തുറന്നത്. അതിൽ ഒരു കൊച്ചുകുട്ടിയുടെ നിർമമതയോടെ തെയ്യാമ്മ ഗ്രേസിനെ നോക്കി അത്ഭുതപ്പെട്ടു കിടപ്പുണ്ടെന്നാണ് അപ്പാപ്പൻ തറപ്പിച്ച് പറയുന്നത്.ഗ്രേസും ജോസിയും എത്ര കൺതുറന്നിട്ടും ഇരുട്ടല്ലാതെ ഒന്നും കണ്ടില്ല. ഇടയ്ക്കെപ്പോഴോ ഒരു മാത്രയിലുള്ള കൺചിമ്മലിൽ ഒരു നീലമറുകിൽ നിന്നും മുളച്ചുപൊന്തിയ വള്ളിയിൽ കുരുങ്ങി താൻ ശ്വാസമറ്റ് കിടക്കുന്നതായി ഗ്രേസിനു തോന്നി. അവൾ മേൽച്ചുണ്ടിലെ മറുകിലെ പഴയ മുറിപ്പാട് അമർത്തിതുടച്ച് പനിച്ചു വന്ന ചോരച്ചൂടറിഞ്ഞു. പണ്ടെന്നോ ഒരു കൊടുങ്കാറ്റിൽ ചീറിവന്ന അപ്പാപ്പന്റെ മനം മടുപ്പിക്കുന്ന അതേ മണമേറ്റ് ഗ്രേസ് വിയർത്തു. പിന്നെ നിലം തൊടാനാകാതെ അന്തരീക്ഷത്തിലേക്ക് പറന്നു പോകുന്നതുപോലെയുള്ള ഒരു തോന്നലിൽ ഗ്രേസ് ജോസിയുടെ കൈകളിൽ മുറുകെ പിടിച്ചു. കോടിക്കണക്കിന് ശലഭച്ചിറകുകൾ ഭൂമിക്കുമേൽ ചിറകറ്റുവീണതും അപ്പാപ്പൻ ഉറഞ്ഞുചിരിക്കുന്നതും ഗ്രേസ് മാത്രം കണ്ടു.

ജോസിയും ഗ്രേസും ഇരുട്ടിന്റെ ഒരുവൻകോട്ടയ്ക്കകത്ത് അകപ്പെട്ട് കഥാവാതിൽ തുറന്ന് പുറത്ത് കടക്കുവാൻ ബദ്ധപ്പെടുകയായിരുന്നു അപ്പോൾ. അപ്പാപ്പനിത് ഏതു നൂറ്റാണ്ടിലെ കഥയാണ് പറയുന്നതെന്ന് തിട്ടപ്പെടുത്തുവാൻ ഗ്രേസ് കൈവിരലുകൾ മടക്കി എണ്ണാൻ തുടങ്ങിയിരുന്നു.

2
ലോലമീ പച്ചഭൂമി

എങ്ങിനെ നോക്കിയാലും ഒരു ലോല ഭൂപ്രകൃതിയായിരുന്നു ബാല വൈദ്യരുടെ മരുന്നു പുരയ്ക്കു ചുററും അതിരിട്ടു കിടന്നിരുന്നത്. കോട്ടയത്തു നിന്ന് കുടിയേറി, പലതും വെട്ടിപ്പിടിച്ച് ചൂയിംഗം ചവച്ച് റബ്ബർ മരക്കൂട്ടങ്ങൾക്കിടയിലൂടെ മദ്യപിച്ചു നടന്നിരുന്ന കുഞ്ചെറിയാച്ചൻ, വൈദ്യരുടെ മരുന്നു പുരയും പറമ്പും നോട്ടമിടാൻ തുടങ്ങിയിട്ട് കാലം കുറെയായി. ബാല വൈദ്യർ കിടപ്പിലായി എന്നറിഞ്ഞതോടെ അയാളുടെ നോട്ടമിടീലിലെ ചൂണ്ടമുന എപ്പോൾ വേണമെങ്കിലും ഇരയെ കൊരുത്തെടുക്കാൻ പാകത്തിൽ വളഞ്ഞു നിന്നു. മത്സരിച്ചു പൂത്തിരുന്ന നീലവാകയെയും അശോകത്തേയും കാണുന്തോറും കുഞ്ചെറിയാച്ചൻ കലിയിളകി പ്രാകാൻ തുടങ്ങും.

ഒടുക്കത്തെ ഒരു പൂവിരിയിക്കൽ. നാശം.

പിന്നെ .. ഇനി ഇതൊക്കെ പൂത്തിട്ടു വേണ്ടെ കാര്യങ്ങള് ശരിയാകാൻ.

വൈദ്യര് കിണററുവെള്ളം കോരി നനച്ചു വളർത്തിയെടുത്ത മുത്തങ്ങപ്പുല്ലും കീഴാർനെല്ലിയും കയ്യുണ്യവും കുഞ്ചെറിയാച്ചനെ കണ്ടാൽ കറുത്ത മണ്ണിലേക്ക് തലകുമ്പിടുന്നുണ്ടോ എന്ന് അയാൾ സംശയിച്ചു.

കുമ്പിടണം. അതാ നല്ലത്.

അയാൾ ചുവന്ന മുരിക്കിൻ പൂവുകൾക്കിടയിൽ കൂട്ടത്തോടെ പറന്നെത്തിയ പക്ഷിക്കൂട്ടങ്ങളെ തെററാലികൊണ്ട് എറിഞ്ഞോടിച്ചുകൊണ്ടു പറഞ്ഞു. അങ്ങിനെ നോട്ടമിട്ടും, മരങ്ങളെ വഴക്കുപറഞ്ഞും തെററാലി എറിഞ്ഞും നടന്നു നടന്നാണ് ബാലവൈദ്യരുടെ മക്കളുമായുള്ള ഇടപാടിൽ മരുന്നു പുരയ്ക്ക് കുഞ്ചെറിയാച്ചൻ വിലപറഞ്ഞത്.

“കുറച്ചു നാളുകൂടി നിങ്ങള് ക്ഷമിച്ചിരിക്കണെ കുഞ്ചെറിയാച്ചാ”

“മരുന്നുപുരയും പറമ്പും നിങ്ങള് പെട്ടെന്ന് നശിപ്പിക്കല്ലേ”. മൂത്ത മകൻ രാഘവന്റെ ഒരൗദാര്യം പറച്ചിൽ.

“അച്ചന്റെ പ്രാണമ്പറിച്ച് തര്വാഞങ്ങള്.

പിന്നെ ഞങ്ങളെക്കൊണ്ടിതോന്നും ഓടിക്കാൻ പററൂല്ല

അച്ചന് ബോധോണ്ടാർന്നേല് ഇപ്പ ഈ കച്ചോടോം നടക്കൂലാർന്നു.

വൈയ്യാതായ്ത് നിങ്ങടെ ഭാഗ്യം.”

“ഇന്റെ ഭാഗ്യോന്നും നെങ്ങളു പറയണ്ട. പൊന്നുവെലയല്ലേ ഞാൻ ചക്കച്ചുള പോലങ്ങു തരണെ”. കുഞ്ചെറിയാച്ചൻ രാഘവന്റെ പറച്ചിൽ കേട്ട് ശുണ്ഠിയെടുത്ത് പറഞ്ഞു.

“ഇപ്പം വിററു കാശാക്കീത് നെങ്ങടെ ഭാഗ്യന്നു പറ.

കുറച്ചു കഴിഞ്ഞാ നിങ്ങടെ ഈ ഭൂമി ആരും വാങ്ങൂല്ല ഒറപ്പാ”.

കുഞ്ചെറിയാച്ചൻ മരുന്നുപുരപ്പറമ്പിലെ നന്ത്യാർവട്ടത്തെയും ചെമ്പകപൂവിതളുകളെയും ഒന്നു തഴുകി. ജീവിതത്തിലാദ്യമായിട്ടായിരുന്നു അയാൾക്കിങ്ങനെ പൂക്കളെ സ്നേഹിക്കാൻ തോന്നിയത്.

“എന്നാലും കൊറച്ചുകഴിഞ്ഞ് മാറ്യാ മതീട്ടോ ഇവിട്ന്ന്. അത് വരെ ബാലവൈദ്യരെ ഈ ചെടികളും മരങ്ങളുമൊക്കെ കണ്ടോട്ടെ അല്ലേ”.

കുഞ്ചെറിയാച്ചൻ ബാലവൈദ്യർ കിടക്കുന്നിടത്തേയ്ക്ക് നോക്കി പറഞ്ഞു.

വൈദ്യരുടെ മുറിയിലെ ജനൽപാളികളിലും, പുറം ചുമരിലും മുഖം ചേർത്തു നിൽക്കുന്ന പവിഴമല്ലിച്ചെടിയും കുടമുല്ലമൊട്ടുകളും ഒട്ടുമാവിൻ തൈകളും കോഴിവാലൻ ചെടികളും ബാലവൈദ്യരെ വിളിക്കുന്നുണ്ടോ എന്ന് കുഞ്ചെറിയാച്ചൻ സംശയിച്ചു.

“വൈദ്യരേ

വൈദ്യരേ”

ബാലവൈദ്യർ വിളികേട്ടുകേട്ട് മൂളിമൂളി കിടന്നു. ഓർമ്മകൾ മങ്ങിയതെങ്കിലും അവയിൽ നിറയെ രോഗികളുടെ ഞരക്കങ്ങളും നിലവിളികളുമാണ്. ബാലവൈദ്യർക്ക് രോഗികളുടെ വിളി കേൾക്കാതിരിക്കുവാൻ വയ്യ. എപ്പോഴും വൈദ്യരേ എന്ന വിളിക്കായി ചെവിയോർത്തിരിക്കുക മാത്രമല്ല ഒരു മറുപടി മൂളൽ തൊണ്ടയ്ക്കും മൂക്കിനുമിടയിൽ എവിടെയോ ഭദ്രമായി കാത്തുവെയ്ക്കുകയും ചെയ്തു. ചിലപ്പോഴൊക്കെ കാത്തിരിക്കാതെ തന്നെ മറുപടി മൂളൽ പുറപ്പെടുവിച്ചുകൊണ്ടുമിരുന്നു.

ജ്ഞാനസ്നാനം

എപ്പോഴാണ് വിളി വരുന്നതെന്നറിയില്ലല്ലോ. തന്റെയൊരു മറുപടി കേൾക്കാതെ ഒരു രോഗിയും ദീനത്തിൽ കൊരുത്ത് പിടയരുത്. രോഗങ്ങളെയെല്ലാം തുരത്തുന്നത് ഓർത്ത് ഒരു ചിരി ചിരിച്ചു. ബാലവൈദ്യരുടെ പക്ഷാഘാതം വന്നു കോടിയ വരണ്ട ചുണ്ടിലൂടെ ഒലിച്ചിറങ്ങിയ കഷായം ചവർക്കുന്ന കൊഴുത്ത ഉമിനീരിൽ കിടന്ന് ആ വൃദ്ധച്ചിരി കുഴഞ്ഞു മറിഞ്ഞ് തെന്നിവീണുപോയി. വൈദ്യർ മൂക്കിൻ തുമ്പ് വിടർത്തി മരുന്നുപുരയിലെ ഗന്ധങ്ങൾ മണത്തു.

ബലാതൈലത്തിന്റെയും മുക്കുട്ടു കുഴമ്പിന്റെയും ബലാകുളിച്യാദിയുടെയും തൊട്ടുതലോടലുകൾ! രോഗം കോപിച്ചു നിൽക്കുന്ന മനുഷ്യശരീരങ്ങൾ!

ബാലവൈദ്യരുടെ കൺകോശങ്ങളിലേയ്ക്ക് ഓർമ്മകൾ മുരണ്ടു നീങ്ങി. വൈദ്യർക്ക് ചുമവന്നു. ചുമച്ച്ചുമച്ച് ഉണങ്ങിയ കഫം തൊണ്ടയിൽ ഒട്ടി ശ്വാസതടസ്സത്താൽ കണ്ണുകൾ മിഴിഞ്ഞു. വൈദ്യരെ താങ്ങിയിരുന്ന പ്ലാവിൻ തടിയിലുള്ള കട്ടിൽ കാലുകൾ കരഞ്ഞു. അവയിൽ നിറയെ ചുണ്ണാമ്പിന്റെ വിവിധ ആകൃതിയിലുള്ള വരയാഭരണങ്ങൾ. വക്രിച്ചും ഏങ്കോണിച്ചുമുള്ളവ. അലുക്കുകൾ തീർത്തവ. നാലും കൂട്ടി മുറുക്കി രസിച്ച് അക്ഷരശ്ലോകം ചൊല്ലിത്തിമിർത്ത, വൈദ്യരു വീട്ടിലെ ഏതൊക്കെയോ കാരണവന്മാരുടെ വിരുതുകാണിയ്ക്കുന്ന ചിത്രഭംഗികൾ.

മരിച്ചുപോയ ഭാര്യ ദേവമുത്തമ്മ കാലുകൾ നീട്ടിയിരുന്ന് പഴമയാൽ കറുത്തുമിനുങ്ങിയ മുറുക്കാൻ കല്ലിലിട്ട് ത്രികാലങ്ങളെ മുറുക്കാൻ പോലെ ഇടിച്ചു പതം വരുത്തുന്നതായി തോന്നി വൈദ്യർക്ക്.

ദേവുവേ എടിയേ

തൊണ്ടയിലെ കോശങ്ങൾ വൈദ്യരുടെ ഒച്ചകളെയാകെ കല്ലിച്ചതാക്കി തടയിട്ട് അവിടെ തന്നെ നിർത്തി. ദേവുമൂത്തമ്മയുടെ ചുണ്ട് മുറുക്കാൻ കറ പുരണ്ട് ചോരച്ചുവപ്പാർന്നു.

എടിയേ വൈദ്യർ കൈനീട്ടി മൂത്തമ്മയെ തൊടുന്നത് സ്വപ്നം കണ്ടു. അടഞ്ഞ കൺപോളകൾക്കകത്ത് സ്വപ്നമങ്ങിനെ ഓടിനടന്ന് കിതച്ചു. ബാലവൈദ്യർക്കും മൂത്തമ്മയ്ക്കും ചുററും സ്വപ്നനീലരാശി പരന്നൊഴുകി.

മരുന്നു പുരയ്ക്കുമപ്പുറത്തെ നീലാകാശത്തിൽ സൂര്യൻ പാകിയ നക്ഷത്രകുരുന്നു വിത്തുകൾ എവിടെ? മേൽക്കൂരയിലെ പൊട്ടിയ ഓടിൻ വിടവിലൂടെ എത്തിനോക്കിയ ഒരു കീറ് പ്രകാശത്തിൽ വൈദ്യർ പരതി.

ജ്ഞാനസ്നാനം

ആടലോടകവും ശതാവരിയും കൈതോന്നിയും പനി ക്കൂർക്കയും നീലയമരിയും കററാർവാഴയും കച്ചോലവും ചികിത്സാ വിധികൾ നിറഞ്ഞ നീല ലിഖിതങ്ങളായി വൈദ്യരുടെ നെററിത്ത ടത്തിൽ ഞൊറി വച്ചു കിടന്നു.

വൈദ്യർ ഉറക്കത്തിന്റെ പടവുകളിലൊന്നിൽ വെച്ച് അലമുറയി ട്ടുവെങ്കിലും ശബ്ദം പുറത്തേയ്ക്കു വന്നില്ല. വെറും കാററു മാ ത്രം. അതും ശക്തിപോയിപ്പോയി ശുഷ്കിച്ചെത്തിയ കാററ്

ഓർമ്മകൾ മരുന്ന് ആയി ബാലവൈദ്യരെ പുരണ്ടുനിന്നു.

പുളിഞരമ്പ് മൊരിഞ്ഞ് ഒടിയുന്നതാ കണക്ക്. എണ്ണ മൂത്തട്ടില്ല. മൂക്കുമ്പം പഴുത്തു ചുവന്ന പ്ലാവില കുമ്പിള് കൂട്ടി അതിലേക്ക് ഒഴിച്ച് അരിച്ചെടുക്കണം. ചോര കനച്ചു കിടന്ന തലച്ചോറിലെ കോശങ്ങൾ ഒന്നടങ്കം വൈദ്യരെ കിറുകൃത്യമായി ഓർമ്മിപ്പിച്ചുകൊണ്ടേയിരുന്നു.

എണ്ണ മൂത്തട്ടില്ലാട്ടോ .പറഞ്ഞില്ലാന്നു വേണ്ട. വൈദ്യരുടെ മൃത മാകാൻ തുടങ്ങുന്ന മനസ്സും മരുന്നുപുരയിലെ എണ്ണ തിളയ്ക്കൽ പോലെ ഓർമ്മക്കുമിളകൾ തീർത്തു.

ചൂടേററ ഉരുളിയിലേക്കു വീഴുന്ന വെള്ളത്തുള്ളികളുടെ പൊട്ടിത്തിമിർക്കലായി ചിന്തകൾ അവിടവിടെ പൊട്ടിപ്പൊട്ടിക്കിട ന്നു.

“ബാലവൈദ്യര് അധ്വാനിക്കും നന്നായി. കണ്ടില്ലേ മരുന്നിന്റെ പാടങ്ങൾ.

അതോണ്ടാ ഈ മര്ന്നൊക്കെ ഇങ്ങനെ വെർതെ കൊടക്കണെ എല്ലാർക്കും..

മര്ന്ന് മാത്രമല്ല വെർതേ..

വണ്ടിക്കൂലിം അരീം മൊളകും മേടിക്കാനുള്ള പൈസേം കൊട്ക്കും രോഗികൾക്ക്.” അതൊക്കെ ഈ പറമ്പിന്റെ ഗൊണാ. ബാലവൈദ്യര്ടെ ഓർമ്മകളിൽ ചാരിനിന്ന് വിശേഷം പറഞ്ഞു നാട്ടിലെ കുറെ ഉമ്മച്ചികൾ. തട്ടമിട്ട സൈനബയും റസിയയും ആമിനയും ചിറകുവിരിച്ച് പറക്കുന്നകിളികളായി വൈദ്യരുടെ മാത്രം ഏകാന്തമായ ആകാശത്ത് പറന്ന് പറന്ന് അങ്ങനെ.

മരുന്നുപുരയിൽ പെണ്ണുങ്ങൾ എള്ളിടിച്ച് എണ്ണ പിഴിയുന്നു. വെട്ടു കൽ ഭിത്തിയിലെ സൂക്ഷ്മമായ ദ്വാരങ്ങളിലൂടെ എള്ളെണ്ണ മണം കിനിഞ്ഞിറങ്ങി വൈദ്യരുടെ ചെ ന്നിയിൽ വന്നു തൊട്ടുനിന്നു. നരച്ചകണ്ണുകളിൽ പാൽ നിറത്തിൽ വെൺപാടകെട്ടി.

* * * * * * * * *

അച്ചാ..

ജ്ഞാനസ്നാനം

മകൾ രമണി ഒരു തുരങ്കം കടന്ന് വിളിച്ചു വരുന്നു

എന്താ പററ്യേ ..ഇന്റെ അച്ചന്

ഇളയ മകൾ രമ കണ്ണുകൾ തുടച്ചു ചുവപ്പിച്ചു.

അവളും തുരങ്കത്തിനുള്ളിൽ തന്നെ..

അങ്ങിനെയോർത്ത് ബാലവൈദ്യരുടെ തൊണ്ടക്കുഴി പനിച്ചു പനിച്ച് സ്പന്ദിച്ചു.

മരുന്നുപുരയിൽ പാൽക്കഷായം തുളുമ്പിതൂകുന്നുണ്ട്. വൈദ്യർ മൂക്ക് വിടർത്തി.

കുട്ട്യോൾക്കാ പാൽക്കഷായം എന്ന് വെറുതെ പിറുപിറുത്തു. അതും പുറത്തേക്കു വരാതെ കാററിന്റെ ഓളം മാത്രം.

കുഞ്ഞുങ്ങളും പാൽക്കഷായവും!

ചൊറി വന്നാൽ ചേന ചെത്ത്യപോലെ പാട് വരും കുഞ്ഞ്ങ്ങടെ ദേഹത്ത് ല്ലേ? ഉള്ളിൽ ആരോ പറയുന്നു.

വൈദ്യരിൽ പിച്ചവച്ച ഓർമ്മകൾ കുഞ്ഞുങ്ങളായി തപ്പിത്തടഞ്ഞു.

വടക്കേ കോണിലെ കിണററിൻ വക്കിലെ ഞാലിപ്പൂവൻ വാഴത്തണ്ടിൽ ഒരു കുഞ്ഞുകിളിയും അണ്ണാരക്കണ്ണനും കാററുകൊണ്ടിരുന്നു.

കിണറിനുമപ്പുറത്തെ വെള്ള മന്ദാരച്ചെടിയിലെ വെണ്മ പിടിച്ച പൂക്കാലം കണ്ട് അടുത്തു നിന്ന മരങ്ങളിലെ പച്ചിലകൾ അസൂയയോടെ അടക്കം പറഞ്ഞു.

വെയിലിലും വാടാതെ അഹന്തയോടെ നിന്ന കാപ്പിപ്പൂക്കാടുകൾക്കിടയിൽ പൂച്ചകൾ ശൃംഗരിച്ചു കിടന്നു മദിക്കുകയാണ്.

വഴനയിലക്കൊമ്പിൽ നിന്ന് ഒരിലയടർത്തി ബാലവൈദ്യരുടെ ഓർമ്മഞരമ്പ് മണമാസ്വദിച്ചു. വഴനയിലയിൽ പൊതിഞ്ഞ് പുഴുങ്ങുന്ന ചക്കപ്പഴം ചേർന്ന കുമ്പിളപ്പത്തിന്റെ രുചി, നാവിൻമുകുളങ്ങൾ തടഞ്ഞുനിർത്തിയിരിക്കുന്നു.

* * * * * * * * *

അച്ചാ വൈദ്യർക്കു ചുററും ലയമുള്ള വിളികൾ കിടന്നു ചുററി. മക്കളും മരുമക്കളും ചേർന്നുള്ള വിളിയാണ്. ആംബുലൻസിന്റെ ചില്ലു ജാലകത്തിലേക്ക് അലമുറയിട്ട് വീണ് മഴത്തുള്ളികൾ ഇടയ്ക്കിടയ്ക്ക് അതുമിതും പറഞ്ഞുകൊണ്ടേയിരുന്നു. വൈദ്യർ കണ്ണുകൾ തുറിച്ചു തന്നെ കിടന്നു. രമയും രമണിയും ഇടയ്ക്കിടയ്ക്ക് ഓർത്തുവച്ചതു പോലെ കരച്ചിൽ തട്ടി പുറത്തേയ്ക്ക് കുടഞ്ഞെറിഞ്ഞു. ഇടയ്ക്കിടക്ക് പതം പറഞ്ഞ് മഴയെ നോക്കി പരസ്പരം

അസൂയ ചുരത്തി.

"എന്നാലും അച്ചന്റെ കാര്യം. കഷ്ടായിപ്പോയി."

"എത്ര പെട്ടെന്നാ".

ചേച്ചിയും അനിയത്തിയും കൈവിരലുകൾ കൊരുത്ത് ചുണ്ടു വക്രിച്ച് കാഴ്ചക്കാർക്ക് അഭംഗി തോന്നുന്ന തരത്തിൽ വിതുമ്പി.

രവിയും രാഘവനും അച്ഛന്റെ കാലുകൾ അലസതയോടെ തലോടി അവരുടെ ജോലിസംബന്ധമായ വിശേഷങ്ങൾ പറഞ്ഞു.

ഇടയ്ക്കിടയ്ക്ക് സമയം നോക്കി അസഹിഷ്ണിച്ചു.

ഇനി എത്ര ദൂരം ? നാലുമക്കളും ഒന്നിച്ചു കണ്ണുകൊരുത്തു.

എങ്ങോട്ട്? ആശുപത്രിയിലേക്കോ മരണത്തിലേക്കോ?

ചോദ്യങ്ങൾ മക്കൾക്കും വൈദ്യർക്കുമിടയിൽ ഊയലാടി.

"ഇത്രേം നാളും അച്ചൻ എല്ലാർക്കും നാട്ടുവൈദ്യരായിരുന്നു. ഇനി എങ്ങനെ അച്ചന്റെ മേല് സൂചി കയററും" - രവി സഹതപിച്ചു.

"സ്കാൻ ചെയ്യാനെന്നും നിക്കണ്ടല്ലേ".

രാഘവനും രവിയെ പിന്തുണച്ചു.

"പിന്നെങ്ങനെ രോഗം കണ്ടുപിടിക്കും.

അച്ചൻ പണ്ട് നാഡി പിടിച്ച് നോക്കി രോഗം കണ്ടുപിടിക്വായിരുന്നു എന്നതൊക്കെ നേരാ.. ഇന്നത്തെ കാലത്ത് അതൊക്കെ പറേവ്വാ.

"അമ്മയ്ക്ക് പണ്ട് രക്തംപോക്ക് വന്നതോർക്വാ ഞാൻ." രമ നെടുവീർപ്പെട്ടു.

"എത്ര പിടീന്നാ അച്ചനത് നിർത്തിച്ചെ."

"എത്രതരം മര്ന്നാ തെരതെരെ അങ്ങട്ടൊണ്ടാക്കീത്. പിന്നെ അമ്മ മരിക്കണെത് വരെ ഒന്നൂല്ലാർന്നു അമ്മയ്ക്കസുഖം."

ബാലവൈദ്യരുടെ ശരീരം ചെറുതായൊന്നു വിറച്ചു. ഒരു ഞരക്കവും തൊണ്ടയിൽ വന്നു.

അമ്മേടെ കാര്യം പറഞ്ഞിട്ടാവും.

രമണി ആംബുലൻസിലാണെന്ന കാര്യം മറന്ന് അല്പം ഒച്ച കൂട്ടിച്ചിരിച്ചു.

മററാരും ചിരിച്ചില്ല. ശവതണുപ്പു ചൂടിയ ഒരു ഗാഢമൗനം ആംബുലൻസിനുള്ളിൽ വിറങ്ങലിച്ചു കിടക്കുന്നതു കൊണ്ടാകാം.

"പാവം അച്ചന് ഒട്ടും വയ്യാട്ടോ. ഹൃദയത്തിന് എന്തേലും പററിക്കാണും ഒറപ്പാ."

രമ നെടുവീർപ്പിട്ടു കൊണ്ടു പറഞ്ഞു.

ജ്ഞാനസ്നാനം

"പച്ചമരുന്നിന്റെ തടത്തിനകത്താ അച്ചന്റെ ചങ്കിരിക്കണെ - അപ്പഴ് അങ്ങനൊന്നും വരില്ലായിരിക്കും.

അച്ചന്റെ മനസ്സിനും ബോധത്തിനുമാ കൊഴപ്പം."

രമണി ഈച്ച വന്നിരുന്ന വൈദ്യരുടെ തലയൊന്നു ചെരിച്ചു വച്ചു കൊണ്ടുപറഞ്ഞു.

ബാലവൈദ്യരുടെ ഓർമ്മകൾ വെള്ള നേര്യത് പുതച്ച് ആ നേരം ഒരു യാത്രയ്ക്കൊരുങ്ങി. ചെറുപ്പത്തിൽ വല്യമ്മാമയുടെ വീട്ടിൽ താമസിച്ച് പഠിച്ചെടുത്ത ചികിത്സാ ശ്ലോകങ്ങൾ മുഴുവനും ബാല വൈദ്യർക്കൊപ്പം യാത്ര ചെയ്തു.

വഴിനീളെ മരക്കൂട്ടങ്ങളുടെ നിഴൽചിത്രങ്ങൾ പകുത്തുമാററി നക്ഷത്രങ്ങളും ചന്ദ്രക്കലയും രാത്രി മേഘങ്ങളും വൈദ്യർക്കൊപ്പമെത്തി. എള്ളിൻ പാടങ്ങൾക്കരികിലെ കൈതോല ഗന്ധവും പാമ്പു സാന്നിദ്ധ്യമറിയിക്കുന്ന കപ്പപുഴുങ്ങുന്ന കുത്തൽ ഗന്ധവും മറികടന്ന് വൈദ്യർ നടന്നു. അവിടവിടയൊയി പേരറിയാ പുഷ്പങ്ങൾ ഒതുങ്ങിക്കിടന്ന് നിലാവിനാൽ തീർത്ത ഒരു നടച്ചാലൊരുക്കിക്കൊടുത്തു. സൂര്യകാന്തിപ്പൂക്കൾ പരവതാനി വിരിച്ചതുപോലെ തോന്നിപ്പിക്കുന്ന ഭാഗത്തുമാത്രം രാത്രിയായിട്ടും പകൽ വെളിച്ചം മങ്ങാതെ കിടക്കുന്നത് കണ്ട് ബാലവൈദ്യർ അത്ഭുതപ്പെട്ടുപോയി.

കാട്ടുചെത്തിപ്പഴങ്ങളുടെയും ഞാവൽകായ്കളുടെയും കൂമ്പാരങ്ങൾക്കിടയ്ക്ക് മഞ്ചാടി മണി മലകൾ. വൈദ്യർ വല്യമ്മാമയുടെ ശ്ലോകങ്ങളിൽ കിടന്നു മദിച്ചു. എങ്ങിനെയാണ് ജീവൻ എന്ന ഒരു നുള്ളു മാന്ത്രികതയുടെ രാസവിദ്യ കണ്ടുപിടിക്കുക. ശ്ലോകങ്ങൾ ബാലവൈദ്യരുടെ മനസ്സിൽ ജീവഗന്ധങ്ങൾ പൊഴിക്കുന്ന പെരുക്കപെട്ടികയായി. വൈദ്യർ പൂക്കളും പഴങ്ങളും നിലാവും താണ്ടി മരുന്നുപുരയിലേക്ക് നടന്നു. ലേഹ്യത്തിന്റെയും കഷായങ്ങളുടേയും കുഴമ്പിന്റെയുമൊക്കെ പളുങ്കു പാത്രങ്ങൾ പരസ്പരം തൊട്ടുനിന്ന് രഹസ്യം പറയുന്നതു പോലെ തോന്നി. വൈദ്യരുടെ ചിന്തകൾക്കു മേൽ പനി കിടന്നു തിളച്ചു. ആരൊക്കെയോ ചുററുമുണ്ട് അവരെല്ലാം വിളിക്കുന്നു.

അച്ചാ

വൈദ്യരേ

അച്ചാ

വൈദ്യരേ

ബാലവൈദ്യർ വിളി കേട്ടുകേട്ട് മൂളിമൂളിയങ്ങനെ. ദേഹം മുഴുവൻ ട്യൂബുകൾ പാമ്പുകളായി ചുരുണ്ടുകിടന്നു. സൂചിമുനകൾ

പാമ്പിൻ പല്ലുകളായി ആഴ്ന്നിറങ്ങുന്നു. എല്ലായിടത്തും പലനിറത്തിലുള്ള മരുന്നുകൾ വിഷം തുപ്പാനായി കുപ്പിപാത്രങ്ങളിൽ നുരയിടുന്നു.

ബാലവൈദ്യർക്ക് പച്ചിലമണം നുകരാൻ ദാഹം തോന്നി.

തൊണ്ട വരളുന്ന ദാഹം.

ഞരമ്പുകൾ മുറുകുന്ന ദാഹം.

നനഞ്ഞ മണ്ണുമാന്തി മരുന്ന് ഗർഭത്തിലേററിയ വേരുകളെ പിഴുതെടുത്ത് ഉണക്കിപ്പൊടിച്ച് മൃതസഞ്ജീവനി വാററിയെടുക്കാൻ കൊതി തോന്നി.

മരണത്തെ പറിച്ചെറിയാൻ തോന്നുന്ന കൊതി.

കിഴങ്ങുകൾ കുഴിച്ചെടുത്ത് ജീവജലം ഊററിയെടുക്കാൻ മോഹം തോന്നി.

ശരീരമാസകലം ജീവന്റെ തളിരിലകൾ വിരിയിച്ച് കാററിലിളകിയാടുന്നതിന്റെ സുഖം നുകരാൻ തോന്നുന്ന മോഹം.

"അച്ചാ.."

"വൈദ്യരെ"

"അച്ചാ"

മക്കളും ട്യൂബുകളും സൂചികളും വായ് തുറന്നു വിളിക്കുന്നു. മരുന്നുപാത്രങ്ങളിൽ നിന്ന് കറുക്കുത്ത പുക ഉയരുന്നു.

ബാലവൈദ്യർ ബോധത്തിലേക്ക് കൺതുറന്നു. വൈദ്യർ പക്ഷാഘാതത്തെ പിഴുതെറിഞ്ഞ് വക്രിച്ച ചുണ്ടുകളുടെ വീണ്ടുംവീണ്ടുമുള്ള കോട്ടലിന്റെ ചളുക്കു നിവർത്തി കൺവെട്ടത്തിനുള്ളിലെ കാഴ്ചകളിലേക്ക് നോക്കി. സൂര്യനയനങ്ങൾ ഭൂമിയെ നോക്കുന്നുണ്ട്. മുറിയിലാകെ പരേതാത്മക്കളുടെ പൊക്കിൾകൊടികൾ ചുരുണ്ടു കിടക്കുന്നു. ആകാശനീലം പൂത്തിറങ്ങിയതുപോലുള്ള പരവതാനിക്കും താഴെ, ഭൂമിയുടെ ഗർഭ ലവണങ്ങൾക്കും താഴെ ഒരു നീലപ്പുഴയൊഴുകുന്നുണ്ടോ? പുഴയ്ക്കിരുവശവും പൂത്തുനില്ക്കുന്ന പച്ചക്കാടുകൾ. മുളങ്കാടുകൾ, മുളങ്കൂട്ടങ്ങൾ. പച്ചപ്പുൽച്ചെടികളുടെ കൂത്താടലിലെ ആഹ്ലാദപ്പെരുമ.. തത്തനിറത്തിലെ തളിർപുൽ നാമ്പുകളുടെ സൂര്യനെ നോക്കിയുള്ള കുതുഹലം. ഇല്ലിക്കാടുകൾ ഇടതടവില്ലാതെ പൊഴിച്ചുകൊണ്ടേയിരിക്കുന്ന മുളയരികൂമ്പാരങ്ങൾ. നറുനീണ്ടി കിഴങ്ങിന്റെ കിണറാഴത്തണുപ്പ്. മൃത്യഗന്ധങ്ങളെ നാടുകടത്തിവിടുന്ന കാട്ടുവള്ളികളുടെ ലാസ്യമായ ഇളകൽ.

കുഞ്ഞുതളിരിലകളും കാട്ടുകായ്കളും അമൃതവള്ളികളും ചേർന്ന്

കാററിലൂടെ സന്ദേശമെത്തിച്ചു കൊണ്ടേയിരുന്നു ജീവരഹസ്യത്തിന്റെ വൈദ്യർക്ക് പച്ച ഭൂമിയുടെ പുറം കവചത്തിൽ ശയിക്കുവാൻ തോന്നി

രമയും രമണിയും ബാലവൈദ്യരുടെ ദേഹത്തെതാങ്ങി. രാഘവനും രവിയും കൂടി ചേർന്ന് അച്ഛൻ കണ്ണുകൾ കൊണ്ട് പ്രകടിപ്പിച്ച ആഗ്രഹം സഫലമാക്കാൻ, താഴെ പച്ചപുൽ മെത്തയിലേക്ക് ബാലവൈദ്യരെ ഇറക്കിക്കിടത്തി.

ആകാശത്ത് കറുത്ത മേഘക്കല്ലുകൾ തീർത്ത അടുപ്പിലെ കനലേററ് കഷായം തൂവിപ്പരന്നൊഴുകുന്നുണ്ട്. ലേഹ്യക്കൂട്ടുകൾ അളുക്കുകളായി കിടക്കുന്നതും നോക്കി ബാലവൈദ്യർ കൺതുറന്നു. ജീവന്റെ രാസവിദ്യതേടി കണ്ണുകൾ തുറന്നുതന്നെ കിടന്നു. മരുന്നുപുരയിലെ ഒരായിരം ഗന്ധങ്ങളും വൈദ്യരോട് ചേർന്ന് ചേർന്നങ്ങനെ. എന്നിട്ടും കണ്ണുകൾ അടഞ്ഞതേയില്ല. കുഞ്ചെറിയാച്ചന്റെ ജീപ്പ്, ബാലവൈദ്യരുടെ മരുന്നുകാടുകൾക്ക് നടുവിൽ മുരണ്ടു വന്നു നിന്നതും ഭൂമിയുടെ രോമകൂപങ്ങളിൽ ചോര പൊടിയിച്ച് ജീവനുള്ള ചെടികൾ പിഴുതെടുക്കാൻ തുടങ്ങിയതും ആ അടയാത്ത കണ്ണുകൾക്കു മുൻപിൽ തന്നെ.

കലാകൗമുദി

3

പാഠഭേദം

അഞ്ചേറ്റു മുക്കിലെ തോട്ടിൻ കരയിൽവെച്ച് ഏതോ ഒരു ശിര സ്സിന്റെ പരിണാമസന്ധിയിലെ ആ തലയെല്ല് കണ്ടെത്തുന്നതുവരെ രാധ രാധ മാത്രമായിരുന്നു. വെറും ഒരു തൊഴിലുറപ്പു പദ്ധതി ക്കാരി പണിക്കാരി, വെറും ഒരു രാധ. പതിവുപോലെ അന്നും ചോറ്റു പാത്രത്തിനുള്ളിൽ കരുതിയിരുന്ന ചെണ്ടമുറിയൻ ആകൃ തിയിൽ മുറിച്ചു വേവിച്ച മഞ്ഞനിറമുള്ള കപ്പക്കഷണത്തിന്റെ പൊട്ടിവിടർന്ന രുചിത്തടങ്ങളിൽ കാന്താരിമുളക് ചമ്മന്തി നിറച്ച്, ഇന്ധനമായി തൂക്കുപാത്രത്തിൽ കരുതിയ കട്ടൻ ചായയുടെ അക മ്പടിയിൽ ചവച്ച് ആസ്വദിച്ചിരുന്നപ്പോഴായിരുന്നു അവളത് കണ്ട ത്. തോട്ടുവെള്ളത്തിൽ കണ്ട വെളുത്ത ആ തലയോട് അഞ്ചേറ്റു മുക്കിലെ മഞ്ഞകലർന്ന ദരിദ്രമായ ആകാശത്തേക്ക് കൺമിഴിഞ്ഞ് കിടന്നു. ജലസമാധിയിലെന്നതു പോലെ.

അഞ്ചേറ്റു മുക്കിൽ മാത്രം ധാരാളമായി കണ്ടിരുന്ന പേരറിയാത്ത കൂർമ്പൻ പുല്ലുകൾക്കിടയിൽ കിടന്നതിനാലാകണം സൂര്യൻ ഒരു പൗരാണികത കലർന്ന മഞ്ഞ തിളക്കം കൊണ്ട് അതിനെ പുതപ്പിച്ചി രുന്നു.ജീവിതാസക്തി നിറഞ്ഞ ത്രസിത ഹൃദയം പോലെ എന്തോ ഒന്ന് അതിന്റെ കൺകുഴികൾക്കുള്ളിൽ നിന്ന് വെയിൽനാളത്തി നൊപ്പം ഒലിച്ചിറങ്ങുന്നതും രാധ കണ്ടു. പലപ്പോഴായി തോട്ടിൽ അടിഞ്ഞു കൂടിയ ഗർഭനിരോധന ഉറകളും നാപ്കിനുകളും നിഷ്ക രുണം വെട്ടിമുറിക്കപ്പെട്ട കോഴി തൂവലുകളും പലവർണ്ണ പ്ലാസ്റ്റിക് കവറുകളും പാതികത്തിക്കരിഞ്ഞ നഗ്ന ഉടലുകൾ പോലുള്ള പാഴ്മ രക്കഷണങ്ങളും തലയെല്ലിനു ചുറ്റും ഒരു തടം തീർത്തിരുന്നു.

മുളക് ചമ്മന്തിയിൽ നിന്നൂറിയ കനച്ചുപോയ വെളിച്ചെണ്ണയുടെ കുത്തലേറ്റ് രാധയുടെ നാവും ചുണ്ടും നീറിയെങ്കിലും അവളുടെ കണ്ണുകൾ നിറയാൻ മടിച്ചുനിന്നു. മറ്റു പണിക്കാരി സ്ത്രീകൾ പല

ശബ്ദത്തിലും തരംഗവേഗത്തിലും നിലവിളികളുമായി തോട്ടുജല ത്തിലേയ്ക്ക് എത്തിനോക്കുവാൻ തുടങ്ങിയിരുന്നു.എങ്കിലും തോട്ടിൻ കരയിലാകെ ഓർമ്മകൾ കൊണ്ടൊരു ചുരന്നെടുക്കൽ, തകൃതിയായി നടക്കുന്നുവെന്ന് രാധയ്ക്കു തോന്നി.

തൊഴിലുറപ്പു പദ്ധതിയിലെ ആ പണിക്കാരികൾ ജോലിക്കിട യിൽ ആദ്യമായിട്ടാണ് ഇങ്ങനെ ഒരു പാഴ്വസ്തു കാണുന്നത്. പാവ ങ്ങൾ .. അവരെ സംബന്ധിച്ച് കരച്ചിൽ എന്ന പ്രക്രിയ പ്രാണ വായു പോലെ ജീവിതത്തെ നിത്യേന ചൂഴ്ന്നു നിന്നിരുന്ന ഒരു സംഗതിയായതിനാൽ അവർ വളരെ സുഗമമായിത്തന്നെ നിലവി ളിച്ചുകൊണ്ടേയിരുന്നു.സുശീലയും വസന്തയും പ്രഭാവതിയും ചവർ നിറച്ച കുട്ടയും മമ്മട്ടിയുമൊക്കെ തോട്ടിൻ കരയിൽ ഒതുക്കിവെച്ച് ഇന്നിനി പണി തുടരണമോ എന്ന് കുറച്ചുനേരം സംശയിച്ചു നിന്നു വെങ്കിലും നിലവിളികൾ നിർത്തിയതേയില്ല അവർ. രാധ ഇതി നോടകം, തലയോടിന്റെ ആദിമമായ ഒരധിനിവേശ ഗർവ് നിറഞ്ഞ ചിരിപോലെ തോന്നിപ്പിക്കുന്ന പല്ലുകളുടെ കാഴ്ചയ്ക്കുമപ്പുറത്ത് ഏതോ ഒരു മനുഷ്യന്റെ ദുരൂഹമായ സങ്കടങ്ങളെ പരതാൻ തുട ങ്ങിയിരുന്നു. ഉച്ച സൂര്യന്റെ ദാക്ഷിണ്യമില്ലാത്ത വ്യഗ്രതയോടെ യുള്ള തീഷ്ണനോട്ടങ്ങൾ അഞ്ചേറ്റുമുക്കിലാകെ ചിതറിവരുന്നത് അവൾ കണ്ടു. മുൻപ് വളരെ പണ്ട് പണ്ട് കാലാന്തരങ്ങൾക്കുമപ്പു റത്ത് തിളച്ചുമറിഞ്ഞ ഒരു ജീവിതത്തിന്റെ കാലുഷ്യം മുഴുവൻ അല കടൽപോലെ ഒഴുകിത്തിമിർക്കുന്നതു പോലെയാണ് രാധയ്ക്ക് തോന്നിയത്. ഇത്തരം തോന്നലുകളും ചുറ്റുപാടും നിന്നുമുയർന്ന നിലവിളികളും അവളുടെ വിശപ്പിനെ കല്ലുപോലെ ഘനീഭവിപ്പി ച്ചിരുന്നു.

“ആരാടീ ആദ്യമിതു കണ്ടത്.” പിന്നിൽ നിന്ന് അപ്രതീക്ഷിത മായി ഒരു പോലീസുകാരനിൽ നിന്നുയർന്ന ചോദ്യം കേട്ട് രാധ ഞെട്ടിത്തിരിഞ്ഞു നോക്കി. പോലീസ് ഒരു വലയം തീർത്തിരി ക്കുന്നു അതിനു ചുറ്റും. തലയോടിന്റെ പല്ലിളിയ്ക്കലിനു സമാനമാ യിത്തന്നെ ആൾക്കൂട്ടവും പല്ലുകാണിച്ചു നിന്നു.

“പാവം.” രാധ ഒരാത്മഗതം നടത്തി. “അപ്പഴേ നിങ്ങളല്ലേ ആദ്യ മിത് കണ്ടെ”..നീളൻ മൈക്കുകളും കാക്ക കണ്ണുകളുമുള്ള ക്യാമറ കളും ചേർന്ന് ഞെരുക്കാൻ തുടങ്ങിയപ്പോഴായിരുന്നു താടിക്കാര നായ ഒരു ചാനൽക്കാരൻ അവളോട് ചോദിച്ചത്.

“എന്താണ് ആദ്യം തോന്നീത്. പേടിച്ചോ നിങ്ങൾ.. പറയൂ... എന്തു തോന്നുന്നു ഇപ്പോൾ”... ചോദ്യങ്ങളും ചുറ്റും നിന്നവരുടെ തുറു

നോട്ടങ്ങളും പെരുകി പെരുകി വന്ന് ഭീകര ജന്തുവിനെപ്പോലെ അവളെ കീഴ്പ്പെടുത്തി കളഞ്ഞിരുന്നു. വാസ്തവത്തിൽ രാധ അപ്പോഴാണ്ഭയപ്പെടാൻ തുടങ്ങിയത്. കാലത്തിനുമപ്പുറത്തുനിന്ന് തേഞ്ഞുതേഞ്ഞ് തിളക്കം വെച്ച ആ അജ്ഞാത മനുഷ്യതലയെല്ല് അവളെ ആദ്യം ഒട്ടുമേ ഭയപ്പെടുത്തിയിരുന്നില്ല. അത് മൗനമായി എന്തൊക്കെയോ സംവദിച്ചതേയുള്ളു അവളോട്. എന്നാലീ മാദ്ധ്യമപ്പോരാളികളുടെ കൂർത്ത നഖങ്ങളും പല്ലുകളും പോലെയുള്ള ചോദ്യങ്ങൾ കൊത്തിപ്പറിക്കുവാനായി തന്റെ നേരെ ആഞ്ഞടുക്കുന്നത് കണ്ടപ്പോഴാണ് രാധ പ്ലാസ്റ്റിക് സഞ്ചിയിൽ നിന്ന് നിറം മങ്ങിയ മൊബൈൽ ഫോണെടുത്ത് അമ്മയുടെ നമ്പറിലേക്ക് വിളിച്ചത്. ആദ്യ വിളിയിൽ അമ്മ ഫോൺ എടുത്തില്ല. അപ്പുറത്ത് നമ: ശിവായ എന്നു തുടങ്ങുന്ന ഗാനം പതിവുപോലെ കേട്ടിരിക്കുവാൻ തോന്നിയില്ല അവൾക്ക്. ഒൻപത്, നാല്, . അവൾ നമ്പർ പിറുപിറുത്തു കൊണ്ടു തന്നെ വിരൽ അമർത്തിക്കൊണ്ടിരുന്നു.

ഭാഗ്യം.. ഇക്കുറി ഫോൺ എടുത്തു രാധയുടെ അമ്മ മീനാക്ഷി.

“അമ്മ.. നെങ്ങളിതെവ്ടെ പോയിക്കെടക്കാ”..

രാധയ്ക്ക് ഒരു വല്ലാത്ത പൊറുതിക്കേട്. അവളുടെ ക്ഷമ കെട്ടുപോയിരിക്കുന്നു.

‘‘അമ്മാ.. ഞാനിവിടെ കുമള്ളി താഴത്താ”...

“ഇന്ന് പണി ഇവിട്യാ.”

“പണിക്കെടേല് ഒരു തലകിട്ടി... പേടിയ്ക്കണ്ടാ..

പഴേ ഒരു തലയോടാ...

മാനാമ്പറത്തെ ലക്ഷംവീട് കോളനീലെ ആ ദാവീദിന്റെ പെണ്ണമ്പിള്ള മേരിയെ ഞാനിദ് കാണിച്ചതും അവള് തലചുറ്റിവീണു.”

മീനാക്ഷി ഫോണിന്റെ മറുതലയ്ക്കൽ എന്തൊക്കെയോ പുലമ്പി.

ഇടയ്ക്ക് രാധയൊന്ന് ശ്വാസം വിട്ടപ്പോൾ അമ്മ പറയുന്നതു കേട്ടു.

“ഞാങ്കണ്ടു ടീവീല്..വാർത്തേലൊക്കെ കാണിയ്ക്കണൊണ്ടാര്ന്നെല്ലോ.. പോലീസൊക്കെ വന്നല്ലേ... നീ പേടിച്ചോ ഇന്റെ രാധേ.. പിന്നെ പേടിയ്ക്കണ്ടാട്ടോ.. ഒന്ന്വല്ലേലും ജീവനില്ലാത്ത തലയല്ലേ...

“ഒന്ന് പോ തള്ളേ ... പേടിയ്ക്കാതെ പിന്നെ.

ഞാനിങ്ങനെ വല്ലോം കണ്ടിട്ടുണ്ടോ...

ഫോൺ വയ്ക്കാണേ .. വന്നിട്ട് വിസ്തരിച്ച് പറയാം ബാക്കി.

ചെലപ്പം ഇന്ന് നേർത്തേ പണി തീർത്ത്യേക്കും.

അതു പറഞ്ഞുതീർന്നതും യ്യോ.. എന്ന് രാധയുടെ പേടിച്ചരണ്ട ശബ്ദം മീനാക്ഷി അപ്പുറത്ത് കേട്ടു.

വസന്ത എന്ന മറ്റൊരു പണിക്കാരിയുടെ തണുത്ത വിരലുകൾ മുതുകിൽ തൊട്ടപ്പോഴാണ് രാധ പേടിച്ചു വിളിച്ചത്.കത്തുന്ന പകലിലും നൂറ്റാണ്ടുകളായി തണുത്തുറഞ്ഞു കിടക്കുന്ന ഒരു ശില ഇഴഞ്ഞെത്തി വസന്തയുടെ വിരലുകളിലേക്ക് തണുപ്പായി അരിച്ചെത്തിയതാണോ? രാധക്ക് വസന്തയോട് വെറുതെ ദേഷ്യം തോന്നി.

"മനുഷ്യമ്മാരിവിടെ ടെൻഷനടിച്ച് വട്ടെളെകി നിക്കുമ്പള് ഇങ്ങനെ പേടിപ്പിക്കല്ലേ വസന്തേ.."

"അത്ന് ഞാനെന്നാ ചെയ്തെ..

നെന്റെ എന്തേലും ഞാനപകരിച്ചോ പെണ്ണേ..

വെറ്തെ ഇന്നോട് മെക്കിട്ട് കേറല്ലേ നീ.

ഇന്റെ നാക്ക് ചൊറിയണ്ണ്ട് പറഞ്ഞേക്കാം.."

വസന്ത വാക്കുകൾക്കൊപ്പം ഉറഞ്ഞുതുള്ളാൻ തുടങ്ങിയെങ്കിലും രാധ ഒന്നും കേട്ടില്ല.

അവൾ കപ്പകൊണ്ടുവന്ന സ്റ്റീൽ ചോറ്റു പാത്രം കഴുകി പ്ലാസ്റ്റിക് കവറിനുള്ളിലാക്കുന്നതിനിടയിൽ ചിന്തകൾക്കുള്ളിലേക്ക് തട്ടി വീണുകൊണ്ടിരുന്നു. കണ്ടിട്ട് നിർവ്വികാരമെന്ന് തോന്നിപ്പിക്കുന്ന ഈ പഴന്തല ഏത് നഗ്ന ശരീരത്തിനു മുകളിലാകും പണ്ട് അഹങ്കാരത്തോടെ നിലയുറപ്പിച്ചിരിക്കുന്നത്.

എടീ.. ഇത്തവണ മേരിയാണ് രാധയെ തൊട്ടുണർത്തിയത്. "ആ ഫ്രാഞ്ചീടെ ട്യൂട്ടോറിയലിലല്ലേടീ നീ പടിച്ചതൊക്കെ.

നെനക്കീ തൊഴിലൊറപ്പും കൊണ്ട് നടക്കണ്ട കാര്യോണ്ടോ രാധേ.."

"അതോണ്ടല്ലേ നെനക്കും ഈ കാഴ്ചയൊക്കെ കാണേണ്ടി വന്നത്." വസന്ത മേരിയെ പിന്താങ്ങി പറഞ്ഞു.

നീ വല്ല കവ്തേം കഥേക്കെ എഴ്തണ്ടവളാ..

ഏതാണ്ടൊക്കെ നീ എഴ്തീല്ലേ പെണ്ണേ..

രാധ ഒന്നും കേട്ടില്ല. കണ്ടില്ല. ആൾക്കൂട്ടവും ചാനലുകാരും. പോലീസും മേരിയും വസന്തയുമൊക്കെ അവ്യക്തമായ നിഴലുകളായി അവൾക്കു മുൻപിൽ ചലിച്ചുകൊണ്ടേയിരുന്നു. അവൾ വിജനമായ ഒരു നദിക്കരയിൽ ഒറ്റയ്ക്കായി പോയതുപോലെ തീർത്തും നിരാലംബമായി കൊടും വെയിലിൽ തളർന്നിരുന്നു.

"രാധയ്ക്കെന്താ ഒരു വയ്യാഴ്ക - പൊക്കോളൂട്ടോ വീട്ടില്. ഇന്നെ

ല്ലാർക്കും അവധി തരുവാ.. ആദ്യായിട്ടല്ലേ ഇങ്ങനൊരു സംഭവം. പഞ്ചായത്ത് മെമ്പർ രാജമല്ലി വെയിൽ കൊണ്ടു വാടിയ മുഖവുമായി രാധയ്ക്കരികിലെത്തി പറഞ്ഞു. രാജമല്ലിക്ക് രാധയോട് ഒരു പ്രത്യേക വാത്സല്യവും സ്നേഹവുമുണ്ട്. പഠിച്ച കുട്ടിയല്ലേ. അതുകൊണ്ടാകുമെന്നാണ് രാധ കരുതുന്നത്.

രാധ ചരിത്രത്തിന്റെ ഏടുകളിൽ ചവിട്ടി നടക്കുന്ന ഗൗരവത്തോടെ മെല്ലെയാണ് വീട്ടിലേയ്ക്ക് നടന്നത്. ജീവിത സന്ധികളിൽ മനുഷ്യന്റെ തലകൾക്കുള്ള സ്ഥാനത്തെക്കുറിച്ച് ആലോചിച്ച് അവൾക്ക് തലവേദനിച്ചു. ഒന്നും ചെയ്യാൻ ഉത്സാഹമില്ലാത്ത ഒരവസ്ഥ. എങ്കിലും കുഞ്ഞു പേഴ്സിന്റെ കള്ള അറയിൽ അനിയൻ രവി മോഷ്ടിക്കാതിരിക്കുവാൻ ഒളിപ്പിച്ചു വച്ചിരുന്ന മുഷിഞ്ഞു തുടങ്ങിയ അൻപതു രൂപാ നോട്ട് പുറത്തെടുത്ത് അവൾ അരകിലോ അരി വാങ്ങി. രണ്ടു മൂന്നു തക്കാളി വാങ്ങി. പച്ചക്കറിക്കടക്കാരൻ അമ്പു നാലഞ്ചു പച്ചമുളകും കറിവേപ്പിലയും അടിമുടിയുള്ള ഒരു ചൂഴ്ന്നുനോട്ടവും കൂടി അവൾക്ക് നൽകി.

വഴിയരികിൽ അവളുടെ അനിയനും കൂട്ടുകാരൻ ബിജുവും നിന്നു സംസാരിക്കുന്നുണ്ടായിരുന്നു. രണ്ടുപേരും ചെറുതായി നിന്നാടുന്നുമുണ്ട് പതിവുപോലെ.

"നില്ല് .. നില്ല്.. അവ്ടെ നിക്കടി പെങ്ങളേ നമ്മടെ തലയോട് എന്തിയേ..

നീയാണോടീ അതാദ്യം കണ്ടത്

ഹ് ഹ ഹ... പൈസ കിട്ട്വോടീ നെനക്ക് പെണ്ണേ

രവിയുടെ ചിരി കുഴഞ്ഞു കുഴഞ്ഞുപോയി. നീ എന്തിനാടീ അതാദ്യം കാണാമ്പോയെ.. നെന്നെ പോലീസ് പൊക്കുന്നൊറപ്പാ.. എന്തൊരു നാണക്കേടാ എന്റയീ പുന്നാര പെങ്ങ്ള് ഒണ്ടാക്കി വെച്ചെ.."

"ഇല്ലേടാ..." രവി ബിജുവിന്റെ താടിപിടിച്ചുയർത്തി ചോദിച്ചു - ബിജു ആ നേരം രാധയെ നോക്കി കണ്ണിറുക്കി. അവൻ രണ്ടു മാസം മുൻപ് വീട്ടിൽ ആരുമില്ലാതിരുന്ന ഒരു സന്ധ്യക്ക് രവിയെ അന്വേഷിച്ചു വരുന്നു എന്ന ഭാവത്തിൽ എത്തി അവളെ പൂണ്ടടക്കം പിടിച്ച് ഉമ്മ വയ്ക്കുകയും കടിയ്ക്കുകയും അവളുടെ മുലകളും കവിളും രസത്തോടെ ചുവന്ന നാവു നീട്ടിപ്പിടിച്ച് നഖങ്ങൾ കൊണ്ട് മാന്തിപൊളിക്കുകയും ചെയ്തിരുന്നു. അവനാ ഓർമ്മയിൽ കണ്ണുകൾകൊണ്ട് വീണ്ടും വീണ്ടും രാധയിലേക്ക് തുരന്നിറങ്ങി. അവന്റെ ഒരു കാതിൽ കൂർത്തു നിന്ന ഒറ്റക്കൽ കമ്മലും കരിന്തേൾ

നിറമുള്ള ഞരമ്പുകൾ ക്രൗര്യത്തോടെ പിണയുന്ന ഉന്തിയ നെറ്റിയും ചോര ഇറ്റു വീഴാൻ പാകത്തിൽ ചുവന്ന മൂക്കിൻതുമ്പും മണ്ണിരപ്പശപോലെയുള്ള അറപ്പായി ദേഹത്തിഴയുന്നതായി തോന്നി അവൾക്ക്. ഇരുവരുടെയും സംസാരം കേട്ട് ഓരോരുത്തരായി ഓരോന്ന് പറഞ്ഞ് ചുറ്റും കൂട്ടമായി നിന്ന് ഒരവലോകന യോഗം കൂടാനുള്ള പുറപ്പാടിലാണ്.

വിഷയം രാധയും തോട്ടിൽ അവൾ കണ്ട തലയും തന്നെ.

"കുട്ടികള് കളിക്കണേനെടേല് എവ്ട്ന്നോ പൊക്കിക്കൊണ്ടന്നതാ ആ തല.കളിക്കെടേല് തോട്ടില് വീണതാരിക്കും അത്. മറ്റൊന്നല്ല. ഇന്നത്തെ കാലത്ത് പഴേ ഒര് തല കിട്ടാന്ന് വച്ച അത്ര കാര്യോള്ള കാര്യല്ല.

അഞ്ചേറ്റു മുക്ക് ജംഗ്ഷനിൽ ഓട്ടു പാത്രങ്ങൾ, പടുത, കസേര, ടാർപ്പോളിൻ കുട്ടകം എന്നുവേണ്ട സകലമാന തട്ടുമുട്ടു സാധന ങ്ങളും നാട്ടിലെ മരണാനന്തര ചടങ്ങുകൾക്കും അടിയന്തിര ങ്ങൾക്കും വാടകക്ക് കൊടുക്കുന്ന കിഴക്കേലെ ജോണി കടേല് ആള് വരണ്ണ്ടോ എന്ന് ഇടയ്ക്കിടയ്ക്ക് കടക്കണ്ണിട്ടു നോക്കിക്കൊണ്ടു പറഞ്ഞു.

അല്ല ജോണി പണ്ടാ ഒളിമ്പ്രദേശം ഈ നാടോടികളൊക്കെ മരിക്കുമ്പം അടക്കം ചെയ്തീര്ന്ന സ്തലാല്ലേ. അവ്ട്ന്ന് ഉരുണ്ട് വന്നതാവൂന്നേ."

തയ്യൽക്കാരനും പഴയകാല നക്സൈലറ്റുമായ വേണുഗോപാൽ തയ്യൽ നിർത്തി കടേന്നിറങ്ങി വന്ന് കൂട്ടത്തിലേക്ക് എത്തിനോക്കി പറഞ്ഞു. അയാൾ കൺസൂചികൊണ്ട് ചുറ്റും നിന്നവരുടെ ചിന്തക ളുടെ മേൽ സൂക്ഷ്മതയോടും വിരുതോടെയും ചില കുരുക്കഴി ക്കാനാകാത്ത കെട്ടുകൾ കൊരുത്തിട്ടു.

ഇത്രയുമായ സ്ഥിതിക്ക് ഈ വിഷയത്തിൽ ഇടപെട്ടേ പറ്റൂ എന്ന നിലപാടിൽ മുറുക്കാൻ കടക്കാരി സാവിത്രി മാറിൽ കിടന്ന തോർത്ത് നേരെയാക്കി നിവർന്നിരുന്നു. മഞ്ഞളും ചുണ്ണാമ്പും ചേർന്ന ഇളം ചോരപ്പൂക്കൾ നിറഞ്ഞതായിരുന്നു സാവിത്രിയുടെ തോർത്ത്. അവളതിൽ തെരുപിടിപ്പിച്ച് പറഞ്ഞു.

"ആർക്കും ഓർമ്മേം വെളിവൊന്നൂല്ലേ കൂട്ടരെ. കഴിഞ്ഞേന്റെ മുമ്പലത്തെ കൊല്ലാല്ലേ അങ്ങെങ്ങാണ്ട്ന്ന് ഒര് സ്തലത്തുന്ന് ഒര് ശവപ്പറമ്പീന്നോ മറ്റോ മണ്ണ് ലോറിക്കണക്കിന് ഇവ്ടെ കൊണ്ടടിച്ചെ. അതീ കെടന്നതാരിക്കും ഈ തലാന്നാ എന്റെ ബലായ സംശേം."

കേട്ടപാതി എല്ലാവരും സാവീത്രീടെ നിശ്വാസം ഏറ്റെടുക്കുന്ന

മട്ടിൽ അവളോട് ചേ ർന്ന് നിന്ന് ഗൗരവക്കാരായി മാറി ചിന്ത തുടങ്ങി.

പെട്ടെന്നാണ് വെളിപാടുണ്ടായതു പോലെ ശവപ്പെട്ടി കച്ചവട ക്കാരൻ മാണിക്കുഞ്ഞ് പറഞ്ഞത്. "ഏയ് അങ്ങനൊന്നുവല്ല സംബ വം. നമ്മടെ മെടിക്കൽ കോളേജി ഡോക്കട്ടറാകാൻ പടിക്കണ പിള്ളാര്ടെ കൈയീന്ന് ഉര്ണ്ട് പോന്നതാപ്പാ ഈ സാദനം."

ഹ ഹ ഹ.. ഒരു തലയോടിന് ജീവിതത്തിൽ ഉണ്ടാകേണ്ട ഗൗര വമായ പ്രസക്തിയെ അപ്പാടെ അട്ടിമറിച്ചുകൊണ്ട് എല്ലാവരും ഒരു കൂട്ടച്ചിരിചിരിച്ചു. ചിരിച്ച് ചിരിച്ച് സാവിത്രീടെ തോർത്ത് മാറിട ത്തിനിടയിലെ വിടവ് കാണിച്ച് താഴോട്ട് ഊർന്നിറങ്ങുകയും അവ ളുടെ കണ്ണുവെട്ടിച്ച് ചുറ്റും നിന്നവർ ആ നേരം അവളുടെ നെഞ്ചി ലേക്കൊന്നു നോക്കുകയും അവളുടെ കണ്ണുകളിൽ വെള്ളം നിറ യുകയും ചെയ്തു. അവളുടെ വെള്ളം കെട്ടിയ കണ്ണുകൾക്കു മുൻപി ലൂടെ തൽക്കാലത്തേക്ക് യാത്രചൊല്ലി ജോണീം വേണും മാണി ക്കുഞ്ഞും നടന്നുപോയി. പിന്നാലെ അവരെ ചുറ്റിപ്പറ്റിനിന്ന കൈസർ, ടൈഗർ, ടിപ്പു എന്നീ പേരുകളിൽ വിളിക്കുന്ന മൂന്നു നാടൻ പട്ടികളും. അവരുടെ മൂവരുടെയും കാമുകിയായ ലില്ലി എന്ന പെൺപട്ടിയും ഓടിപ്പോയി.

രവിയും ബിജുവും രാധയെ തഴഞ്ഞ് ആരോടെന്നില്ലാതെ വെറുതെ ദേഷ്യപ്പെടുകയും മൂക്കു ചുവപ്പിക്കുകയും ബനിയനുള്ളിൽ ഒളിപ്പിച്ചുവെച്ച മദ്യക്കുപ്പി പുറത്തെടുത്ത് പൊതുടാപ്പിൽ നിന്നു തന്നെ ക്ലോറിൻ കലർന്ന വെള്ളംപിടിച്ച് ചേർത്ത് വാശിയോടെ ഒറ്റവലിക്ക് അകത്താക്കുകയും ചെയ്തു. ഇതൊക്കെ കണ്ടിട്ടും കവലയിലെ ആളുകൾ മൂക്കത്ത് വിരൽ വയ്ക്കാതെ അങ്ങിനെ നോക്കി നിന്നു.പതിവു കാഴ്ചയല്ലേ പിന്നെന്താ.

രാധയും എല്ലാം കാണുന്നുണ്ടായിരുന്നു. എങ്കിലും രാവിലെ കണ്ട തലക്കാഴ്ച അവളുടെ അതേവരെയുള്ള ആകുലതകളുമായി നിർലജ്ജമായി സന്ധിചെയ്യപ്പെട്ട ജീവിതത്തെ ആകെ തകിടം മറിച്ചു കളഞ്ഞിരുന്നുവല്ലോ. രവി ബിവറേജസ് കടയ്ക്കു മുൻപിൽ നിന്ന് വിളിച്ച് കൂട്ടിക്കൊണ്ടുവന്ന് മണ്ണിഷ്ടികകൊണ്ട് മറച്ച തന്റെ ഒറ്റ മുറിയിലേക്ക് പറഞ്ഞു വിടുന്ന ബിജു നോട്ടം കൊണ്ട് തൊലി അടർത്താറുള്ള അവളുടെ കരുവാളിച്ച നഗ്നശരീരം ജീവൻ വെടി യുന്നതും അന്തമില്ലാത്ത ഖനനങ്ങളിൽപെട്ട് സ്ഫടികം പോലെ മിനുസമാർന്ന ഒരു തലയോടായി മാറി അഞ്ചേറ്റു മുക്കിലെ തോട്ടു വെള്ളത്തിലെ അഴുക്കുനിറഞ്ഞ പതയ്ക്കുള്ളിൽ മറയപ്പെട്ടു കിട

ക്കുന്നതും ഒന്നിനുപിറകേ മറ്റൊന്നായി അത്തരം കോടാനുകോടി നഗ്നശിരസുകൾ ഒഴുകിവരുന്നതായും അവൾക്കു തോന്നി. ഒട്ടേറെ വഴികൾ എവിടേയ്ക്കെയോ തലങ്ങും വിലങ്ങും കിടന്ന് അവളെ വിഭ്രമിപ്പിക്കുകയും വിയർപ്പിൽ കുളിപ്പിക്കുകയും ചെയ്തു. അവൾ വീട്ടിലേയ്ക്കുള്ള വഴികളെല്ലാം മറന്നുപോയിരുന്നു.

ഒരാൾക്കൂട്ടവും അതിന്റെ ഇരമ്പലും, അതിനുള്ളിൽ കിടന്ന് അമർത്തിച്ചിരിക്കുന്ന എല്ലു മാത്രമായ മനുഷ്യശിരസുകളും അവളെ മോഹാലസ്യങ്ങളിലേക്കും ഉണർച്ചകളിലേക്കും അമ്മാനമാട്ടി.

ഇറച്ചിക്കടക്കാരൻ മാർക്കോസും ജീവിതകാലമത്രയും സൈക്കിളിൽ മാത്രം സഞ്ചരിച്ചുകൊണ്ടേയിരിക്കുന്ന മീനാന്തടത്തിലെ ഒറ്റക്കണ്ണൻ പ്രഭാകരനും, പല പല ആൾമാറാട്ടങ്ങളും നടത്തി ഒടുവിൽ ഒരു മുഴുസമയ ആൾ ദൈവമായി മാറിയ തങ്കരാജനും നാലഞ്ചു മക്കളേയും ഉപേക്ഷിച്ച് ഒളിച്ചോടിപ്പോന്ന്, കൂടെക്കൂടി ഇപ്പോൾ തങ്കരാജന്റെ ആശ്രമത്തിൽ യോഗിനീ വേഷം കെട്ടിയിരിക്കുന്ന കുമാരന്റെ ഭാര്യ മീനയും കാളയെ കിട്ടാതെ വരുമ്പോൾ പട്ടിയെ പിടിച്ച് വെട്ടി ഇറച്ചി വിൽക്കുന്ന ദാവീദും ഭൂമിയെ തഴഞ്ഞ് ആകാശത്തേക്ക് നോക്കി സകലതിനും സ്തോത്രം ചൊല്ലിക്കൊണ്ടേയിരുന്ന് പെൺവിൽപ്പന നടത്തുന്ന മോളിയും വഴിയിലിറങ്ങി നോക്കി നിൽക്കെ രാധ വീണ്ടും വീണ്ടും രാധയല്ലാതായി. അവളുടെ ഓർമ്മകൾക്കുമേൽ, രാവിലെ തോട്ടുവെള്ളത്തിൽ കണ്ട അതിപുരാതനമായ ആ അസ്ഥി തിടം വച്ച് ഉരുണ്ട് മറിഞ്ഞ് തൊട്ടുരുമ്മി. അതിന്റെ കൺകുഴികളിലെ ഇരുണ്ട ശൂന്യതയ്ക്കുമേൽ കാറ്റ് അൽപം ദയാവായ്പ് കുടഞ്ഞിട്ടു. ചുണ്ടുകൾ ഉണ്ടായിരുന്നിടത്തെ മഞ്ഞ നിറത്തിനുമേൽ പല്ലുകളുടെ ദ്രവിച്ച ചിരി, ഇടയ്ക്കിടയ്ക്ക് ഒരു ഊതലിനൊപ്പം രാധയുടെ കണ്ണുകളിൽ വന്നുതൊടുന്നുണ്ടോ എന്നവൾ പരിഭ്രമിച്ചു. ജീവിതം പോലെ ഒട്ടും മയമില്ലാതെ പരുപരുത്ത ഒരു തുണികഷണത്തിൽ പോലീസ് പൊതിഞ്ഞ് കൊണ്ടുപോയ ആ മനുഷ്യതലയുടെ പൗരാണികമായ ഗന്ധം ഒരിക്കലും തന്നെ വിട്ടുപോകരുതേയെന്നും എന്നെന്നേക്കുമായി തന്നെ ഉപേക്ഷിച്ചു പോകുന്നതത്രയും പോയാലും ജീവിതത്തിൽ നിന്ന് മറ്റേതോ ഭൂമികയിലേക്ക് ആസക്തി നിറഞ്ഞതെന്തോ തേടി നടക്കുന്നതു പോലെ ആ തലയ്ക്കൊപ്പം ഉടൽ ചേർത്ത് ഭയരഹിതയായി സഞ്ചാരം നടത്തണമെന്നും അവളാഗ്രഹിച്ചു. രാധയ്ക്കു ചുറ്റും ചരിത്രം തുരുത്തുകളായി നിന്നു. ബിജുവും രവിയും പോലീസും ചാനലുക്കാരും ക്യാമറകളും എന്തിന് അഞ്ചേറ്റു മുക്കിലെ പാവം തോടും അതിലെ

ജ്ഞാനസ്നാനം

കറുത്ത ജലം പോലും രാധ എന്തിന് ആ തലയസ്ഥി കണ്ടു എന്ന് അവൾക്കു നേരെ ആക്രോശിച്ചു കൊണ്ടേയിരിക്കുന്ന തായി അവൾക്കു തോന്നി. ഇരുട്ട് അവളെ ഒരു കയത്തിലേക്കെന്നതു പോലെ വലിച്ചെടുക്കുവാൻ തുടങ്ങിയിരുന്നു. രാധയ്ക്ക് വീട് കണ്ടെത്തുവാൻ കഴിഞ്ഞതേയില്ല. അവൾ വീട്ടിലേക്കുള്ള വഴികൾ മാത്രമല്ല മറന്ന് മറന്ന് എല്ലാ വഴികളും മറന്നു. ഒരു തലയുടേയും ഉടമസ്ഥാത അവകാശപ്പെടാത്ത ഒരു നഗ്ന ഉടൽ മാത്രമായി മറവികളുടെ ഭൂഖണ്ഡത്തിലേക്കാണ് രാധ നടക്കുവാൻ തുടങ്ങിയത്. അങ്ങിനെയാണ് അഞ്ചേറ്റുമുക്കിലെ രാധ മാത്രമായിരുന്ന രാധ നഗ്ന ഉടലുകളുടെ ചരിത്രത്തിലേക്ക് കുതറി വീണത്.

സമകാലിക മലയാളം

4
യേശു മഴ പുതയ്ക്കുന്നു

ഈ പൊഴേടെ ഒര് കാരിയം. കൈതക്കാടുകൾക്കു മുകളിലൂടെയാണ് മാർഗരീത്തയുടെ ഈ വിചാരം പുഴയെ ചെന്നു തൊട്ടത്. പിന്നെ ചെത്തിമിനുക്കാത്ത വെട്ടുകൽ ഭിത്തിയിൽ കിടന്ന സുന്ദരനായ യേശുദേവന്റെ ചില്ലിട്ട പടത്തിൽ നോക്കി മാർഗരീത്ത കുറെയേറെ വർത്തമാനം പറഞ്ഞു. പതിവുപോലെ.

യേശുവിന്റെ നീളൻകണ്ണുകളുടെ പരൽത്തിളക്കം; ആകുലതകളുടെ കാറ്റടിച്ചിട്ടും കെടാതെ തന്നെ. മാർഗരീത്തയുടെ ചുണ്ടുകളിലേക്ക് ഒരു ചെറുചിരിപോലെ എന്തോ ഒന്ന് അരിച്ചെത്തിയിരുന്നു. പിന്നീടാണ് അവർക്ക് തലചുറ്റിയത്. മഞ്ഞവെള്ളം തികട്ടിയത്. വായിലാകെ കയ്പു കിടന്നുറഴിയത്.

രാവിലെ ഒരു വാടിയ കട്ടൻചായ മാത്രമേ കുടിച്ചിട്ടുള്ളൂ. പത്രക്കാരും ടിവിക്കാരുമൊക്കെ ഇപ്പോഴങ്ങു പടിയിറങ്ങിയതേയുള്ളൂ. അവരിൽ പലരും അസഹിഷ്ണുതയോടെ ചെരുപ്പോ ഷൂസോ അഴിച്ചുവയ്ക്കാതെ തന്നെ മാർഗരീത്തയുടെ വീടിന്റെ സിമന്റടർന്ന് പൊടിഞ്ഞ്, ചേനവട്ടത്തിലുള്ള കുഴികൾ നിറഞ്ഞ വരാന്തയിലൂടെ നടക്കുകയോ ഇടയ്ക്കിടയ്ക്ക് വിയർപ്പു തുടച്ച് നിൽക്കുകയോ ചെയ്യുകയായിരുന്നു.

'പുഴ കാക്കുന്ന ഭൂതം' എന്ന തലക്കെട്ടിൽ മാർഗരീത്തയെക്കുറിച്ച് പത്രത്തിൽ വന്ന വാർത്തയുടെ വിശദാംശങ്ങൾ തേടിയെത്തിയതായിരുന്നു ചാനലുകാർ. പത്രക്കാരും.

"മാർഗരീത്താമ്മയ്ക്ക് ഒട്ടും പേടീല്ലേ ഒന്നിനേം...." 'സ' ആകൃതിയിൽ താടിരോമങ്ങൾ, വെട്ടിനിർത്തിയ ഒരു പത്രക്കാരൻ ചോദിക്കുന്നുണ്ടായിരുന്നു.

"എന്തിനാ പേടിക്കണെ..... ദേ ആ ഭിത്തീല് തൂങ്ങിക്കെടക്കണെ യേശുദേവനില്ലേ തൊണയായി. അങ്ങേരെ മാത്രേ പേട്യുള്ളു ഈ

ലോകത്ത്."

മാർഗരീത്ത കഴുത്തിലെ വിയർപ്പും അഴുക്കും മുഷിഞ്ഞ് മണ്ണു നിറത്തിലുള്ള ഒരു തോർത്തുകൊണ്ട് ഒപ്പിയെടുത്ത് പറഞ്ഞു.

"യേശു ഇന്നെ കാക്കും. ഒറപ്പാ.

ഇതൊന്നും ഇനിക്ക് വേണ്ട്യല്ല. എല്ലാം ദാ ഈ മണ്ണിനും പൊഴയ്ക്കും വേണ്ട്യാ. ഇദേ ദൈവം തമ്പുരാന്റെയാ. അത് ഞാനാർക്കും വിട്ടുകൊട്ക്കൂല്ല.

ഇന്റെ കാർന്നോമ്മാരായിട്ട് പൂതം കാക്കണപോലെ കാത്ത മണ്ണാ ഇദ്.

ദാണ്ട് ആ പൊഴേല് എത്ര തവണയാ വെള്ളം മലപോലെ പൊങ്ങീതും എറങ്ങീതും. ഒര് കണക്കൂല്ല. കൊറേ ശവങ്ങളും ഒഴ്കീട്ടൊണ്ട്. പൊഴമണ്ണ് കട്ട് വാരിയെട്ക്കാൻ എപ്പഴൊക്കെ കള്ളമ്മാര് വര്വോ അപ്പഴൊക്കെ ഇന്റെയീ പൊരയിടത്തിലെ മരങ്ങളും കിളികളും അണ്ണാർക്കണ്ണൻമാരും തെങ്ങും ചില്ലകളുമൊക്കെ എനിക്കറിയിപ്പ് തരും.

യേശു എന്നെ അപ്പത്തന്നെ വിളിച്ചുണർത്തും. പൊഴേലേക്ക് കണ്ണ് കാണിക്കും.

നോക്കുമ്പം ശര്യാ.

അവമ്മാര് പൂതങ്ങളെപ്പോലെ ഉടല് വെള്ളത്തിമുക്കി തലേല് മണൽകൊട്ടേമായി പത്ങ്ങി പത്ങ്ങി മണ്ണ് കടത്തണ കാണാം.

ആ കള്ളച്ചെന്നാക്കളെ ആരും കാണൂല്ല.

യേശൂന്റെ കണ്ണി പൊടിയിടാമ്പറ്റൂല്ലല്ലോ.

യേശും ഞാനുഞ്ചേർന്ന് അപ്പത്തന്നെ കണ്ടുപിടിക്കും. അതല്ലേ അവമ്മാർക്ക് എന്നെ കാണാമ്പാടില്ലാത്തെ."

"ഈ മാർഗരീത്തയ്ക്ക് കൊറച്ച് നൊസ്സുണ്ട്ല്ലേ". ഫ്രഞ്ച് താടിയുഴിഞ്ഞ് ഫ്രീലാൻസ് ജേണലിസ്റ്റ് മുകുന്ദൻ കൂട്ടുകാരിയായ മറ്റൊരു ജേണലിസ്റ്റ് അശ്വതിയോട് രഹസ്യം പറഞ്ഞു.

രണ്ടുപേരും മുട്ടിയുരുമ്മിനിന്ന് വീണ്ടും വീണ്ടും അടക്കം പറയുകയും ചിരിക്കുകയും ചെയ്തു. പുഴമാത്രം ഒന്നും മിണ്ടാതെ ഒഴുകി. പത്രക്കാരൊക്കെ സ്ഥലം വിട്ടിരുന്നു. മാർഗരീത്ത യേശുവിന്റെ തിരുഹൃദയത്തോട് ചേർന്നുനിന്ന് സങ്കടങ്ങൾ പെയ്തൊഴിച്ചു.

ഭർത്താവ് ജോസഫ് ഇതേ തിരുഹൃദയത്തിനു മുൻപിലൂടെയാണ് മക്കളില്ലാത്ത മാർഗരീത്തയെയും അവരുടെ ചെടിക്കുഞ്ഞുങ്ങളെയും പന്നി, പൂച്ച, കോഴി, താറാവ് എന്നിവരെയുമൊക്കെ ഉപേക്ഷിച്ച് ഒരു നാൾ വീട് വിട്ടുപോയത്.

പന്നികൾ വീണ്ടും വീണ്ടും ഇണചേരുകയും കോഴികളും താറാവിൻകൂട്ടങ്ങളും വാശിയും പൗശന്യവുംമൂത്ത് മൽസരിച്ച് ഇരതേടി മണ്ണിൽ ചുണ്ടുരസി നടക്കുകയും പൂച്ചകൾ കൗശലം മൂത്ത് പമ്മി നടക്കുകയും ചെയ്തു. മേഴ്സിപ്പട്ടിമാത്രം പുഴവരെ ജോസഫിന് കൂട്ടുപോയിരുന്നു.

പിന്നെ പുഴയിലെ നിഴലനക്കങ്ങൾ നോക്കി ഒന്നു മുരളുകമാത്രം ചെയ്ത് ഒരു ചെറുകുര കുരച്ച് അവൾ തിരിച്ചെത്തി. മാർഗരീത്ത നട്ടുനനച്ച് തഴച്ച വാഴക്കൂട്ടങ്ങൾക്കിടയിലെ പൊടിമണ്ണിൽ ചുരുണ്ടുകിടന്ന് മണ്ണു പുതച്ച് കാലുകളും കൈകളും മുകളിലോട്ടുയർത്തി മടക്കിപ്പിടിച്ച് മേഘങ്ങളുടെ കൂട്ടപ്പലായനം നോക്കി ശ്വാസമടക്കി കിടന്നു. മാർഗരീത്തയെ ആശ്വസിപ്പിക്കാനെന്നവണ്ണം കണ്ണുകളെ മയക്കി കിടത്തി. പിന്നെ മോങ്ങി. മേഴ്സിപ്പട്ടിയുടെ മോങ്ങൽ മാർഗരീത്തയുടെ വാഴത്തടങ്ങളിലാകെ ഒരു സങ്കടക്കറുപ്പ് പരത്തിയിരുന്നു. ഓരോന്ന് ഓർത്തപ്പോൾ മാർഗരീത്തമ്മയ്ക്കും സങ്കടം തികട്ടി. അവർ പുഴയെ നോക്കി. പുഴ തിരിച്ചും.

എന്തൊരു പുഴയാ ഇത്.... അവർ ചിന്തിച്ചു. ഈ പുഴ കടന്ന്, നിലാവിനൊപ്പമാണ് ജോസഫ് ആദ്യമായി മാർഗരീത്തയെ തേടിയെത്തിയത്. ജോസഫ് മുറിയിൽ കയറി യേശുദേവന്റെ നോട്ടത്തിൽനിന്ന് മറഞ്ഞു നിന്ന് മാർഗരീത്തയെ കെട്ടിപ്പിടിച്ചതും രണ്ടുപേരും ഉമ്മകളിലൂടെ തുഴഞ്ഞൊഴുകിയതും നിലാവ് ഒളിഞ്ഞിരുന്ന് നോക്കിയതേയില്ല. മാർഗരീത്തയെ ഉപേക്ഷിച്ചുപോയ ദിവസം നിലാവ് മാഞ്ഞ കറുത്തരാത്രിയായിരുന്നു അയാൾക്കു കൂട്ടുപോയത്.

രാത്രികളിൽ യേശുവിന്റെ ചില്ലു ചിത്രത്തിനുതാഴെ, കിടന്നുകിടന്ന് പതംവന്ന് ചിന്തിയ പുൽപ്പായയിൽ മാർഗരീത്തയും ഓർമകളും അങ്ങനെ കിടക്കും. അങ്ങനെയുള്ള ഒരു രാത്രിയിലാണ് മാർഗരീത്തയെ ഉപേക്ഷിച്ചുപോയ ജോസഫിന് രണ്ടാം ഭാര്യയിൽ ഉണ്ടായ മകൻ അലക്സി ഒരു സമ്മാനപ്പൊതിയുമായി, പുഴ കടന്ന് മാർഗരീത്തയെ തേടിയെത്തിയത്. കറുത്ത പ്ലാസ്റ്റിക് സഞ്ചിക്കുള്ളിൽ പൊതിയാതെ വെച്ചിരുന്ന ഒരു കുപ്പി ചാരായവും പന്നിയിറച്ചി ഉലർത്തിയതുമായിരുന്നു സമ്മാനം.

"എന്റെ അച്ചാച്ചന്റെ ഭാര്യ അല്ലാര്ന്നോ മാർഗരീത്താമ്മച്ചി – അപ്പഴ് അച്ചാച്ചന് മാനക്കേടുണ്ടാക്കാതെ ഇത് മുഴ്വോനും അകത്താക്കണം" പുഴയിലേക്ക് ഇറങ്ങിക്കിടന്ന രാത്രിയെ നോക്കി അലക്സി പറഞ്ഞു.

"മാർഗരീത്താമ്മച്ചിയെ ഞാനെന്നുമോർക്കാറുണ്ട്. അങ്ങനെ ഓർക്കമ്പം ദാ ആ പൊഴേനെ ഓർക്കും. പൊഴേടെ തീരത്തെ സകലമാന മരങ്ങളേം ഓന്തുകളേം അണ്ണാർക്കണ്ണൻമാരേം ഓർക്കും."

"കൊട്ടക്കണക്കിന് മണല് പൊഴേന്ന് കട്ടുവാരി രായ്ക്കുരാമാനം കടന്നുകളയണ കറിയാച്ചനേം ലില്ലിക്കുട്ടീനേം അവർടെ മക്കള് സണ്ണിക്കുട്ടീനേം ഏല്യാസിനേം ഓർക്കും. എന്നാലും ഈയിടെയായി പൊഴയ്ക്കിത്തിരി ഗർവ്വ് തന്നാ....."

അല്ലേപ്പിന്നെ ഇങ്ങനങ്ങ് ഒന്നും കണ്ടില്ല കേട്ടില്ലാന്നും പറഞ്ഞ് ഒഴ്കോ.

മണല് കൊണ്ടോയാലും ചത്തോര് ഒഴ്കി നടന്നാലും പൊഴയങ്ങനങ്ങ് ഒഴുക്വല്ലേ.

ഞാനെങ്ങാനും ഇത്തിരി പുഴമണ്ണേലൊന്ന് തൊട്ടാമതി. അപ്പം പൊഴയ്ക്ക് കലിയിളകും. പുഴവെള്ളത്തെയിട്ട് കലക്കും.

എന്തായാലും മാർഗരീത്തമ്മച്ചി ഇവിടം വിട്ട് പോക്വാ നല്ലത്. എന്നിട്ട് എനിക്കീ വീട് താ.... ഞാന്നോക്കിക്കോളാം ഈ പൊഴ. എവിട്യാണേലും നിങ്ങളേം നോക്കാം.

"അലക്സിയുടെ ഉദ്ദേശ്യം മാർഗരീത്തയ്ക്കു പിടികിട്ടി.

"പൊഴയാണെ സത്യം. ഇന്നെ ഇവ്ട്ന്ന് എറക്കാന്ന് നീ കര്തണ്ടാ അലക്സി." അലക്സി മാർഗരീത്തയെ ആദ്യമായി കാണുന്ന ഭാവത്തിൽ തുറിച്ചുനോക്കിക്കൊണ്ടേയിരുന്നു. ചോർന്നുപോയ വാക്കുകളുടെ ശൂന്യതയിൽ അലക്സിയുടെ മനസിലെ ചുണ്ടുകൾ മുരണ്ടു.

"പിശാച് തള്ളേ നിങ്ങള് പൊഴേം കെട്ടിപ്പിടിച്ചോണ്ടിരുന്നോ. മട്ടുകണ്ടാതോന്നും പൊഴ നിങ്ങടെ വയറ്റീന്ന് വന്നതാന്ന്."

"കുഞ്ഞുങ്ങളൊന്നും വരാനില്ലാര്ന്നല്ലോ വയറ്റില്. ഹഹഹ...." കൂട്ടുകാർ കൂട്ടത്തോടെ ചിരിച്ച് അലക്സിയെയും ഒരു ഹഹഹയിലേക്ക് പിടിച്ചു വലിച്ചിട്ടു.

"നോക്ക് തള്ളേ.... വല്ലോരും ഇത്തിരി മണല് വാര്വോ വിയ്ക്വോ ചെയ്തെന്ന് വച്ച് നിങ്ങക്കെന്താ ചേതം...."

അലക്സിയുടെ ഉള്ളിലെ മുരൾച്ച പുറത്തുവരാനാകാതെ പിടഞ്ഞു കിടന്നു. അയാളുടെ ഞരമ്പുകൾ ധൃതതാളത്തിൽ ചലിച്ചു. ആ നേരം മാർഗരീത്തയുടെ കാലുകളിൽ മുട്ടിയുരുമ്മി ദയനീയ മുഖഭാവത്തോടെ ചിന്താഭരിതയായ മേഴ്സിപ്പട്ടിയെ കണ്ടതും അലക്സിയുടെ ക്രൗര്യം കൂടി. അയാൾ പേ പിടിച്ച ജന്തുവായി മുരണ്ടു.

ജ്ഞാനസ്നാനം

"ഈ പട്ടിച്ചിയാ തള്ളയ്ക്കു കാവൽ." അയാൾ മേഴ്സിപ്പട്ടിയുടെ മഞ്ഞനിറമുള്ള കഴുത്തിലേക്ക്, അടുത്തുകിടന്ന തുരുമ്പുപിടിച്ച ഒരു പിക്കാസെടുത്ത് വലിച്ചെറിഞ്ഞു.

വേദന നിറഞ്ഞ ഒരു മോങ്ങൽ പുഴ കേൾക്കുകയും ചെയ്തു. ആരൊക്കെയോ മണലെടുത്ത കുഴിയിലെ നനവിൽ കിടന്ന് കൈകാലുകൾ ഉയർത്തിപ്പിടിച്ച് മേഴ്സിപ്പട്ടി ഒന്നു മറിഞ്ഞു. പിന്നെ ഭൂമിയുടെയും ആകാശത്തിന്റെയും അവസാന മണങ്ങൾ നുകരാനായി മൂക്കുവിടർത്തി വീണ്ടും മറിഞ്ഞു.

മണ്ണിന്റെ മണം.... ജലത്തിന്റെ മണം.... മാർഗരീത്താമ്മയുടെ മണം... വാഴക്കൂട്ടങ്ങളുടെ മണം....

പിന്നാമ്പുറത്തെ ഉണങ്ങിയ മീന്തലകളുടെ മണം.... മൂക്കുവിടർത്തി, കണ്ണുകൾ മലച്ച് ഭൂമിയിലെ ഒരു ജീവി കൂടി ജീവിതം തീർന്നങ്ങിനെ ചത്തുമലച്ചു. മരണത്തിലേക്കുള്ള പോക്കിൽ ഒരു മാത്ര മേഴ്സിപ്പട്ടി മാർഗരീത്തയ്ക്കു നൽകിയ നോട്ടം.... ഹൊ.....

യേശുവേ.... മാർഗരീത്തയ്ക്ക് അതോർത്തപ്പോൾ കാഴ്ചമങ്ങുന്നതായും ശ്വാസം നിലയ്ക്കുന്നതായും തോന്നി. വളർത്തുനായുടെ ചാവുമണം. കറുക്കാൻ തുടങ്ങിയ രക്തം....

ജലം വറ്റിയ വരണ്ട കിണറാഴമായി മാർഗരീത്തയുടെ കുഴിഞ്ഞ കണ്ണുകൾ.

പുഴയുടെ വറ്റൽപോലെ അവരുടെ ജീവിതവും വറ്റിപ്പോയിരിക്കുന്നു.

ഈയിടെയായി അലക്സിയെക്കൊണ്ട് പൊറുതിമുട്ടിയിരിക്കുകയാണ്. മാർഗരീത്തയുടെ പറമ്പിലെ വാഴക്കുലകളും കോഴികളും പൊങ്ങല്യത്തടികളും ഓരോന്നോരോന്നായി അലക്സി പുഴ കടത്തി കൊണ്ടുപോയി.

"ഇന്റെ അച്ചാച്ചന്റെ വേർപ്പാ.... ആരാ ചോദിക്കാൻ." അയാളുടെ അലർച്ച കേട്ട് മാർഗരീത്ത തലയുയർത്തി നോക്കിയെങ്കിലും അവർക്ക് തലചുറ്റി.

"ഈ നശിച്ച പൊഴേം കെട്ടിപ്പിടിച്ചോണ്ട് എന്തിനാ തള്ളേ ഇവിടിങ്ങനെ കഴ്യണെ. പൊഴ നിങ്ങ്ടെയാരാ.... ഇത്ര അലിവ് കാട്ടാൻ...."

പുഴ എനിക്കാരാണ്? മാർഗരീത്ത അപ്പോൾ അടുത്തുവന്നുനിന്ന മഴയോട് ചോദിച്ചു. മഴ ആലോചിച്ചുനിന്നു. പിന്നെ പതുക്കെ നടന്നിറങ്ങി പുഴയിലേക്ക്.

ഇനിയും പെയ്യാനുള്ള മേഘങ്ങൾ ആകാശത്ത് പുഴയെയും മഴ

യെയും മാറിമാറി നോക്കി കിടന്നു.

ഇന്നലെയും അലക്സി കുടിച്ച് മദോൻമത്തനായി വന്നാണ് മാർഗ രീത്തയെ വെല്ലുവിളിച്ചത്. കൂട്ടത്തിൽ ഒറ്റക്കമ്മലും ഇരുമ്പുവളയ ങ്ങളുമൊക്കെ അണിഞ്ഞ്, ചൂയിംഗം നുണഞ്ഞ് കുറെ റൗഡികളും.

"അപ്പയെന്താ നിങ്ങ്ടെ ഉദ്ദേശം - ഇവ്ട്ന്ന് പോകൂല്ലേ?"

"ഇന്റെ അച്ചാച്ചന്റെയാ ഈ വീടും സ്ഥലോം" അലക്സി കുഴഞ്ഞു മറിഞ്ഞു പറഞ്ഞു.

"ഈ പൊഴേം...."? മാർഗരീത്ത പരിഹാസച്ചിരിയോടെ ചോദ്യ മുതിർത്തു.

"ഉം... പൊഴേം മണ്ണും മണലും തടിയുമെല്ലാം ഞങ്ങക്ക് വേണം. തള്ളയ്ക്കെന്താ ചേതം...." ഒരുത്തൻ നാവിന്നടിയിൽനിന്ന് ചതഞ്ഞു പതം വന്നുതൂങ്ങിയ ചൂയിംഗം വിരലിൽ കൊരുത്തെടുത്ത് ദൂരേ ക്കെറിഞ്ഞുകൊണ്ട് ചോദിച്ചു.

ദാ ആ പൊഴേല് എത്തിനോക്കണ പുല്ലാനിപ്പൊന്തകള് കണ്ടോ തള്ളേ നിങ്ങള്. അവ്ടെയൊക്കെ നെറെ കയങ്ങളാ. കൊന്ന് അവ്ടെ കെട്ടിതാത്ത്യാൽ ആരും വരില്ല ചോദിക്കാൻ. ചൂയിംഗക്കാരൻ, അടുത്ത ചൂയിംഗമെടുത്ത്, വാ പിളർന്ന് വിരൽകൊണ്ട് നാക്കി ലേക്ക് തട്ടിയിട്ട് ചുണ്ടമർത്തി നുണഞ്ഞു രസിച്ചു.

"ഞങ്ങളീ പൊഴ വിറ്റ്ന്നിരിക്കും. മണല് വാരീന്നിരിക്കും.... നിങ്ങടെ കൂരയ്ക്കു ചുറ്റും ഇത്തിരി നിക്കണ ആ മണ്ണുകൂടി വെട്ടിത്തോണ്ടിയാൽ ദാണ്ട് ആ വീടങ്ങ് ഇടിഞ്ഞോളും. പിന്നെ അതിന്റെ കൂടെ നിങ്ങളേം അങ്ങട്ട് താത്ത്യാ മതീല്ലോ. അതോണ്ട് കണ്ടില്ലാന്ന് വച്ചിരുന്നാ നിങ്ങക്ക് നല്ലത്."

"അല്ലേൽ ദേണ്ടെ ആ കയം ഓർമേണ്ടല്ലോ. അലക്സീടെ അച്ചാ ച്ചന്റെ പണ്ടെങ്ങോ ഉള്ള കെട്ട്യോളായിപ്പോയി. അല്ലെങ്കി, കാണിച്ച് തരാരുന്നു. അറ്റകൈയ്ക്ക് നിങ്ങളെ എന്താ ചെയ്യണ്ടേന്നറിയാം ഞങ്ങക്ക്. ഇപ്പഴും മോശോന്നല്ല തള്ള. തല അൽപ്പം വെളുത്തു ന്നേയുള്ളൂ."

ചൂയിംഗക്കാരൻ പുതിയ ചൂയിംഗം വായിലേക്കിട്ട് ഞൊട്ടി നുണ ഞ്ഞു. പിന്നെ ഊതി കുമിളയാക്കി പൊട്ടിച്ചു. അയാൾ മാർഗ രീത്തയുടെ മാറിടത്തിലേക്ക് ഒരു കത്തി കുത്തിയിറക്കുന്നതുപോലെ നോക്കിയപ്പോൾ മാർഗരീത്തയ്ക്ക് കിതപ്പുതോന്നി. അവർ മേഴ്സി പ്പട്ടി ചത്തുപോയത് ഓർക്കാതെ അവളെ വിളിച്ചുകൊണ്ടേയിരു ന്നു. പേടി ഒരു കയത്തിലേക്കെന്നവണ്ണം മാർഗരീത്തയെ വലിച്ചു താഴ്ത്തിക്കൊണ്ടു പോകുന്നതുപോലെ.

ജ്ഞാനസ്നാനം

അലക്സിയും കൂട്ടുകാരും ബൈക്കുകളിൽ കയറി സ്ഥലം വിട്ടു വെങ്കിലും കൂടുതൽ കുഴഞ്ഞ ശബ്ദവുമായി പെട്ടെന്ന് തിരിച്ചെത്തി മാർഗരീത്തയെ ചീത്തവിളിക്കുവാൻ തുടങ്ങി. വിശപ്പ് വിഴുങ്ങിയതിനാൽ മാർഗരീത്ത അതൊന്നും കേട്ടില്ല. വാഴക്കൂട്ടങ്ങളും നിഴലുകളും കോഴിക്കുഞ്ഞുങ്ങളും മുറ്റത്തെ അയയിൽ തോരാനിട്ടിരുന്ന കീറത്തുണികളും കുഞ്ഞുവരാന്തയുടെ മൂലയിൽ ചുരുട്ടിവച്ചിരുന്ന പനമ്പും ഞങ്ങളെ ഉപേക്ഷിച്ചുപോകുവാണോ എന്ന് മാർഗരീത്തയോടു ചോദിച്ചു.

"അല്ല ഞാനുണ്ടാകുമല്ലോ പുഴേല്....." എന്ന് മാർഗരീത്ത മറുപടിയും പറഞ്ഞു.

പിന്നെ മണലെടുത്ത കുഴികളിലേക്ക് ഇടറിവീഴാതെ കൂസൽ കൂടാതെതന്നെ മുന്നോട്ടു നടന്നു. "പുഴ എന്നും എന്റേതാണ്. ഞാൻ പുഴയുടേം...." അവർ ചെറുശബ്ദത്തിൽ പറഞ്ഞുകൊണ്ടേയിരുന്നു.

ചെറിയൊരു തണുപ്പേ പുഴയ്ക്കുണ്ടായിരുന്നുള്ളൂ. ജലശയ്യയിൽ മാർഗരീത്ത ചെരിഞ്ഞുകിടന്നു. മുടിക്കെട്ടുലഞ്ഞ് നരച്ചനിറമുള്ള നാഗങ്ങളായി പച്ചജലപ്പരപ്പിൽ ഒഴുകി നടന്നു.

പുല്ലാനിക്കാടിനരികിൽ എത്തിയതും ഒരു തിണർത്ത വേരിൽ കുരുങ്ങിയതും മാർഗരീത്തയെ ജലം ഒരു കവചത്തിലെന്നവണ്ണം പൊതിഞ്ഞുവെച്ചു.

കാറ്റ് ആലിപ്പഴം പൊഴിച്ച ഒരു മഴയ്ക്കൊപ്പമാണ് പുഴയിലേക്കിറങ്ങി വന്നത്. മാർഗരീത്തയുടെ ചെടിക്കുഞ്ഞുങ്ങളും പകൽവെളിച്ചത്തിന്റെ മായികതയിലൂടെ രാത്രിയെന്ന് ഓർക്കാതെ എത്തിനോക്കിയ നക്ഷത്രക്കൂട്ടങ്ങളും കുഞ്ഞുവാലുകളിളക്കി ആലസ്യം തീർന്ന പന്നി പെൺകൊടികളും പൊൻനിറമുള്ള പൂച്ചകളും പുഴക്കരയിൽ മാർഗരീത്തയ്ക്ക് കാവൽക്കാരായി നിന്നു. മാർഗരീത്തയുടെ സങ്കടപ്പെരുക്കങ്ങളെ ഒരു കുന്നോളം മഴവന്ന് ഒഴുക്കിക്കളഞ്ഞു.

അലക്സിയും ചൂയിംഗക്കാരുമെവിടെ എന്ന് പുഴ എത്തിനോക്കുന്നുണ്ടായിരുന്നു.

ഇതെന്റെ മണ്ണ്....

ഇതെന്റെ പുഴ.....

ഇതെന്റെ പ്രാർത്ഥന.....

ഇതെന്റെ കൈക്കുമ്പിൾ....

എന്നുരുവിട്ട് നീട്ടിയ മാർഗരീത്തയുടെ കൈക്കുമ്പിളിലേക്ക് ചില്ലുകൂട്ടിനുള്ളിലെ യേശു സ്ഫടികദീപ്തിയുള്ള മഴ പുതച്ചാണ് ഇറങ്ങി വന്നത്.

ജ്ഞാനസ്നാനം

മാർഗരീത്തയുടെ ദേഹമാകെ പുഴയാഴത്തിൽ നിന്നെത്തിയ മാലാഖ മൽസ്യങ്ങൾ സ്വർണത്തരികൾ പാകാൻ തുടങ്ങിയിരുന്നു.

സമകാലിക മലയാളം
ഓണപ്പതിപ്പ്

5
വിശുദ്ധപാപങ്ങൾ

ഇത് പുഷ്പമറിയത്തിൽ നിന്ന് സിസ്റ്റർ മേരിലില്ലിയിലേക്കും വീണ്ടും പുഷ്പമറിയത്തിലേക്കും പരിണാമം ചെയ്യപ്പെട്ട ഒരുവളുടെ ദിന സരി കുറിപ്പുകളാണ്. രേഖാചിത്രമായി വേണമെങ്കിൽ ഇങ്ങനെയും അടയാളപ്പെടുത്താം.

പുഷ്പമറിയം ⟶ സിസ്റ്റർമേരി ലില്ലി   പുഷ്പമറിയം

ഇതിൽ തീയതികളും ദിവസപേരുകളും ഉപേക്ഷിക്കപ്പെട്ട നില യിലാണ്. ജീവിതമെന്ന ഒരു കഥാശരീരത്തിന് അത്തരം ഭാരങ്ങ ളൊന്നും താങ്ങാനുള്ള കരുത്തില്ലായെന്ന് പുഷ്പമറിയം കൃത്യ മായ അടിക്കുറിപ്പും ചാർത്തികൊടുത്തിട്ടുണ്ട്.

ആദ്യപേജുകൾ ഞാൻ ശൂന്യമാക്കിയിടുന്നു എന്നും അത് അവ സാനത്തിൽ നിന്നായിരിക്കണം വായനക്കാർ തുടങ്ങേണ്ടതെന്നും ഒരു ബോധ്യപ്പെടുത്തൽ കൂടിയുണ്ട്. ഇനി ഞാൻ ഉറങ്ങിഉണർന്ന് തുടങ്ങട്ടെ എന്ന തുടക്കത്തിൽ പുഷ്പമറിയത്തിന്റെ ഓർമ്മകൾ മേഘത്തിൽ നിന്ന് മഴപോലെ തുളുമ്പി ഒഴുകുന്നത് നമുക്ക് കാണാം. ഇനി കഥ പുഷ്പമറിയം തന്നെ പറയട്ടെ.

കർത്താവ് നീട്ടിവിളിച്ചിട്ടൊന്നുമല്ല ഞാൻ മണവാട്ടിയായി ചെന്ന ത്. അതങ്ങനെ സംഭവിച്ച് ഞാൻ സിസ്റ്റർമേരിലില്ലിയായി. ആരെ യെങ്കിലുമൊക്കെ പ്രണയിക്കാതെ ഈ കടുത്ത ജീവിതത്തെ എങ്ങ നെയാണ് അതിജീവിക്കാൻ കഴിയുക? ഞാനങ്ങനെ കർത്താവിന്റെ കാമുകിയായി.

കൊച്ചുന്നാളീ തൊട്ട് ദൈവവുമായി നിരന്തരമായ ഒരു ബന്ധമു ണ്ടായിരുന്നു എനിക്ക്. സാധാരണയായി മിക്ക കുട്ടികൾക്കുമുണ്ടാ യിരുന്നതുപോലെ ദൈവം തമ്പുരാന് എണ്ണയുമായി പോകുന്ന ആ പുഴുവിനെ കണ്ടതു മുതൽ എനിക്ക് ദൈവത്തിങ്കൽ സംശയ മുണ്ടായിരുന്നു. അന്നൊക്കെ ഞാനതിന്റെ പിന്നാലെ കൊറെ

ദൂരൊക്കെ പോകാറുമുണ്ട്. ദൈവമെവിടെയിരുന്നാണ് ഇങ്ങനെ പുഴുവിനൊക്കെ എണ്ണ കൊണ്ടുവരാൻ നിർദ്ദേശം കൊടുക്കണത് എന്ന് കണ്ടു പിടിക്കണമല്ലോ. എന്റെ ഉദ്ദേശം മനസ്സിലാക്കീട്ടാണെന്ന് തോന്നണു ദൈവം എനിക്ക് പിടി തന്നിട്ടേയില്ല. പിന്നാലെ പോയാലും ആ ചുവപ്പുവരയൻ പുഴു എവിടേലുമങ്ങ് അപ്രത്യക്ഷമാകും. വളർന്നപ്പോൾ അത്തരം പുഴുവിനെയൊക്കെ മറന്നു. പുഴുചരിതം മനസ്സില് കിടന്ന് കിടന്ന് ജീവിതത്തിനൊപ്പം ചുരുണ്ടുപോയി. ദൈവം അപ്പോഴും അവിടൊക്കെതന്നെ ഉണ്ടായിരുന്നിരിക്കണം.

മരോട്ടിക്കൂട്ടത്തിലെ ഗീ വർഗ്ഗീസ് അപ്പാപ്പന്റെ വീട്ടില് ദൈവവിളി വന്നൂന്നും, അവടത്തെ അഞ്ചു പെമ്മക്കളില് മൂത്തവളായ അൽഫോൻസ ഗീവർഗ്ഗീസ് മണവാട്ടിയാകാൻ പോകുന്നൂന്ന്മൊക്കെ കേട്ടപ്പഴ് മൊതല് എന്റെ അപ്പനും അമ്മച്ചിക്കും വാശിയായി. എന്നേം മണവാട്ടിയാക്കണംന്ന്. അല്ലേലും എന്റെ അപ്പനിച്ചിരി വാശി കൂടുതലാണ് കേട്ടോ. ഗീവർഗ്ഗീസ് എന്നല്ല ഇടവകേല് ആരെങ്കിലും എന്തേലും ചെയ്താൽ അതൊക്കെ അപ്പനും ചെയ്യണം. അപ്പന്റെ കുറ്റം പറയൂന്നൂന്നൊക്കെ ആളുകള് വിചാരിച്ചാലും പറയാതിരിക്കാൻ പറ്റൂല്ല. അപ്പന് പൈസാ പൈസാന്നൊള്ള ഒറ്റ വിചാരേ ഉള്ളൂ. പിന്നെ പൗശിന്യോം കൂശുമ്പും ഒത്തിരിയുണ്ട് ആ കഷണ്ടിത്തലേല്. ഞങ്ങടെ വീട്ടില് അഞ്ച് പെമ്മക്കള് ഒന്നുമില്ലായിരുന്നു. ആകപ്പാടെ ഞാൻ മാത്രം ഒരു പെൺതരി. ബാക്കിയെല്ലാം ശങ്കരാടി ഒരു സിനിമേ പറയണ പോലെ ഘടാഘടിയൻ മാരായ എന്റെ ആങ്ങളമാർ.

അപ്പനിങ്ങനെ വീട്ടില് ആഗ്രഹം പറഞ്ഞപ്പം ഞാൻ ദൈവവുമായി ഒരു വാദപ്രതി വാദോക്കെ നടത്തിയിരുന്നു. പള്ളീടെ മോന്തായത്തിൽ കൂട്ടത്തോടെ കുറുകി ഒച്ച വച്ചുകൊണ്ടിരുന്ന പ്രാവുകളത്രേം ഞങ്ങളുടെ സംഭാഷണം കേട്ടതാണ്. ഞാൻ സുന്ദരിയല്ലേ കർത്താവേന്നും എനിക്ക് വല്യ ഒര് നൃത്തക്കാരിയായാൽ മതീന്നുമൊക്കെ ഞാങ്കരഞ്ഞു പ്രാർത്ഥിച്ചു. ഇത് സാധിച്ചുതന്ന് എന്നെ മണവാട്ടിയാക്കാനുള്ള ശ്രമോം ഉപേക്ഷിച്ചു വന്നാൽ ചെലങ്കയും കാലിൽക്കെട്ടി പള്ളിയ്ക്കകത്ത് യേശുചരിതം മുഴ്വൻ ആടിത്തീർക്കാമേ എന്ന് ഞാൻ വാക്കു കൊടുത്തു. മാലാഖമാരും കൂടെ നൃത്തം ചെയ്യണതൊക്കെ ഞാൻ സങ്കൽപ്പിച്ചും നോക്കി. എന്തായാലും കർത്താവ് എന്നെ തുണച്ചു. പിന്നെ വിളിച്ചിട്ടേയില്ല മണവാട്ടിയാകാൻ. അപ്പനും അമ്മച്ചീംകൂടെ നീ കർത്താവായവന്റെ പ്രിയ

പ്പെട്ടവളായ മണവാട്ടി എന്ന് പിന്നീട് എന്നെ നിർബന്ധിച്ച് വാഴ്ത്തി വിടുകയും ചെയ്തില്ല. എന്റെ വാശിക്കു മുന്നിൽ അന്ന് അപ്പനങ്ങു തോറ്റു തന്നൂന്നാ അമ്മച്ചി പറേണെ. പിന്നെ കുറെ കാലം കഴിഞ്ഞ് ഞാനങ്ങ് ചെന്നു. മേരി ലില്ലി എന്ന് നാമകരണപ്പെട്ട് സിസ്റ്ററായി അത്ര തന്നെ. ആ കഥ പറയാനാണെങ്കി ഒത്തിരിയൊണ്ട് അത് പിന്നാലെ വരും.

ഇപ്പം ഞാൻ സിസ്റ്ററൊന്നും അല്ലാട്ടോ. അതും വിധി തന്നെ എന്നല്ലാതെ എന്തു പറയാൻ. സിസ്റ്റർ മേരിലില്ലിയിൽ നിന്ന് പഴയ പുഷ്പമറിയത്തിലേക്ക് ഞാൻ തിരികെ നടന്നു. അതും വല്യ ഒരു കഥയാ.

എന്തുപറയാനാ. സിനിമ കഥ പോലെയല്ല നമ്മടെയൊക്ക ജീവിതം

ഇത്രേം നാള് അണിഞ്ഞോണ്ട് നടന്ന ആ സഭാവസ്ത്രം ഊരീപ്പം എന്റെ നെഴല് തന്നെ എന്നെ കുറ്റപ്പെടുത്തലോട് കുറ്റപ്പെടുത്തലാ. അപ്പഴ് എന്റെ ആത്മാവ് അങ്ങ് ഊരിപ്പോയെന്നാ തോന്നീത്. അപ്പോ ഴേക്കും കർത്താവ് തന്നെ ഒരജ്ഞാതനായി വന്ന് എന്റെ പാദങ്ങ ളായി കല്ലിലും മുള്ളിലും മുള്ളാണികളിലും കൊള്ളാതെ നടത്തി ച്ചൂന്ന് പറഞ്ഞാമതി. ഓ എന്തൊര് ജീവിതാണ് കഴിഞ്ഞുപോയത്. മഠത്തിന് ചുറ്റും മതിലുകളോട് മതിലുകൾ അല്ലാരുന്നോ. ഇഷ്ടി കേമ്മേല് പാപം പുണ്യം പാപം പുണ്യം എന്ന് ഏതോ ഒരു നിരാ ശാകാമുകിയായ സിസ്റ്ററ് തെരുതെരെ കോറിയിട്ടിരുന്നു. മഠത്തിന്റെ പറമ്പിലും കുരുകുരുങ്ങനെ നെല്ലിയിലകൾ വീണ് മയങ്ങിക്കി ടക്കുന്ന മുറ്റത്തും പണ്ടുമുതൽക്കേയുള്ള പുരാതനമായ സാത്താൻ മണങ്ങളങ്ങനെ കുലച്ചു നിൽക്കുവാരുന്നൂന്ന് ചെന്നവഴിയെ ഞാൻ കണ്ടു പിടിച്ചിരുന്നു.

മതിലുകളോട് മതിലുകളെന്നുപറഞ്ഞാൽ മനസ്സിനൊര് മതിൽ. ചിന്തയ്ക്കൊന്ന്. കാഴ്ചകൾക്കു മറ്റൊരെണ്ണം.

അതൊക്കെ ഒരു കണക്കിന് ഓർക്കാതിരിക്കുവാ നല്ലത്. തലയ്ക്ക് പ്രാന്തു പിടിക്കും. ചിരീം കരച്ചിലും ഒപ്പം വരും - അപ്പോഴൊക്കെ ആത്മഗതത്തിന്റെ മരച്ചില്ലകളിലേക്ക് ഒരു പല്ലിയെപ്പോലെ അള്ളിക്കയറി ഇരുന്ന് ജീവിതമേ നീ സാത്താന്റെ വഴികളാകെ അടച്ചുവെക്കണമേ എന്ന് പ്രാർത്ഥന ചൊല്ലിയിട്ടുണ്ട്.

വർഷങ്ങൾക്കുശേഷം കണ്ടപ്പളും അപ്പനും അമ്മച്ചീമൊക്കെ സിസ്റ്ററേന്നും വിളിച്ച് കരയൂന്നെനിക്ക് ഉറപ്പാര്ന്നു. അവർടെ ആ പുറപ്പാടിനെ കൈത്തലം കൊണ്ട് തടഞ്ഞതും അമ്മച്ചി കെറുവി

ച്ചു. പള്ളിക്കാർടെ വെലക്കുകളും മറന്നേച്ചാ ഞാൻ വീട്ടിൽ കയറിയേന്ന കാര്യം അപ്പനും അമ്മച്ചീം ഓർക്കാത്തതെന്തെന്ന് കരുതി ഞാൻ വെള്ളഷാൾ കൊണ്ട് മുഖം മറച്ചിരുന്നു. എന്ത് വിളിക്കണം എന്ന അമ്മച്ചീടെ മറുചോദ്യത്തിന് നിങ്ങടെയാ പഴേ പുഷ്പമറിയാന്ന് വിളിച്ചാ മതിയെന്ന് പറഞ്ഞ് ഞാനവരെ കെട്ടിപ്പിടിച്ച് ചിരിക്കേം കരയേം ഉമ്മവെക്കേം ഒക്കെ ചെയ്തു. എന്തു ചെയ്യാനാ ഇത്തരം ചെല നിസ്സഹായതകളിൽ ജീവിതമേ നീ നിന്റെ ഇഷ്ടം പോലെ ചെയ്തോ എന്നും പറഞ്ഞ് കൈയും കെട്ടി മാറി നിൽക്കാതെന്തു ചെയ്യും നമ്മൾ?

സഭാവസ്ത്രത്തിനുപകരം ഞാനണിഞ്ഞിരുന്ന ചുരിദാറിന്റെ മേലുടുപ്പിൽ ഒത്തിരി വയലറ്റ് ചിത്രശലഭങ്ങളും ചുവപ്പൻ പ്രേമ ഹൃദയങ്ങളും മഞ്ഞപ്പൂക്കളും കണ്ട് അമ്മച്ചി എന്നെ മണത്ത് മണത്ത് ചേർത്തു പിടിച്ചതും മുളചിന്തുന്നതുപോലെ ഒറ്റക്കരച്ചിൽ.

എന്റെ കൊച്ചേ എന്ന് അമ്മച്ചി പിറുപിറുത്തുകൊണ്ടേയിരുന്നു.

കൊറേ ദെവസത്തേയ്ക്ക് ഞാമ്പിനെ പുറത്തേയ്ക്കൊന്നും ഇറങ്ങിയതേയില്ല. അന്നേ വരെ പഠിച്ച പാപപ്പട്ടിക എണ്ണിയെണ്ണി ഓർത്തെടുത്തു. നെടുവീർപ്പുകളുടെ അകമ്പടിയിൽ ഓരോന്നായി പറഞ്ഞു.

ഞാൻ പുറം ജാതിക്കാരടെ വിഗ്രഹ ബലികളെ ഭക്ഷിച്ചു.

ഞാൻ യഹൂദരോട് സംസർഗ്ഗം ചെയ്തു.

ഞാൻ ഇടത്തൂട്ടുകാരോട് സംസർഗ്ഗം ചെയ്തു.

ഞാൻ അവരെ സ്നേഹിച്ചു

ഇതിലേതു പാപമാണ് പുഷ്പമേ നീ ചെയ്തതെന്ന് പള്ളീല് വെച്ച് അച്ചനും മനസ്സിലെ കുമ്പസാരക്കൂട്ടിൽ വച്ച് കർത്താവും എന്നോടെപ്പഴൊക്കെയോ ചോദിച്ചിരുന്നു. രാത്രിയാകുമ്പോൾ മേരി ലില്ലിയിലേക്കുള്ള പഴയ ആ പരിണാമ വഴികളിലൂടെ ഒരു പൂച്ചയെപോലെ ഞാൻ എന്നെ നടത്തിച്ചു. ആ നേരം എന്റെ മനസിലെന്തെന്ന് അമ്മച്ചിക്കറിയാം. വെറുതെ കെട്ടിപ്പിടിച്ചും ഉമ്മ വെച്ചും തേങ്ങാക്കൊത്തിട്ട് വറ്റിച്ച ചെമ്മീൻ കൂട്ടാൻ വിളമ്പിയും പിറ്റേന്ന് പുഴയ്ക്ക് അക്കരെയുള്ള പള്ളി വഴികളിലൂടെ നടത്തിച്ചും അമ്മച്ചി സ്നേഹിച്ചുകൊണ്ടേയിരുന്നു. എങ്ങോട്ടൊക്കെയോ കൈകൾ നീട്ടി നിൽക്കുന്നതുപോലെയുള്ള കുരിശും പള്ളി മതിലിനു താഴെയുള്ള ഒന്നും പറയേണ്ട എന്നു പറഞ്ഞ് ഒഴുകുന്ന പുഴയും, എങ്ങോട്ടോ പുറപ്പെട്ടു പോകുന്ന കാറ്റും നോക്കി ഞാനപ്പോൾ എന്റെ ജോസഫിലേക്ക് പ്രവേശിക്കും - സെമിത്തേരിയിലെ കാറ്റാടി മരങ്ങളാകെ

ജ്ഞാനസ്നാനം

ഒന്നിച്ചിളകി വീശുമ്പോൾ ജോസഫിന്റെ ഓർമ്മകൾ കാറ്റാടി മരങ്ങളുടെ പെരും ചൂളം പോലെ വന്നു നിറഞ്ഞ് എന്റെ ഹൃദയത്തെ കടപുഴക്കി എറിഞ്ഞു കളിക്കും. കുറെ കഴിയുമ്പോഴേക്കും ഞാനാകെ തളർന്നു കുഴഞ്ഞ് വീണുപോകും. എപ്പോഴോ പിച്ച വച്ച് ഉയർത്തെഴുന്നേൽക്കും ജീവിതത്തിലേക്ക്. അത്തരമൊരു ഉയർത്തെഴുന്നേൽപ്പിനൊടുവിൽ ഞാൻ തീരുമാനിച്ചു ഇനി ഈ കഥയിലേക്ക് മേരിലില്ലി ഇല്ല. കഥ തീർത്തും പുഷ്പ മറിയതിന്റേതാണ്. അവളാണ് കഥാപാത്രം.

നിന്റെ മുലഞ്ഞെട്ടുകളിൽ നിന്ന് നീ ദയ ചൊരിഞ്ഞില്ലായിരുന്നെങ്കിൽ ഞാൻ മരിച്ചുപോയേനെ എന്റെ പുഷ്പമറിയമേ എന്ന് ജോസഫ് പറഞ്ഞത് പകൽപോലും ഇരുണ്ട് നിന്ന ഒരു മഴക്കാല മദ്ധ്യാഹ്നത്തിലായിരുന്നു. ഓ, അന്നത്തെ ആ പൂക്കലും കായ്ക്കലും..... ഞങ്ങളപ്പോൾ ഏകാന്തതയിൽ പൊട്ടിമുളച്ചു വന്ന രണ്ടു മരങ്ങളായി.

പ്രേമത്തിന്റെ അറ്റം കാമമാണെന്ന ചിന്ത തീക്കനലിൽ നീറ്റിയെടുത്തു തന്ന ജോസഫ്.

ഇറച്ചിവെട്ടുകാരൻ ജോസഫ്.

കവിയായ ജോസഫ്.

കമ്മ്യൂണിസ്റ്റായ ജോസഫ്.

ജോസഫിന്റെ വിശേഷണങ്ങളായിരുന്നു ഇതെല്ലാം. പോരെ പുകില്.

പള്ളിവക സുവനീറിൽ ജോസഫ് പുഷ്പ മറിയത്തെക്കുറിച്ച് ഒരു കവിതയെഴുതി അതൊരു ബോദ്ധ്യപ്പെടുത്തലായിരുന്നു. ഇടവകക്കാർക്കുവേണ്ടിയുള്ള തുറന്നുവെയ്ക്കൽ.

അവളാകട്ടെ ഇടവകയിൽ നിന്ന് ആദ്യമായി നൃത്തമഭ്യസിക്കുവാൻ പോയ പെണ്ണ് .

പിന്നേം പുകില് - മോരും മുതിരയും പോലെ എന്ന് അസൂയ മൂത്ത കുരുത്തംകെട്ട ചില വിശ്വാസ കമ്മിറ്റിക്കാർ പള്ളി മതിലിൽ കരിക്കട്ടകൊണ്ട് എഴുതി പിടിപ്പിച്ചുവെങ്കിലും ജോസഫിന്റെ നെഞ്ചു വിരിച്ച നോട്ടത്തിനു മുൻപിൽ അവരൊക്കെ പതറി.

ജോസഫ് പോത്തിനെ ചെറുകഷണങ്ങളാക്കി ചുവപ്പുചായം പുരട്ടിയ ചെറു ചിത്രങ്ങൾ പോലെ ഇറച്ചിത്തട്ടിൽ നിരത്തിവെച്ചു. ചെഗുവരെയുടെ പടമുള്ള ചുവന്ന ടീഷർട്ടിനുള്ളിലെ ജോസഫിന്റെ നെഞ്ചകത്ത് രാവും പകലുമില്ലാതെ പുഷ്പയുടെ നൃത്തച്ചൊല്ലുകൾ മുഴങ്ങിക്കൊണ്ടേയിരുന്നു.

ജ്ഞാനസ്നാനം

പുഷ്പേടമ്മ മറിയക്കുട്ടിയും ജോസഫിന്റെ അമ്മ ത്രേസ്യയും ഒരേ പള്ളിക്കൂടത്തിൽ ഒരേ ബഞ്ചിലിരുന്ന് കണക്കും മലയാളോമൊക്കെ പഠിച്ചിട്ടുണ്ടെന്ന് പുഷ്പക്കും ജോസഫിനും അറിയാമായിരുന്നു. അമ്മമാരുടെ ആ ബന്ധമായിരുന്നു. അവരുടെ പ്രേമസഞ്ചാരത്തിനുള്ള പാലം.

എടീ ത്രേസ്യപ്പെണ്ണേ പുഷ്പക്കൊച്ച് വല്താവ്മ്പം നർത്തം ചെയ്യൂന്ന് എനിക്കറിയായിരുന്നെടീ. അവള് ഗെർഭത്തി കെടന്ന് പോലും താളം ചവുട്ടാല്ലാരുന്നോ.

മറിയക്കുട്ടി അഭിമാനത്തോടെ പറഞ്ഞത് പുഷ്പേം ജോസഫും ഒന്നിച്ചു നിന്ന് കേട്ടിട്ടുണ്ട്.

ഇഞ്ചിത്തടത്തിലെ തളിരിലകളെ നോവാത്തവിധം തെരുപ്പിടിപ്പിച്ച് തണുത്ത നീർച്ചാലുകളിൽ പാദങ്ങൾ പൂഴ്ത്തി വച്ച് ജോസഫും പുഷ്പമറിയവും ക്രിസ്തുദേവനെ സ്തുതിക്കുന്ന ഗീതങ്ങളുണ്ടാക്കി പാടി.

ക്രിസ്തുവിന്റേം നിന്റേം ചെഗുവരേടേം മുഖം ഒരു പോലാ ഇരിക്കണെ. അവൾ ചെഗുവരെയുടെ നക്ഷത്രകണ്ണുകളിൽ തലോടി നിന്നു പറഞ്ഞു.

അല്ലേലും യേശൂം വിപ്ലവകാരിയല്ലാരുന്നോ. ജോസഫ് മുഷ്ടി ചുരുട്ടി മന്ത്രിച്ചു.

രാവിലെ നുറുക്കി കൂട്ടിയ ഇറച്ചിയുടെ ചോരമണം കളയാൻ ജോസഫ് വെളിച്ചെണ്ണയും നാരകയിലയും കൂട്ടിതിരുമ്മി കൈവെള്ളയിൽ തേച്ചുപിടിപ്പിച്ചിരുന്നു.

അയാൾ പുഷ്പയുടെ ചെവികളിലും കഴുത്തിലും മാറിടത്തിലും കുന്തിരിക്കഗന്ധം തേടി മണത്തു. എല്ലാം കണ്ടെങ്കിലും കർത്താവ് ഒന്നും കാണാത്തപോലെ ചിരിച്ചുനിന്നു പ്രിയേ ഞാനന്റെ പ്രണയം നിനക്കുതരും എന്നാക്കെ പറയാനുള്ള സാഹിത്യവാസന ഉണ്ടായിട്ടും ഒന്നും മിണ്ടാതെ അയാൾ അവളുടെ നൃത്തച്ചുവടുകൾ വെയ്ക്കുന്ന പാദങ്ങളെ ചേർത്തു പൊതിഞ്ഞു പിടിച്ചു. പൂക്കളെ എന്നവണ്ണം.

മറിയക്കുട്ടിയും ത്രേസ്യയും ഉണക്കമീനും പച്ചക്കറികളും കൊടമ്പുളിയുണങ്ങിയതും വിൽക്കുന്ന പീടിക മുറികൾക്കരികിൽ ഒരു ഇറച്ചിക്കട തുടങ്ങണമെന്ന മോഹം അയാൾ അവളോടു പറഞ്ഞു.

കവിതേം കമ്മ്യൂണിസോം കൊണ്ട് ജീവിക്കാമ്പറ്റൂലല്ലോ.

പുഷ്പമറിയം യാതൊന്നും കേൾക്കുന്നേയില്ലായിരുന്നു.

എങ്ങനെ കേൾക്കും. അന്ന് ഡാൻസ് ക്ലാസ്സിൽ ടീച്ചർ പഠിപ്പിച്ച ചില ചൊല്ലുകളിൽ മനസ് താളമിട്ടു, പറക്കുകയല്ലാരുന്നോ. അവൾ പാദസരങ്ങളണിയാത്ത പാദങ്ങൾ കൊണ്ട് പളുങ്കു വെള്ളത്തുള്ളി കളെ നൃത്തം ചെയ്യിച്ചു. ഉച്ചസ്ഥായിയിലെ ഒരു തക്കിട തകതിമി യുടെ താളത്തിൽ ജോസഫിനെ മടിയിൽ കിടത്തി വിരലുകളെ ഓമനിക്കുക മാത്രം ചെയ്തു. ഇഞ്ചിമുളപ്പുകളുടെ പച്ചപ്പുകൾ അവർക്കു ചുറ്റും രോമാഞ്ചമണിഞ്ഞതു പോലെ കൂമ്പിനിന്നു. പള്ളി സെമിത്തേരിയിലെ നീല വാകപ്പൂക്കളുടെ മെത്തമേൽ പുഷ്പ ജോസഫായും ജോസഫ് പുഷ്പയായും പരിണമിച്ചു. അവർക്ക് ചുറ്റും ആത്മാക്കൾ ഇണചേരുന്നതായി ജോസഫ് ചെവിയിൽ പറ ഞ്ഞു.

അക്കൊല്ലത്തെ വല്യപള്ളീ പെരുന്നാളിനായിരുന്നു പുഷ്പമറി യത്തിന് തൃപ്പൂണിത്തുറ ഡാൻസ് സ്കൂളിൽ ചേർന്ന് നൃത്തം പഠി ക്കുവാനുള്ള പ്രവേശന കാർഡുമായി പോസ്റ്റുപെണ്ണ് സത്യഭാമ വീട്ടിലെത്തിയത്. അവൾ സന്തോഷം കൊണ്ട് സത്യഭാമയുടെ വിയർപ്പണിഞ്ഞ താടിയിലെ കറുത്ത പുള്ളിയിൽ ചൂണ്ടുവിരൽ അമർത്തി സന്തോഷം പ്രകടിപ്പിച്ചു.

സത്യഭാമ കത്തുകളും മാസികകളുമൊക്കെ നിറഞ്ഞ തോൾ സഞ്ചി അരപ്ലേസിൽ വച്ച് നെറ്റിയും കഴുത്തും സാരിത്തുമ്പുകൊണ്ട് അമർത്തിത്തുടച്ച്, പുഷ്പമറിയം ഇഞ്ചിയും പച്ചമുളകും ചതച്ചിട്ട് ഉണ്ടാക്കിക്കൊടുത്ത മോരും വെള്ളം വലിച്ചു കുടിച്ച് അവളെ സാകൂതം നോക്കി.

വല്യ ഡാൻസ് കാരിയാക്മ്പം എന്നെയൊക്കെ ഓർത്തേച്ചാ മതി.

ആട്ടെ ജോസഫ് സമ്മതിക്കുവോ. ജോസഫുമായുള്ള ബന്ധം അറിയാമെന്ന ഒരു ആഴച്ചിരിയോടെ സത്യഭാമ പുഷ്പയോട് ചോദി ച്ചു. നെന്റെ ഇടവകക്കാര് സമ്മതിക്കുവോ.

എന്താ ഞങ്ങക്ക് നൃത്തം ചെയ്താല് നിങ്ങക്കൊക്കെ ഒര് ചിന്ത യൊണ്ട് ഞങ്ങക്കിതൊന്നും പറ്റുല്ലന്ന്. അതങ്ങ് പള്ളീപോയി പറ ഞ്ഞാമതി.

അതല്ല - സത്യഭാമ പരുങ്ങലോടെ പറഞ്ഞു.

എന്നാലും ജോസഫിന് ഇറച്ചി വെട്ടല്ലേ ജോലി. അതെങ്ങനെ ശര്യാകും.

ഒരെന്നാലുമില്ല.

ഇന്റെ സത്യാമേ അത് പുള്ളീടെ കാർന്നോമ്മാരായി കാലാകാ ലങ്ങളായി ചെയ്യണ. പണിയല്ലേ. സത്യാമക്കറിയോ. പുള്ളിക്കാ

രനാ മുമ്പന്തീല് നിന്ന് ഡാൻസ് പഠിക്കണോന്നും പറഞ്ഞ് എന്റപ്പ നോട് പോരാട്യെ.

അറിയോ നിങ്ങക്ക്.

എന്തായാലും എനിക്ക് അറപ്പാ ജോസഫിനെ കാണമ്പം.

സത്യഭാമ വളച്ചുകെട്ടില്ലാതെ കാര്യം പറഞ്ഞു

ഇന്നാളൊരിക്കെ ജോസഫിന്റെ അമ്മ ആ ത്രേസ്യ പെമ്പ്ളക്ക് നമ്മടെ സഹകരണ ബാങ്കീന്ന് വന്ന ഒര് കഡലാസ് ജോസഫാ എന്റെ കൈയ്യീന്ന് ഒപ്പിട്ട് വാങ്ങ്യേ. അയാക്കടെ കയ്യുമ്മല് ചോര ഉണങ്ങി പിടിച്ചിരിക്കണ കണ്ട് സത്യായ്ട്ടും ഞാമ്പേടിച്ചു.

ജന്ത്ക്കടെയായാലും മന്ഷമ്മാരെടെയായാലും ചോര ചോര തന്നേല്ലേ. വീട്ടിച്ചെന്ന് ചോറ് വെളമ്പി മുന്നി വെക്കുമ്പളും എനിക്ക് ജോസഫിന്റെ ചോരമണം ഓർമ്മ വന്നിട്ട് ഞാൻ ഓക്കാനിച്ചു.

അങ്ങനെയുള്ളപ്പം നീ എങ്ങനെ കഴിയും അയാക്കടെ കൂടെ. അയ്യാക്കൊപ്പം കെടക്കാനാള്ളോളല്ലേ നീ പുഷ്പേ പേടിയാകുല്ലേ നിനക്ക് പുഷ്പേ.

സത്യഭാമ പുഷ്പേടെ മറുപടി കേൾക്കാൻ നിൽക്കാതെ മൂല യിൽ ചാരിവച്ചിരുന്ന കാലൻ കുടയുമെടുത്ത് കക്ഷത്തിൽ വെച്ച് സഞ്ചിയിൽ മുറുകെ പിടിച്ചു നടന്നു. മുറ്റത്തെ ചാമ്പത്തണലിൽ നിരന്നു കിടന്ന ചോരനിറമുള്ള ചാമ്പങ്ങ പഴങ്ങൾ പെറുക്കി എടു ത്താണ് നടപ്പ്.

അതെ ഞങ്ങടെ കാര്യം ഞങ്ങള് നോക്കിക്കോളാം. നിങ്ങള് ആവ ശ്യോല്ലാത്ത കാര്യങ്ങളിലൊന്നും തലയിടാൻ നിക്കണ്ടാട്ടോ. പോസ്റ്റാഫീസിലെ ജോലി മര്യാദക്കു ചെയ്താൽ മതി.

സത്യഭാമയെ രോഷത്തോടെ പറഞ്ഞു വിട്ട് പുഷ്പമറിയം വീട്ടിലെ യേശുവിന്റെ മുന്നിൽ രണ്ടു മുട്ടൻ മെഴുകുതിരി കത്തിച്ച് ഉരുകലോടെ മുട്ടുകുത്തി. പൊള്ളിപ്പോയ മനസില് ജോസഫിന്റെ കവിത തണുത്തതൈലമായി പരന്നൊഴു കി.

പുഷ്പ മറിയം ഒരു പ്രതിജ്ഞ എടുത്തിരുന്നു. ഇടവക പള്ളീല് തന്നെ, നൃത്തമാടി അരങ്ങേറ്റം കുറിക്കണം. ഒരിക്കൽ ശവക്കല്ല റകൾക്കുള്ളിലെ മരണപ്പെട്ടവരെല്ലാം അവളെ ആത്മവിശ്വാസപ്പെ ടുത്തി കൈകൾ കൊട്ടുന്നത് അവൾ കേൾക്കുകയും കൂടി ചെയ്തു. പേരറിയാ പൂക്കളും ഇലകളും പേറി കുഞ്ഞു ചെടികൾ രോമാഞ്ചം കൊണ്ട് എഴുന്നേറ്റു നിന്നു.

അമ്മച്ചി കുറിച്ചിട്ടി പിടിച്ച് പുഷ്പ മറിയത്തിന് അരങ്ങേറ്റത്തി

നുള്ള സാധന സമാഗ്രികൾ ആവേശപൂർവ്വം വാങ്ങിക്കൂട്ടി - എപ്പോഴും നൃത്തം ചെയ്യുന്ന ഒരു ജോടി ജിമുക്കയും നിറയെ വർണ്ണ പ്പൊട്ടുകൾ പതിപ്പിച്ച മാലയും ജോസഫാണ് അവൾക്ക് രഹസ്യ മായി സമ്മാനിച്ചത്. അയാളുടെ ടീ ഷർട്ടിലെ ചെഗുവരെയുടെ തിള ക്കമുള്ള കണ്ണുകളിൽ അവളപ്പോൾ ഉമ്മ വെച്ചു.

പുഷ്പയുടെ അരങ്ങേറ്റം ജോസഫിന്റെ ജീവിതത്തിന്റെ അരങ്ങി റക്കം കൂടിയാകുമെന്ന് ആരും കരുതിയില്ല. കർത്താവുപോലും അറിഞ്ഞു കാണില്ല ഒന്നും. നൃത്തത്തട്ടിൽ അവൾ മഗ്ദലനയായി രുന്നു.

മെയ് വഴക്കങ്ങളിൽ, അരമണ്ഡലത്തിൽ ജ്വലിച്ചു നിന്ന് അവൾ സ്റ്റേജിന് തൊട്ടടുത്ത് ചെഗുവരെയെ ചേർത്ത നെഞ്ചുമായി നിന്ന ജോസഫിനെ കണ്ടു. പച്ച ബൾബുകളാൽ അലങ്കരിച്ച ഒരു മര ത്തിനു കീഴിൽ അയാൾ പച്ചയുടെ വേലിയേറ്റത്തിലൂടെ കണ്ണുകൾ കൊണ്ട് പുഷ്പയിലേക്ക് തുഴഞ്ഞെത്തിയപ്പോഴായിരുന്നു അതു സംഭ വിച്ചത്. ആൾക്കൂട്ടത്തിലേക്ക് ജോസഫ് തെറിച്ചു വീണു.

കൊല്ലടാ ആ പന്നിയെ

ആ അഴിഞ്ഞാട്ടക്കാരീടെ ഒരു ആട്ടം.

എറച്ചിവെട്ടുകാരൻ എറിച്ചിവെട്ട്യാ മതി.

ഇവിടൊന്നും നെരങ്ങേണ്ട... ഓ അവന്റെ മറ്റേടത്തെ അവളല്ലേ തട്ടില്. അവന്റെ ഒരു കാഴ്ച. ഒടുക്കത്തെ നോട്ടം കണ്ടില്ലേ.

പുഷ്പയുടെ ആട്ടം നിന്നുപോയി. സ്റ്റേജീന്ന് ഓടി ഇറങ്ങിയത് മാത്രേ അവൾക്ക് ഓർമ്മയുള്ളൂ. ചിലങ്ക മുത്തുകൾ പൊട്ടിയടർന്ന് പേടിയോടെ എങ്ങോട്ടൊക്കെയോ ഓടി പോയി.

ബാക്കി കഥ ഇടവകേലും നാട്ടിലും ആരൊക്കെയോ പറഞ്ഞു നടന്നു.

അല്ലെങ്കിൽ എന്തിനാണ് പറയുന്നത്. കഥയുടെ പരിണാമ ദശ യിലെ ഏടുകൾ എല്ലാം ചിന്തിക്കാവുന്നതേയുള്ളൂ. ഇറച്ചിവെട്ടുകാ രൻ ജോസഫ് രക്തവും മാംസവും മാത്രമായി ചിതറി. ചിലരുടെ യൊക്കെ ഓർമ്മകളിൽ കുറച്ചുനാളൊക്കെ നീറിക്കിടന്നു.

അതിനുശേഷമാണ് പുഷ്പമറിയം കർത്താവ് ആഗ്രഹിക്കാ തെയും വിളിക്കാതെയും പുള്ളിക്കാരന്റെ മണവാട്ടിയായത്. സിസ്റ്റർമേരി ലില്ലിയായി മഠത്തിന്റെ പടികളിലേക്ക് ലക്ഷ്യം തെറ്റി നടന്നത്. ഇപ്പോൾ ഇതാ സഭാവസ്ത്രം ഊരി വീണ്ടും പുഷ്പമറി യവുമായി.

പള്ളിമണി കണ്ണുകൾ തുറന്നുപിടിച്ച് ശ്വാസംമുട്ടി കുഴയുന്നതു

കണ്ട് പരേതരുടെ കൂട്ടപ്രാർത്ഥന ഇരുളിൽ നിന്ന് പൊന്തിവരുന്നുണ്ടോ എന്ന് ഇടവകയാകെ ചെവിയോർത്തു. പുഷ്പമറിയത്തിന്റെ ഡയറി താളുകൾ അക്ഷരങ്ങളെ പുണർന്ന് കെട്ടിമറിഞ്ഞു. പുഷ്പമറിയം എഴുതിക്കൊണ്ടേയിരിക്കുന്നു.

ഞങ്ങളുടെ വീടിന്റെ അറയ്ക്കുള്ളിലെ ചരിത്രമണം പുരണ്ട കറുത്ത ചട്ടയുള്ള ബൈബിളിനുള്ളിൽ എന്നോട് മാത്രം മിണ്ടുന്ന ശബ്ദം ഉണ്ടായിരുന്നു. എന്നെ മാത്രം തൊട്ടുകരയുന്ന സെമിത്തേരിയിലെ കാറ്റുണ്ടായിരുന്നു. പള്ളിതണുപ്പിൽ എനിക്കായി മാത്രം കാവൽക്കാരനുണ്ടായിരുന്നു.

ഞാനിതാ നൃത്തം ചെയ്യാൻ പോകുന്നു. പള്ളിമുറ്റത്തല്ല.

തെരുവിൽ.

എനിക്കു മുമ്പിൽ പെട്ടെന്ന് മുളച്ചുപൊന്തിയ മരക്കുരിശിലേയ്ക്ക് ഒരു സുഗന്ധം ഇരച്ചുകയറി. ഞാൻ ആനാൻ വെള്ളത്തിൽ മാമോദിസാപെട്ടതുപോലെ ആകാശത്തേയ്ക്കു കണ്ണുകൾ മിഴിച്ചു. കാറ്റിലൂടെ വന്ന ജോസഫിന്റെ ചോര ഗന്ധം പെട്ടെന്ന് സൗരഭ്യം ചൊരിഞ്ഞ് എന്നെ പൊതിഞ്ഞു വയ്ക്കുന്നു. എന്തോ മിണ്ടാനാഞ്ഞ് നിവർന്നുനോക്കി മരക്കുരിശിതാ വീണ്ടും മിണ്ടാതെ നിൽക്കുന്നു.

ഞാൻ കന്യാമറിയമായി.

എന്റെ പാപപ്പട്ടികകൾ എന്നെ വിശുദ്ധമേലാപ്പു ചാർത്തുന്നു.

സമകാലിക മലയാളം

6
ഇറച്ചി

ഒരു ദിവസം നേരം പരപരാന്ന് വെളുത്തുവന്ന സമയത്താണ് യാമിനിയ്ക്ക് തമ്പാനൂർ ബസ്സ്റ്റാന്റിൽ നിന്ന് സ്വർണ്ണലതയെ കിട്ടിയത്. യാമിനി അപ്പോൾതന്നെ ജോസച്ചായന്റെ കുഞ്ഞുകരയുന്നതുപോലെ ശബ്ദം കേൾപ്പിക്കുന്ന മൊബൈലിലേക്ക് വിളിച്ചു. ഫോൺ എടുക്കുവാൻ ജോസച്ചായൻ അൽപം വൈകിയതിനാൽ അത്രയും നേരം ആ കുഞ്ഞുവാവ കരച്ചിൽ ഒരിമ്പത്തോടെ കേട്ടുനിൽക്കുകയും "ഒര് കുഞ്ഞ് സൊർണ്ണമീൻ കൊര്ത്തിട്ടൊണ്ട് "..... എന്നു പറയുകയും ചെയ്തു. അവളുടെ ഫോണിന്റെ സ്പീക്കർ തുറന്നിരുന്നതിനാൽ മറുതലയ്ക്കൽ നിന്നുമുള്ള ജോസച്ചായന്റെ ഹഹഹ.... ഹു.. ഹി... ഹു... എന്ന ദുഷ്ടച്ചിരി ഇങ്ങ് തമ്പാനൂര് നിന്ന് ട്രാൻസ്പോർട്ട് ഡ്രൈവർ സോമനും കണ്ടക്ടർ മുരളിയും കേട്ടു. അവർ ഇതൊക്കെ കേട്ട് യാമിനിയുടെ അടുത്ത് നിന്ന് സൊറ പറഞ്ഞ് ഒരു പെട്ടിക്കടയിൽ നിന്നും ചായ വാങ്ങി കുടിക്കുന്നതിനൊപ്പം അവളുടെ ദേഹത്തേയ്ക്ക് ഒരു പരുന്ത് നോട്ടം എറിയുകയും ചെയ്തു.

"സൊർണ്ണ മീനോ....? സോമന്റെയും മുരളിയുടെയും കണ്ണുകളിലെ സംശയചൂണ്ടകൾ പരസ്പരം കൊരുത്ത് കെട്ടിമറിഞ്ഞു കിടന്നു കുറെനേരം.

ജോസച്ചായന് യാമിനിയുടെ വിളിവന്നനേരം അയാൾ കുറെ നാളുകളായി കൊണ്ടുനടന്ന പാപചിന്തകളും ചെയ്തുകൂട്ടിയ കള്ളവേലത്തരങ്ങളും കുര്യാക്കോസച്ചന്റെ മുൻപിൽ കുമ്പസാരിച്ചിട്ട് തിരിഞ്ഞുനടക്കുകയായിരുന്നു.

"ഞാമ്പള്ളീലാ യാമിനി....... സൊർണ്ണമീനെ നല്ലൊരു അടപ്പുള്ള കൂടേലാക്കിക്കോണം നീ പൊന്നു യാമിനിയേ.... വിട്ടുകളയല്ലേ മോളേ...."

ജ്ഞാനസ്നാനം

അയാൾക്ക് സന്തോഷംകൊണ്ട് ഉച്ചത്തിൽ ചിരിക്കാൻ തോന്നി. എങ്കിലും പള്ളിപരിസരമായതിനാൽ ചിരി പുറത്തേയ്ക്കു വരാതെ പള്ളിമുറ്റത്ത് വിരിച്ചിരുന്ന ചരൽകല്ലുകളിൽ ചവിട്ടുമ്പോഴുള്ള ശബ്ദത്തിൽ കിടന്നു ഞെരുങ്ങി.

"പിന്നെ അച്ചായാ.... ഞങ്ങളൊര് ഓട്ടോയിൽ കേറിട്ടോ..... ഒര് മൊതലാള്യാണന്ന് തോന്നണ് - ഓവർ ബ്രിഡ്ജീന്ന് ഏതോ ഒര് ചെക്ത്താനും കേറീട്ടൊണ്ട് ഒപ്പം. ഒര് തടിയൻ.... കണ്ടിട്ട് അയാടെ പേരങ്ങോട്ട് പിടികിട്ടണില്ല" എന്ത് പണ്ടാരേലും ആട്ടെ - അയാളൊര് കുട്ടിസ്രാങ്ക് തന്നേട്ടോ അച്ചായാ..... സൊർണ്ണമീന്റെ ചെത്മ്പലേലേക്കൊക്കെ നോക്ക്ണ്ണ്ട്...... ശരി അച്ചായാ...... പാളയം കഴിയമ്പം വിളിക്കാട്ടോ...... ഈ കൊച്ച് ചെല്ലക്കിളിക്കിച്ചിരി ചായേം ബിരിയാണിം വല്ലോം വാങ്ങി കൊടക്കട്ടെ..."

സ്വർണ്ണലത എന്ന കൊച്ചുപെൺകുട്ടി, ആ നേരം പാതിമയക്കത്തിലായിരുന്നു. തലേ രാത്രിയിലെ ദീർഘയാത്രാ ക്ഷീണവും ഓട്ടോയുടെ കുലുക്കവുമാണ് അവളെ ഉറക്കിക്കിടത്തിയത്.

വഴിയരികിലെ ചെറിയ മുറുക്കാൻ കടകൾക്കരികിൽ പണികാത്തിരുന്ന മൂക്കുപതിഞ്ഞ അന്യസംസ്ഥാന തൊഴിലാളികളെയോ ചാല മാർക്കറ്റിലേക്ക് മലക്കറി വിൽക്കാൻ പോകുന്ന മണ്ണുനിറമുള്ള പെണ്ണുങ്ങളെയോ മഞ്ഞക്കനകാംബരം ചൂടിയ മുക്കുത്തിയും മിഞ്ചിയുമണിഞ്ഞ തമിഴ് പെണ്ണുങ്ങളെയോ അവൾ കണ്ടില്ല. മയക്കത്തിൽ കണ്ട സ്വപ്നത്തിൽ സ്വർണ്ണലത ദൂരെയുള്ള വെളിച്ചംകുറഞ്ഞ അവളുടെ കൊച്ചുവീട്ടിലായിരുന്നു.

കുഞ്ഞനിയനും, കോഴിക്കുഞ്ഞുങ്ങളും, ചാരനിറമുള്ള അമ്മിണിയാടും അവളുടെ കുസൃതി കുഞ്ഞാടുകളും സ്വർണ്ണലതയ്ക്ക് ചുറ്റും നിന്നു. അച്ഛനെയും അമ്മയെയും കാണാത്തതെന്ത് എന്ന് അവൾ കുഞ്ഞനിയനോട് ആംഗ്യം കാണിച്ചു. അതിനുത്തരം പറയാതെ അവൻ അവൾക്കുനേരെ പന്തെറിഞ്ഞു കളിച്ചു.

അവൾ തടിയന്റെയും യാമിനിയുടെയും നടുക്കിരുന്ന് ചിരിച്ചുപോയി.... ആ ചിരിയിൽ നിന്നും ഉറക്കത്തിൽ നിന്നും അവൾ പെട്ടെന്ന് ഞെട്ടിയുണർന്നു.

യാമിനി അവളെ തട്ടിയുണർത്തിയതാണ്. എടീ പെങ്കൊച്ചെ എഴുന്നേരടി........ ഇത് നെന്റേം എന്റേം ഓണംങ്കേറാ മൂലേമ്പല്ല. ഇതേ തിരോനന്തോരാ.... സ്ഥലം പാളയം... എഴുന്നേര്....

കേട്ടോ... മന്ഷ്യാ..... എവള് അവ്ടെന്നാങ്ങാണ്ടൂന്ന് കുറ്റീമ്പറിച്ച് പോന്നതാ.... പറേണ കേട്ട്ട്ട് ആരാണ്ടും പറഞ്ഞ് പറ്റിച്ചതാന്നാ

തോന്ന്ണെ.... എന്തായാലും പെങ്കൊച്ച് എന്റരികെ തന്നെ എത്തീത് ഭാഗ്യം....

യാമിനി തടിയനെ നോക്കി കണ്ണിറുക്കി, കുലുങ്ങി ചിരിച്ചു. തടിയൻ ഒന്നും പറഞ്ഞില്ല. ഓ ഇയാളൊര് നിർഗുണപരബ്രഹ്മം തന്നെ. യാമിനി ശബ്ദം താഴ്ത്തി പറയുകേം കൈയുയർത്തി മുടി ഒതുക്കുകേം ചെയ്തു. അവളുടെ കക്ഷത്തിലെ വിയർപ്പുമണം സഹിക്കാനാകാതെ സ്വർണ്ണലത നീങ്ങി നീങ്ങിയിരുന്നു.

"നെന്റെ പേര് സൊർണ്ണലതേന്നല്ലേ പറഞ്ഞേ..... അപ്പഴേ സൊർണ്ണ മീനേ.... നീ വല്ലോം കഴിച്ചോ? ഇല്ലല്ല് നമ്ക്ക് പാളയത്ത്ന്ന് കഴിക്കാങ്കേട്ടോ...."

യാമിനിയുടെ ഉറക്കച്ചടവുള്ള കൺകോണുകളിൽ ഒരു ചെറിയ സ്ത്രീസഹജ ദയയും വാത്സല്യവുമൊക്കെ അൽപമാത്ര തളം കെട്ടി നിന്നു എങ്കിലും അവൾ ഉറക്കെ പരിഹസിച്ചു.

"ഒര് സൊർണ്ണലെത.... നെന്റെ തന്തേം തള്ളേം കൊള്ളാല്ലോടി കൊച്ചേ.... അവര് വിറ്റതാണെടി പെണ്ണേ നെന്നെ.......... എല്ലാവരും കൂടെ നെന്നെ പറ്റിച്ചല്ലോടി....."

സ്വർണ്ണലത പലതും വ്യക്തമായി കേൾക്കുന്നില്ലായിരുന്നു. കേട്ടതിൽ ചിലതൊക്കെയാകട്ടെ അവളുടെ മനസിലെ സംശയകുരുക്കുകളിൽ വീണ്ടും വീണ്ടും കുരുങ്ങി ചിന്തകളെ കീഴ്മേൽ മറിക്കുകയും ചെയ്തു. അവൾക്ക് ഓർക്കാനായി നല്ലതൊന്നും ഇല്ലായിരുന്നു. ചെയ്യാനുമില്ല ഒന്നും. വഴിയരികിൽ ഒറ്റപ്പെട്ട് നിന്നിരുന്ന മരങ്ങളും റോഡിലെ മനുഷ്യരും പോലീസ് ജീപ്പും പ്രഭാത നടപ്പിന് ഇറങ്ങിയ വൃദ്ധജനങ്ങളുമൊക്കെ പുറകോട്ട് ഓടുന്നതും നോക്കി അവൾ ഓർമ്മകൾ നഷ്ടപ്പെടുത്തിയിരുന്നു. തടിയൻ ചെറുതായി കൂർക്കംവലിക്കുവാൻ തുടങ്ങിയിരുന്നു.

"നീ വാ കൊച്ചെ..... നമ്ക്കിച്ചിരി വെള്ളം വല്ലോം കുടിക്കാം...." യാമിനി ഓട്ടോ ഡ്രൈവറുടെ പുറത്തുതട്ടി വണ്ടി നിർത്താൻ പറഞ്ഞ് സ്വർണ്ണലതയെ നോക്കിപ്പറഞ്ഞു.

യാമിനി പുഴുപ്പല്ലുകാട്ടിച്ചിരിച്ചപ്പോൾ സ്വർണ്ണലതയ്ക്ക് അമ്മയെ ഓർമ്മവന്നു....

ഇതാണു കുഴപ്പം. അമ്മയെ ഓർക്കുമ്പോൾ അച്ഛനും അനിയനും വരും, കുഞ്ഞു വീടുവരും. ആടും കോഴിയും പാവക്കുട്ടിയും എല്ലാം വരും. കാര്യങ്ങൾ ഓർത്തോർത്ത് അവളുടെ വിശപ്പും ദാഹവും കെട്ടുപോയിരുന്നു.

കഴിഞ്ഞുപോയ രാത്രിയിൽ സ്വർണ്ണലതയുടെ അച്ഛൻ കൃഷ്ണ

പ്പയും അമ്മ ദേവുവും ചേർന്നാണ് അവളെ ഒരു കാതിൽ ഒറ്റക്കൽ കമ്മലിട്ട രാമയ്യന്റെ ഒപ്പം വണ്ടിയിൽ കയറ്റിവിട്ടത്. വീട്ടുവേലയ്ക്ക് നിർത്താനാണെന്ന് അമ്മ കുറെ പ്രാവശ്യം സ്വർണ്ണലതയോടു പറഞ്ഞു.

കൃഷ്ണപ്പ മദ്യം മണക്കുന്ന ചുണ്ടുകൾ കൊണ്ട് അജ്ഞാതമായ ചില മുദ്രകൾ രാമയ്യന്റെ കണ്ണുകളിലേക്കെറിഞ്ഞുകൊടുത്തു. ദേവു സ്വർണ്ണലതയുടെ ചെമ്പിച്ചുപാറിയ മുടി പിന്നിക്കെട്ടി ഒരു റബ്ബർ ബാൻഡിട്ട് കുഞ്ഞു മുതുകിനോട് ചേർത്ത് വച്ച് കൈപ്പത്തി അമർത്തി ഒതുക്കിയപ്പോൾ അവൾക്ക് വേദനിച്ചു.

"ങ്ടനൊരു അസ്ത്ത്... വൃത്ത്യേ ഇല്ല...." സ്വർണ്ണലതയുടെ ഉടുപ്പ് ഉയർത്തി മുഷിഞ്ഞ് കരിമ്പനടിച്ച ഷമ്മീസ് താഴേക്ക് വലിച്ചിടുകയും രാമയ്യന്റെ കരുവാളിച്ച ചുണ്ടുകളിൽ ഒളിച്ചിരുന്ന ഒരു വികൃതജീവിയെപ്പോലെ തെറിച്ച ഇളിയ്ക്കലിലേക്ക് ചുണ്ട് വക്രിച്ച് കാണിക്കുകയും ചെയ്തു ദേവു.

ഇവ്ക്ക് പെരേലെ ജോല്യക്കെ അറിയാട്ടോ രാമയ്യാ...... ചെയ്യിച്ചോണം എല്ലാം..... ദേവു മുടിവാരി നെറുകയിൽ കെട്ടി വച്ചുകൊണ്ട് കൃത്രിമ ഗൗരവം വരുത്തി ചിരിച്ചു.

"ഓ ഇത്ന്റെ വയറ്റി കുർത്തതെങ്കിലും ഒരു കലാബോതോം ല്ല ഈ പെണ്ണിന്. ത്തിരി പൗടറ് പൂശിക്കൂടെ ഈ ജന്തൂന്. ഞാനൊക്കെ ഈ പ്രായത്തി എങ്ങനെ നടന്ന കുട്ട്യാന്നറിയ്യോ രാമയ്യാ... നെനക്ക്. ഇവ്ടെ ഈ പ്രായത്തേല്, പന്ത്രണ്ടില് ഒരൊത്ത പെണ്ണിന്റെ വളർച്ചേണ്ടാർന്ന്വെനിക്ക്..... ഇതൊരുമാതിരി പിത്തച്ചൂല പിടിച്ച പോലെ....."

ദേവു അവളെ കണ്ണുകൊണ്ടുഴിഞ്ഞ് പിന്നെയും ചിരിച്ചു.

സ്വർണ്ണലത അവളുടെ കുഞ്ഞു മാറിടത്തിന്റെ വിടവിൽ ആരും കാണാതെ ഒന്നു തൊട്ടു. പനിയ്ക്കുന്നുണ്ട്. അതാണീ വിറയലും ഛർദ്ദിക്കുവാനുള്ള തികട്ടലും...

രാമയ്യൻ വീട്ടിൽ എത്തി ഇടപാടുകൾ ഉറപ്പിക്കുന്നതിന്റെ ആഘോഷവുമായി ബന്ധപ്പെട്ട് വാങ്ങിയ പാഴ്സൽ ബിരിയാണിയിൽ നിന്ന് അവൾക്കും അമ്മ ഒരു പങ്കുകൊടുത്തു. കറുത്ത കവിടി പിഞ്ഞാണത്തിൽ, അരപ്പുചേർന്ന ഇളം ഇറച്ചി അടർത്തിമാറ്റിയ ഒരെല്ലിൻ കഷണവും ചതഞ്ഞ് ആകൃതിനഷ്ടമായ ഒരു മുട്ടപ്പകുതിയും......

ന്നാ കഴിച്ചോ..... ബിരിയാണി കൊതിച്ചി..... പോണ വഴീലൊന്നും ബിരിയാണി വേണോന്നൊന്നും പറഞ്ഞ് ആരേം ശല്യം ചെയ്യരുത്. പറഞ്ഞേക്കാം.

ജ്ഞാനസ്നാനം

ദേവു രാമയ്യനെ നോക്കി പിന്നേം ചിരിച്ചു. ഒരു കാര്യവുമില്ലാതെ.

രാമയ്യന്റെ കണ്ണുകൾ സ്വർണ്ണലതയുടെ എല്ലിൻ കൂടുപോലുള്ള ശരീരത്തിലൂടെ പിച്ചവച്ചുനടന്ന് അയാളിലേക്ക് തന്നെ തിരിച്ചെത്തി.

"നീ എന്താ ചിന്തിക്കണേന്ന് അറിയാട്ടോ....... രാമയ്യാ..... അവളുടെ അച്ഛൻ കൃഷ്ണപ്പ മദ്യലഹരിയിൽ കുഴഞ്ഞുപറഞ്ഞു. നീ കൊണ്ടോയ് നല്ലോണം ഒന്ന് സൽക്കരിച്ചാ മതി..... പെണ്ണങ്ങ് തഴച്ച് തഴച്ച് വരൂല്ലേ....."

കൃഷ്ണപ്പയുടെ നോട്ടം ചോരതെറിപ്പിക്കുന്നതരത്തിൽ സ്വർണ്ണലതയിലേക്ക് കുത്തിയിറങ്ങി.

അവൾ ആരോടും പ്രത്യേകിച്ച് പോട്ടെ എന്നൊന്നും യാത്രപറയാതെ നടന്നുതുടങ്ങി.

നില്ല്.. നില്ല്.... ദേവു രാമയ്യനെ തട്ടിമാറ്റി മകളുടെ അടുത്തെത്തി.

'ശോഭ ടെക്സ്റ്റെയിൽസ്' എന്നെഴുതിയ ഒരു മുഷിഞ്ഞ പ്ലാസ്റ്റിക് കവർ ദേവു അവളെ എൽപ്പിച്ചു. "കൊറച്ച് തുണിയാ നെന്റെ...... അമ്മയൊര് ബ്രേസ്യർ വച്ചിട്ട്ണ്ടട്ടോ അതിൽ" ദേവു മുറുക്കാൻ കറപിടിച്ച കട്ടപ്പല്ലുകൾ കാട്ടി ഊറിച്ചിരിച്ചു.... അമ്മയുടെ മുഖത്ത് പലഭാഗങ്ങളിലും കട്ടപ്പല്ലുകളുടെ വികൃതമായ ചിരി നിരത്തിവച്ചിരിക്കുന്നതുപോലെ സ്വർണ്ണലതയ്ക്കു തോന്നി.

മണിക്കുട്ടൻ എന്ന കുഞ്ഞു പുള്ളിയാടും അമ്മുക്കിളി എന്ന പിടക്കോഴിയും അക്കാ എന്നവളെ കൊഞ്ചി നീട്ടി വിളിക്കുന്ന കുഞ്ഞനിയൻ ലച്ചുക്കുട്ടനും ആകാശത്ത് കറുപ്പിലൊളിച്ചിരിക്കുന്ന ഒരു കുഞ്ഞു ചന്ദ്രക്കലയും സ്വർണ്ണലത യാത്രയാകുന്നതും നോക്കിനിന്നു.

ശോഭ ടെക്സ്റ്റൈൽസിന്റെ പ്ലാസ്റ്റിക് കവർ അവളുടെ നടപ്പിന്റെ ചലനത്തിനൊത്ത് നിർത്താതെ ഒച്ചവച്ചു. സ്വർണ്ണലതയ്ക്കപ്പോൾ ആ ഒച്ച ഒരു കരച്ചിൽപ്പുഴയായി തന്നെ വന്നു തൊടുന്നു എന്നു തോന്നി. അവളുടെ മൂക്കിലും കണ്ണുകളിലുമെല്ലാം കണ്ണുനീരിന്റെ ഉപ്പുഗ്രന്ഥികൾ പൊട്ടിയൊലിച്ചു. തൊണ്ടയിലേക്ക് പിത്തനീർ ഇരച്ചുകയറി. ഉച്ചയ്ക്കു കഴിച്ച ഇറച്ചി മസാലക്കൂട്ടിന്റെ എരിച്ചിൽ ഉമിനീരിലേയ്ക്ക് അരിച്ചുകയറി, നാവിനെയും തുളച്ച് ഒരു തികട്ടലായി മാറി.

അവളുടെ കാലുമുതൽ തലവരെ പനിയങ്ങിനെ കിടന്ന് തിളച്ചു പൊള്ളി. ഒന്നുമറിഞ്ഞില്ല സ്വർണ്ണലത. സീറ്റിന്റെ സൂക്ഷ്മമായ ഒരു

മൂലയിലേക്ക് കുഞ്ഞുദേഹം ഒതുക്കി ചുരുങ്ങിയിരുന്നു. ഇടയ്ക്കെപ്പൊഴോ പ്ലാസ്റ്റിക് കവറിൽ കൈ അമർന്നപ്പോൾ അവൾ വീട്ടിൽ ഉപയോഗിച്ചുകൊണ്ടിരുന്ന പാവക്കുട്ടിയുടെ കരച്ചിൽ ശബ്ദം. അപ്പോൾ പാവക്കുട്ടിയും ഉണ്ടല്ലേ കവറിൽ... ആരാണ് അത് കവറിൽ എടുത്തുവച്ചത്? അനിയനോ .. അമ്മയോ? എന്തായാലും അവൾക്ക് സന്തോഷം തോന്നി. കവറിനു മുകളിലേക്ക് തെറിച്ച് നിന്ന് ചപ്ര സ്വർണ്ണമുടി കാണിച്ച് പാവക്കുട്ടി ഒത്തിരി കാര്യങ്ങൾ അവളോട് സംസാരിച്ചു. അവൾ അതിനെ അരുമയോടെ കൈയിലെടുത്ത് അതിന്റെ കൂർത്ത മൂക്കിൻ തുമ്പിൽ മുഖം ചേർത്തു. അവളുടെ നെഞ്ചിനുനേർക്ക് വട്ടം പിടിച്ചിരുന്ന അതിന്റെ ഇളം പിങ്കുനിറമുള്ള ചെവിയിലേക്ക് കണ്ണുനീരിന്റെ ചൂട് വന്നുതൊട്ടു. പിന്നെ സ്വർണ്ണലത ചുരുണ്ടുകൂടി കണ്ണടച്ചിരുന്നു.

രാമയ്യന്റെ കൂർക്കംവലി കടുത്ത ആക്രോശമായി ചെവിയിലേക്ക് അലച്ചെത്തിയപ്പോൾ സ്വർണ്ണലത വിരൽകൊണ്ട് ചെവിപൊത്തി പുറം കാഴ്ചകളിൽ ഓടിമറയുന്ന അരൂപികളെ തിരിച്ചറിയാനാകാതെ, ഉറങ്ങാതെ, കരയാതെ പനിയും പുതച്ചുകിടന്നു.

പിന്നെ രാമയ്യനെ അവൾ കണ്ടതേയില്ല.

എടീ സൊർണ്ണകൊച്ചേ.....

"എറങ്ങെടീ ഓട്ടോയെന്ന്.... അയാളവ്ടെ കെടക്കട്ടെ...... പാളയത്ത്ന്ന് ചായേം കുടിച്ചേച്ച് വച്ചുപോയില്ലെങ്കി ശരിയാകൂല്ലാ...."

യാമിനി സ്വർണ്ണലതേം കൊണ്ട് റോഡിൽ കാലുകുത്തിയതും ആകെ ഒരു പൊറുതികേട് തോന്നി സ്വർണ്ണലതയ്ക്ക്.

"ഞാനേ മീൻ വല്ലോം കിട്ട്വോന്ന് നോക്കട്ടെ ചന്തേല്... നീ നില്ല്.... എന്നിട്ട് ചായകുടിക്കാട്ടോ...." യാമിനി വേഗത്തിൽ നടന്നു.

സ്വർണ്ണലതയ്ക്ക് ഭൂമിയും ആകാശവുമെല്ലാം കറങ്ങുന്നതായി തോന്നി. കാലുകൾ നിലത്തുറയ്ക്കാതെ ഒരു മലയിടുക്കിലേക്ക് ഊർന്നിറങ്ങുന്നതുപോലെ..... ഉണങ്ങി വരണ്ട ഒരു കൂറ്റൻ ശരീരം പോലെ പനി അപ്പോഴും അവൾക്കുമേൽ കിടന്നു മദിച്ചു.

കുഴഞ്ഞു മറിഞ്ഞു വീണതും ആരോ വേറൊരു വണ്ടിയിലേക്ക് അവളെ എടുത്ത് മാറ്റി വേഗത്തിലോടിച്ചുപോയതും പാളയം ചന്തയിൽ ഒന്നും സംഭവിക്കാത്തതുപോലെ കച്ചവടം തകൃതിയായി നടന്നതും ഒന്നും അവൾ അറിഞ്ഞതേയില്ല.

ശോഭാ തുണിക്കടയുടെ പരസ്യ ശരീരം പേറിയ കവർ പാളയം മാർക്കറ്റിലെ മീനുളുമ്പ് മണക്കുന്ന മണ്ണിൽ വീണുകിടന്നു. ആരൊക്കെയോ അതിൽ ചവിട്ടി കടന്നുപോയി. അപ്പൊഴൊക്കെ കരഞ്ഞ്

കരഞ്ഞ് എണ്ണിപ്പെറുക്കി പറഞ്ഞ് പറഞ്ഞ്, പാവക്കുട്ടി പിന്നെ മിണ്ടാതെയായി കണ്ണും തുറിച്ചു കിടന്നു.

സ്വർണ്ണലതയെ പോലൊരു പെൺകുട്ടി ഒരു കെട്ട പ്രഭാതത്തിൽ ഇപ്രകാരം പാളയം മാർക്കറ്റിൽ, ഇങ്ങനൊരു യാമിനിയുടെ കൂടെ വന്നിറങ്ങി എന്നും ആ പെൺകുട്ടി എവിടെയോ അപ്രത്യക്ഷയായി എന്നുമൊക്കെ, കാലത്തിന്റെ ഒരു പോക്കേ എന്നു പറഞ്ഞ് ഒരു മീൻകാരി, മീൻ പൊതിയാൻ വച്ചിരുന്ന ഒരു പഴകിയ മഞ്ഞ തുണ്ട് വർത്തമാന പത്രത്തിൽ നിന്ന് തപ്പിത്തപ്പി വായിച്ച് ആകുലതപ്പെടുകയും കുറെപ്പേർ അതുകേട്ട് തീപോലെ പൊള്ളുന്ന നെടുവീർപ്പിടുകയും ചെയ്തു. പാളയം മാർക്കറ്റിലെത്തിയ ആരൊക്കെയോ ആ വാർത്താ കഷണത്തെ ഇട്ട് ചവച്ച് അരച്ച് ചോരത്തുള്ളികൾ ഇറ്റു വീഴുന്ന ഇറച്ചിക്കഷണങ്ങൾ വിലപേശി നടന്നു.

ദേശാഭിമാനി വാരിക

7
ഓമനേ....

ഓമനയ്ക്ക് സ്ഥിരപരിചിതമായ ചില സിഗരറ്റുകളുടെ അധിനിവേശ മദഗന്ധത്തെക്കാൾ ഇഷ്ടമായത് അയാളുടെ കറുത്തു തടിച്ച് കറ പിടിച്ച ചുണ്ടിൽ നിന്ന് ആലസ്യത്തിന്റെ ചുരുളഴിച്ച് മേൽപ്പോട്ടുയർന്ന ആ നാടൻ ബീഡി മണമായിരുന്നു. യൂഡിക്കോളോണും വിയർപ്പും ബീഡിയും ചേർന്ന ചങ്ങാത്തവും അടക്കം പറച്ചിലും അവൾ ആസ്വദിക്കുവാൻ തന്നെ തീരുമാനിച്ചു. എങ്കിലും കൊച്ചിയിലെ മുട്ടിമുട്ടിനിൽക്കുന്ന ഫ്ളാറ്റുകളും ഷിപ്പ് യാർഡിനുമുകളിലെ ദൂരകാഴ്ചകളും കണ്ടു മടുത്തതിന്റെ വിരസഭാവമുണ്ടായിരുന്നു ഓമനയക്ക്.

"നിങ്ങടെ നാടെവിടെ?"

ഓമന അയാളുടെ ചെവികൾ മേലോട്ട് പിടിച്ച് വലിച്ച് കൗതുകത്തോടെ ചോദിച്ചു.

പിന്നെ എനിക്കൊരു നിർബന്ധമുണ്ട്. അച്ചടി ഭാഷേല് സംസാരിക്കാനൊക്കെ അറിയാമെങ്കിലും കസ്റ്റമേഴ്സിനോട് നാടൻ ഭാഷ പറയാനാ ഇഷ്ടം

"നമ്മുടെ ജീവിതാല്ലേ നമ്മള് സംസാരിക്കണെ. അതങ്ങനെ അച്ചടിച്ച് കുറുക്കി വച്ചേക്കുവൊന്നുവല്ലല്ലോ. ജീവിതം പോണവഴിയേ നമ്മളും അങ്ങുപോകും".

അല്ല നിങ്ങളു നാടു പറഞ്ഞില്ല

"മാറ്റുപുഴയിലാണോ?"

"നിനക്കെന്തൊക്കെ അറ്യണം ആ അങ്ങനെ കര്തിക്കോ".

പൈസ കിട്ട്യാ പോരെ.

അയാൾ മമ്മൂട്ടി സ്റ്റൈലിൽ നരച്ച ബ്ലാക്ക് ജീൻസിന്റെ ഇരുപോക്കറ്റുകളിലും കൈകൾ തിരുകി നാക്ക് മേൽചുണ്ടിലേക്ക് ഉയർത്തി ശൃംഗരിച്ച് ഓമനയുടെ ശ്രദ്ധയെ വഴിതെറ്റിച്ചു.

അല്ലെങ്കി വേണ്ട നാട് നിങ്ങള് പറയണ്ട.

നിങ്ങക്ക് കാഫ്കയുടെയോ വാൻഗോഗിന്റെയോ ഷേപ്പുണ്ടന്ന് ഞാമ്പറഞ്ഞാൽ "വിരോധോണ്ടോ" ?

"വാട്ട്". അയാളുടെ ക്ഷമകെടാൻ തുടങ്ങിയിരുന്നു.

"എന്റെ ഷേപ്പ് വിലയിരുത്താനല്ല നിന്നേം കൊണ്ടീ ലോഡ്ജില് വന്നെ"

"ഓ അത് ശരി കാഫ്കേം വാൻഗോഗിനേം ഞാനിപ്പം എടുത്തിട്ടിട്ടാണോ ഈ കോപം.

പ്രിയപ്പെട്ട മാറ്റുപ്പുഴക്കാരാ"

"കാഫ്കയുടെ ചെവികൾ നോക്കി ഞാനെത്ര നേരം വേണേലും ഇരിക്കും

കൂർത്ത ആ ചെവികള് നമ്മള് നോക്കിയിരിക്കുമ്പം തന്നെ മുയൽ ചെവികളായി മാറും."

"നിങ്ങള് ദാ പിന്നേം ഞെട്ടുന്നു. കാഫ്ക ഒരു എഴുത്ത്കാരനാണന്നറിയാല്ലോ നിങ്ങക്ക്. ഇനി വാൻഗോഗ് ആരെന്നല്ലേ? അങ്ങേർക്കും ഒരു ചെവിപുരാണം ഉണ്ട്; കാമുകിക്ക് ചെവി മുറിച്ച് കൊടുത്തെന്നേ, ആ പുള്ളി ഒരു പടം വരക്കാരനായിരുന്നു എന്റെ മാഷേ". ഓമനയ്ക്ക് വയർ തികട്ടി. കണ്ണുകളിൽ ഒരു സൂര്യകാന്തി പൂപ്പാടം വിരിയുന്നുണ്ടോ എന്നവൾ സംശയിച്ചു.

"ഓ പേര് പറഞ്ഞില്ല ഇനീം".

ഓമന ഇടപാടുകാരന്റെ ഷർട്ടിൽ വിരൽകൊരുത്തു.

"നിങ്ങളെന്താ ഒന്നും പറയാത്തെ. അല്ലെങ്കി വേണ്ട ഞാമ്പറയാം.

ഞാൻ കോതമംഗലത്തുന്നാണ് വിചാരിച്ചോ. നിങ്ങളൊരു എഴുത്തുകാരനെന്ന് പറഞ്ഞാ ഞാൻ വിശ്വസിക്കൂല്ല.

അല്ലെങ്കിപിന്നെകാഫ്കേനേം വാൻഗോഗിനേം അറിയാതിരിക്കോ.

"ഓ മറന്നു. നിങ്ങക്ക് അനുഭവം വേണം എഴുതാൻ അല്ലേ. അപ്പ നമ്മക്ക് മാറ്റുപ്പുഴക്കാരനും കോതമംഗലംകാരീം ഇവിടെ കൊച്ചീല് ദേ കൊതുകു കടീംകൊണ്ട് പിന്നെ ദേ കൊറോണേ പിടിക്കോന്ന് പേടിച്ചും ഈ മുറീ ഇന്ന് കൊറെ മണിക്കൂറ് ചെലവഴിക്കാൻ പോകുവാ അല്ലേ" ?

"നമ്മക്ക് ഇന്ന് അറംമാദിക്കണം നിങ്ങക്ക് ഒരെഴുത്ത്കാരന്റെ ലുക്കൊന്നുമില്ലേലും എനിക്കിഷ്ടമായി. ഷേണായീസിന്റവ്ടെ ഞാൻ നിന്നപ്പം തന്നെയാ ഒരെഴുത്തുകാരന്റ കോളൊത്തൂന്നും പറഞ്ഞ് ആ എസ്സൽ കോളനീലെ ശോശാന്റീടെ വിളി വന്നെ". "നിങ്ങടെ

ഒച്ച എനിക്കിഷ്ടമായി. നമ്മടെ ബാലൻകേനായര്ടെ കാമരൂക്ഷത മുഴ്വോനും നിങ്ങടെ ഒച്ചക്ക് കിട്ടീട്ടൊണ്ട്-

ഓമന ജനാലയിലൂടെ കൊച്ചിയെ നോക്കി ചിരിക്കാൻ തുടങ്ങി.

എന്റെ ദൈവമേ ഇതൊരു വട്ട് കേസാന്ന് തോന്നുന്നല്ലോ എന്ന് മുരണ്ട് അയാൾ ഓമനയെ അടിമുടി നോക്കി.

കാഴ്ചയിൽ കുഴപ്പമില്ല-ആവശ്യത്തിന് തെളിച്ചമില്ലാത്ത അവളുടെ തേൻനിറം അയാളെ മത്തുപിടിപ്പിക്കാൻ തുടങ്ങിയിരുന്നു. എന്നാലും ഇവളെങ്ങനെയാ ഈ എഴുത്തുകാരുടെ പേരൊക്കെ പഠിച്ചെ.

ഇനി ഇവള് വല്ല എഴുത്തുകാരിയുമാണോ?

മൈഗോഡ്.

ആ നളിനി ജമീലയെപ്പോലെ ഇവളും ഇവളുടെ പുരുഷൻമാരെക്കുറിച്ച് എഴുതുന്ന കൂട്ടത്തിൽ എന്നെ കുറിച്ചെങ്ങാനും.

ദൈവമേ.

ഓമന എന്നൊരു എഴുത്തുകാരിയെ അയാൾ കേട്ടിരുന്നില്ല. ഇനി പേരുമാറ്റിയിട്ടുണ്ടാകമോ? ഒന്നും പറയാൻ പറ്റില്ല. ആരെയും വിശ്വസിക്കാൻ പറ്റാത്ത കാലമാണ്.

അയാൾ ജനാലഴികൾക്കിടയിലൂടെ വെയിൽ ആക്രാന്തത്തോടെ എത്തിനോക്കുന്നതു കണ്ടു. കുറച്ചടുത്തു തന്നെ താഴെയുള്ള റോഡിലൂടെ മുദ്രാവാക്യങ്ങൾ ബോധമില്ലാതെ നീങ്ങുന്നു. ഒരു താളവുമില്ലാതെ.

ഓമന അയാളെ സാകൂതം നോക്കിയിരുന്ന് അയാൾ ചിന്തിച്ചതെന്തെന്ന് മനസ്സിലാക്കിയ തരത്തിൽ ചിരിച്ച് താളത്തിൽ തലയാട്ടുന്നുണ്ടായിരുന്നു. "സത്യം പറ മാറ്റുപുഴക്കാരാ. നിങ്ങക്കെന്താ വേണ്ടെ. എന്നെ കണ്ടോണ്ടിരുന്നാൽ മത്യോ"?

"അതോ എന്റെ അനുഭവങ്ങള് കേക്കണോ അതോ എന്നെ അനുഭവിച്ച് അനുഭവകഥയാക്കണോ"

"അതോ രണ്ടാൾക്കും ചേർന്നിരുന്ന് മദ്യമൊക്കെ സേവിച്ച് നിങ്ങള് എഴുതാൻ പോണ സൃഷ്ടിയെക്കുറിച്ച് എന്നോട് സംസാരിക്കണോ".

"ദൈവമേ നീ മദ്യപിക്കുകേം ചെയ്യുവോ?" അയാൾ ഓമനയുടെ തേൻകഴുത്തിൽ ബലമായി പിടിച്ച ചുണ്ട് ചേർത്ത് ചോദിച്ചു.

"നിങ്ങളെന്തിനാ ഇപ്പളീ ദൈവത്തെ വിളിക്കണെ അങ്ങനെ തോന്നുമ്പോഴൊക്കെ വിളിച്ചോണ്ടിരുന്നാൽ പുള്ളിക്കാരൻ കേക്കു

വൊന്നുമില്ല.

ഓ അങ്ങനെങ്കിൽ എന്റെയൊക്കെ വിളി എന്നെ കേട്ടേനെ. ഓമന ഉറക്കെ ചിരിച്ചു.

ഇനി കേട്ടോ. മദ്യപിക്കുവോന്നോ. ഞാനെന്നേ അത് ചെയ്തിരുന്നു. ഇപ്പോഴില്ലാട്ടോ. ചെർതിലേ വീട്ടില് കഴിക്കാനൊന്നും ഇല്ലാതെ വരുമ്പം ചെത്തുകാരൻ വാസ്വേട്ടൻ എനിക്ക് പനങ്കള്ള് തരുവാരുന്നു. കട്ടുറുമ്പും ഈയംപാറ്റയും ഈച്ചയും അട്ടയുമൊക്കെ ചത്തും ചാവാതെയും മലച്ചു കിടക്കുന്നത് ദേ ഇങ്ങനെ വിരലുകൾകൊണ്ട് തട്ടിമാറ്റി വാസ്വേട്ടൻ തരുമ്പം വയറുനിറയുന്ന വരെ ഞാൻ മോന്തീട്ടുണ്ട് കള്ള്. നല്ല നാടൻ കള്ള്."

അയാളുടെ നെറ്റിയിൽ അറപ്പിന്റെ ചിഹ്നങ്ങൾ വരകളിട്ടു.

"വെശക്കുമ്പം എന്തറപ്പും വൃത്തീം". ഓമന അയാളുടെ നെറ്റിയിൽ വിരലമർത്തി ചോദിച്ചു.

"വാസ്വേട്ടൻ ആരാന്നെല്ലേ നിങ്ങളിപ്പം ആലോചിക്കണെ. ഒരു പാവം ചെത്തുകാരൻ.

"അങ്ങേര് എന്നെ ഒന്നും ചെയ്യൂല്ലായിരുന്നു. അങ്ങേർക്ക് ഞാൻ പാവങ്ങടെ കഥ പറഞ്ഞുകൊടുത്താൽ മത്യാരുന്നു. പാവങ്ങളെന്ന് വച്ചാ നമ്മുടെ വിക്ടർ ഹൂഗോയുടെ നോവൽ.

വിക്ടർ ഹൂഗോയുടെ താടി എനിക്കിഷ്ടാരുന്നു. നിങ്ങള് ഡെസ്റ്റോയ്വ്സ്കിയെ വായിച്ചിട്ടില്ലേ ? കോമ്പിള്ളിക്കാരുടെ റബ്ബറും തോട്ടത്തികൂടെ നടന്നും ഇരുന്നുമൊക്കെ ഞാൻ ഡെസ്റ്റോയ്വ്കിയെ കണ്ടിട്ടുണ്ട്. സംസാരിച്ചിട്ടുണ്ട്.

"ഭൂതാവിഷ്ടര് വായിച്ച് റബ്ബർതോട്ടത്തിൽ കമിഴ്ന്ന് കെടന്ന് ഞാനൊറങ്ങി പോയിട്ടൊണ്ട്. ചൂത് കളിക്കണെ ഡെസ്റ്റോയ്വ്സ്കിയെ ഞാൻ നോക്കിയിരുന്ന് ഒടുവിൽ എന്നെ ചൂത്കളിക്ക് ക്ഷണിച്ച് ഞങ്ങള് രണ്ടാളും കൂടി ചൂതും കളിച്ചിട്ടുണ്ട്.

"ഇതൊക്കെ വാസ്വേട്ടൻ പനേലിരുന്നു പനങ്കൊല കൊത്തിയൊരുക്കുമ്പം ഞാനുച്ചത്തിൽ പറയും.

പിന്നെ വാസ്വേട്ടന് സാംബശിവന്റെ അന്നാകരിനീന എന്ന കഥാപ്രസംഗത്തിലെ പാട്ടൊക്കെ കാണാപാഠാ. ഞാങ്കഥ പറേം.

വാസ്വേട്ടൻ പനേലിരുന്ന് പാടും. ബാർട്ടർ സിസ്റ്റന്നല്ലേ എഴുത്തുകാരാ അതിന് പറേണെ. അങ്ങോട്ട് കഥ ഇങ്ങോട്ട് പാട്ട്. എന്റെ കഥപറച്ചിലിന്റെ കൂലിയായിരുന്നു കള്ള് ദാഹമൊക്കെ മാറി ഒരു ഷാറും കിട്ടും.

"ഇനി ഈ പുസ്തകോക്കെ പട്ടിണിക്കാരിയായിരുന്ന എനിക്ക്

എവിടന്നാരുന്നുന്നല്ലേ നിങ്ങള് ചിന്തിക്കണെ. ഞങ്ങടെ നാട്ടിലൊരു ഗ്രാമബോധിനി വായനശാലേണ്ടാരുന്നു."

അവ്ടത്തെ പുസ്തകം സൂക്ഷിപ്പുകാരന് എന്നെ പ്രാണനാരുന്നു. പരസ്പരം മിണ്ടീം പറഞ്ഞുമിരിക്കുന്ന ബഷീറിന്റേം പൊറ്റക്കാട്ടിന്റേം തകഴീടേമൊക്കെ എടേകൂടി പുസ്തകം. തെരഞ്ഞു നടക്കുമ്പം അയാളെന്നോട് ഉമ്മ ചോദിക്കും."

"ഉമ്മ മാത്രം മതികോട്ടോ"

അന്ന് ഞാനീ പണിലേക്കൊന്നും വന്നിട്ടില്ലായിരുന്നു. വായിച്ച് വായിച്ച് സൊർഗ്ഗം പോലത്തെ സ്ഥലങ്ങള് സ്വൊപ്നം കാണല് മാത്രാരുന്നു എന്റെ ജോലി- തിന്നാനും കുടിക്കാനുമില്ലേലും ഞാൻ അങ്ങനങ്ങ് പാറിനടക്കണ കാലം സൊപ്നങ്ങള് പത്തായം കണക്കിന് മനസില് നെറഞ്ഞുകിടക്കണ കാലം. ഒരിക്കൽ പോലും ഉമ്മകൊടുത്തില്ലേലും ഗ്രാമബോധിനി വായനശാല ആരൊക്കെയോ തീയിട്ടു കത്തിച്ചപ്പോൾ പാതിവെന്ത പുസ്തകങ്ങളൊക്കെ അയാളെനിക്കു തന്നു ഫ്രീയായി"

"ഒരു സത്യം പറഞ്ഞാ നിങ്ങള് വിശ്വസിക്കുവോന്നറീല്ല. ആ പുസ്തകങ്ങക്കൊക്കെ കത്തിക്കരിഞ്ഞ മനുഷ്യരുടെ ഗന്ധമാരുന്നു. അവയൊക്കെ ചെവിയോട് ചേർത്ത് വച്ചാൽ ഏങ്ങലടീടേം പതം പറച്ചലിന്റേം ഒച്ച കേക്കാരുന്നു. എന്നുവച്ചാ മനുഷ്യമ്മാരല്ലേന്നേ അതിലെ കഥാപാത്രങ്ങളൊക്കെ. ആ പുസ്തകം സൂക്ഷിപ്പുകാരനെ നക്സലാറ്റെന്നും പറഞ്ഞ് പോലീസ് പിടിച്ചോണ്ടും പോയി. ചത്തെന്നും ജീവനോടുണ്ടെന്നുമൊക്കെ ആള്ളോള് പറേന്നുണ്ട്. ആർക്കറിയാം അയാക്കടെ പടം പത്രത്താളിൽ വന്നപ്പോ ഒരുമ്മ അയാൾക്ക് കടമുണ്ടല്ലോന്നോർത്ത് പത്രത്താളിൽ ചുരുങ്ങിപോയ അയാക്കടെ തിരുനെറ്റി നോക്കി ഞാനൊരുമ്മ കൊടുത്തു."

"ഉമ്മ കൊടുത്ത ആ പത്രത്താള് അന്ന് നനഞ്ഞ് കീറിപ്പോയി. എന്റെ ഇപ്പളത്തെ അവിശുദ്ധ ഉമ്മ അയാക്ക് വേണ്ടാന്നാകും അതിന്റെ അർത്ഥം."

"പറഞ്ഞു പറഞ്ഞു കാടുകേറി അല്ലേ."

'ഓ നിങ്ങക്ക് വേണ്ടത് അനുഭവല്ലേ."

മാറ്റുപുഴക്കാരൻ ഇനീം പേര് പറഞ്ഞില്ലാ. നിങ്ങളെഴുതുമ്പോ എങ്ങനെയാ പേരുവയ്ക്കുന്നത്.

"നീ അതൊന്നും അറിയണ്ട എന്റെ ഓമനേ... നീ വല്യ വായനക്കാരിയായ കഥയൊക്കെ എന്തിനാ ഇവ്ടെ വെളമ്പണെ. നീയ

ങ്ങനെ എന്നെ കടത്തിവെട്ടോന്നും വേണ്ട,

എനിക്കെത്ര അവാർഡാ കിട്ടിയേക്കണേന്ന് നെനക്കറിയ്യോ ?"

"അല്ലെങ്കി വേണ്ട നിന്നോടെന്തിനാ അതൊക്കെ."

അയാൾ ഓമനക്കു മുന്നിൽ നിന്ന് നരച്ച ജീൻസൂരി. വയലറ്റിൽ വെള്ള വരകളുള്ള ത്രീഫോർത്ത് എടുത്തിട്ടു. ഷർട്ടിന്റെ കുടുക്കുകൾ ക്ഷമയില്ലാതെ അയാൾ തന്നെ അഴിച്ചെടുത്തു മാറ്റി,

ആകെ നരച്ച് ഒട്ടിയ ആ നെഞ്ചിൻ കൂട് കണ്ട് അവളുടെ കണ്ണുകളിലേക്ക് സഹതാപമിറ്റുവീണു. കഴുത്തിലെ രുദ്രാക്ഷ മണികൾ ഉരുട്ടി അയാൾ കാമമന്ത്രം ഉരുക്കഴിക്കുവാൻ തുടങ്ങി.

"ഓമനേ... അയാൾ ശബ്ദമില്ലാതെ നോട്ടം കൊണ്ട് അവളെ വിളിച്ചു. ശബ്ദമില്ലായ്മയിൽ അയാളിൽ നിന്ന് കിതപ്പുമാത്രം പൊന്തി. പിന്നെയത് ചുമയായി മാറിയപ്പോൾ അവൾ ഞെട്ടിയുണർന്ന് വഴുതിമാറി.

അയ്യോ ഒരു കാര്യം ചോദിക്കാൻ മറന്നു. നിങ്ങക്ക് പെണ്ണും പെടക്കോഴീമൊക്കെയുണ്ടോ. അവൾ നിങ്ങളെഴുതുന്നതൊക്കെ വായിക്കുമോ. അതോ തനി അടുക്കളമുത്തിയാണോ . തേഞ്ഞു തീരുന്ന പാത്രമെന്ന കവി വാക്യമോർത്ത് നിങ്ങളവളോട് സഹതപിക്കാറുണ്ടോ ? അവളുടെ രതി ബാക്കിയാകുന്ന വിയർപ്പുഗന്ധം ഓർത്തെടുക്കാനാകുന്നുണ്ടോ നിങ്ങക്ക്.

അതുകേട്ടതും അയാൾക്കു ചുമച്ചു ചുമച്ചു ശ്വാസം മുട്ടി. കണ്ണുകളിൽ നിന്ന് കോപം ഉരുകിയതുപോലെ ആവിയുയർന്നു.

അയാൾ ഒച്ച വെച്ചു.

നീ വന്ന കാര്യം നടത്തി വേഗം പോകാൻ നോക്ക് കോപ്പേ... നിന്നോട് കിന്നരിക്കാനല്ലാ ഇങ്ങോട്ട് വിളിപ്പിച്ചത്.

അയാൾ ചൂടുപിടിച്ച ദോശകല്ലു പോലെ പൊള്ളാൻ തുടങ്ങിയിരുന്നു.

പല്ലുകടിച്ച് ചുണ്ടുവക്രിച്ച് അവളെ ഞെരിക്കാൻ തുടങ്ങുകയും മൈലാഞ്ചിയെണ്ണയുടെ മണം പുരണ്ട സ്പ്രിംഗ് മുടി ബലത്തിൽ പിടിച്ചു വലിക്കാനും തുടങ്ങിയപ്പോഴായിരുന്നു ഓമനയുടെ മൊബൈൽ ശബ്ദിച്ചത്. മൊബൈൽ സ്പീക്കറിന്റെ ഉയർന്ന വിതാനത്തിൽ റിംഗ് ടോൺ ആ മുറിയുടെ നാലതിരുകൾക്കുള്ളിൽ അലമുറയിട്ടു.

പിന്നാലെ മൃദുവായ ഒരു വിളി. ഓമനേ എന്ന വിളി. മകൾ ഓമന എന്നു തന്നെയാണ് അമ്മയെ വിളിക്കുന്നത്. ഓമനക്കാ വിളി ഇഷ്ടവുമായിരുന്നു. ആ വിളി ഒരിക്കലും തടസ്സപ്പെടുത്തിയി

രുന്നുമില്ല.

ഒരായിരം ഓമന വിളികൾക്കുള്ളിൽ ഒരമ്മയെ അവൾ അതീവ സൂക്ഷ്മമായി പൊതിഞ്ഞുവച്ചിട്ടുണ്ടെന്ന് ഓമനക്കറിയാമായിരുന്നു.

"ഓ നശിപ്പിച്ചു". എഴുത്തുകാരൻ ഉറഞ്ഞു തുള്ളി. "നിന്റെയൊക്കെ അടുത്ത് അനുഭവം തേടിവന്ന എന്നെ പറഞ്ഞാൽ മതയില്ലോ."

അയാൾ നഗ്നനായി തന്നെ മുറിയ്ക്കുള്ളിൽ ഓടി നടന്നു- ഇടയ്ക്കെപ്പോഴോ ടീപ്പോയിൽ ഇരുന്ന മദ്യകുപ്പി തട്ടിമറിഞ്ഞ് ചുവപ്പും വെള്ളയിലുമുള്ള രൂപങ്ങൾ ഇണചേർന്നു കിടക്കുന്ന ഗ്രാനൈറ്റ് കള്ളികളിലാകെ ഒഴുകിപരന്നു.

മദ്യത്തിന്റെ മണമേറ്റ് എഴുത്തുകാരൻ തറയിൽ ചുരുണ്ടുകിടന്നു മുരണ്ടു.

നീ കൊറെ വായിച്ചിട്ടുണ്ടെന്നൊക്കെ അറിയാം. പിന്നെങ്ങനെ നീ ഇങ്ങനായി.

നീ പറഞ്ഞതൊന്നും സത്യാല്ല. നീ തനി തരികിടയാ. നീ കോതമംഗലംകാരീയല്ല കൂതമംഗലം കാരീമല്ല. നിനക്ക് ഓമനാന്നുള്ള പേരും ചേരില്ല''. അയാൾ മുറിയിലാകെ ഓടി നടന്നു ബഹളം വച്ചു.

"ഞാൻ നല്ല മൂഡില് വന്നപ്പോഴേക്കും ഭാര്യടേം കുടുംബത്തിന്റേം കൊളക്കോഴീടെമൊക്കെ കാര്യം തെരക്കി. എല്ലാം കൊളാക്കി നീ നല്ല ഒരുത്തിയില്ല. തൊഴിലിൽ ആത്മാർത്ഥത പുലർത്താത്തവൾ നിന്നെപ്പോലെ എത്രപേരെ എനിക്കറിയാന്നറിയോ നെനക്ക്.

പുഷ്പ, ആനന്ദവല്ലി, അംബിക നാവുകുഴച്ചിലിനിടയിലും അയാൾ അവളന്നേവരെ കേട്ടിട്ടില്ലാത്ത തെറിവാക്കുകൾ അവൾക്കു മേൽ രേതസുപോൽ തെറിപ്പിച്ചു. അയാൾ മുറുകുന്തോറും അവൾ അയഞ്ഞു.

നിങ്ങൾ വെറുതെ സമയം കളഞ്ഞു.

"സോറി എഴുത്തുകാരാ."

'ഒരാളെ അത്യാവശ്യമായി കാണേണ്ടതുണ്ട്. വളഞ്ഞമ്പലത്തെ റോഡരികിൽ അയാളുണ്ട്. എന്റെ ഭർത്താവ്. കൂടെ മോളും."

"ഞങ്ങക്കൊരിടം വരെ പോകാനുണ്ട്".

"ഇതൊക്കെ എഴുതുവാണെങ്കിൽ നിങ്ങള് എന്റെ ഭർത്താവിനേം കുഞ്ഞിനേമൊന്നും എഴുത്തിന്റെ ക്ലൈമാക്സിൽ രോഗിയാക്കല്ല്.

സാധാരണ അങ്ങനെയാണല്ലോ?"

നിങ്ങക്കിനിയും പേര് പറയാൻ ഉദ്ദേശമില്ല അല്ലേ. ഓമന

മദ്യത്തിനുമേൽ ചവിട്ടാതെ, തെന്നിവീഴാതെ ശ്രദ്ധിച്ചു നടക്കാൻ തുടങ്ങി വാതിലിനടുത്തേക്ക്.

"ഞങ്ങളെ പോലുള്ളവരുടെ നിസ്സഹായതയെ കുറിച്ച് സക്കറിയയും മാധവിക്കുട്ടീമൊക്കെ കഥകളെഴുതീട്ടുണ്ട്. വായിച്ച് നോക്കു നിങ്ങൾ".

അവളുടെ ഫോണിൽ വീണ്ടും വിളികൾ വന്നു മുട്ടിനിന്നു.

ഓമനേ"... പതിവിലും മൃദുത്വമേറിയ ആവിളി ഭർത്താവിന്റേതായിരുന്നു. തൊട്ടു പിന്നാലെ വന്ന ഓമന വിളി അവളുടെ പ്രാണനെ വലിച്ചുപിടിക്കുന്ന തരത്തിൽ മകളുടേതും.

ദേശാഭിമാനി വാരിക

8
അന്നംകുഞ്ഞ് രണ്ടാമൾ

ജലക്രീഡയിലെന്നതുപോലെയാണ് അന്നം കുഞ്ഞിന്റെ നഗ്നശരീരം പച്ചജലത്തിൽ മലർന്നു കിടന്നത്. ഒരു വലിയ മത്സ്യം ആകാശം നോക്കി സ്വപ്നം കണ്ട് കിടക്കുന്നുവെന്ന് ചിലരൊക്കെ ഉപമിച്ചു. നഗ്നമായ നാഭിച്ചുഴിയിലാകെ എണ്ണയുടെ രക്തച്ഛവി പുരണ്ട പത കുമിഞ്ഞ് തുറന്ന കണ്ണുകളിലെ പഴകിയ ആലസ്യം പായൽ ചെടികളാൽ മറച്ച് അങ്ങിനെ കിടന്നു. നീളൻ തലമുടിയിഴകൾ നാഗക്കുഞ്ഞുങ്ങളെപോലെ അന്നം കുഞ്ഞിന്റെ മുഖത്തിനു ചുറ്റും കാവൽ കിടന്നു. പാറക്കൂട്ടങ്ങൾക്കിടയിൽ ഓലിക്കാഴ്ചകൾ കണ്ടു നിന്ന് നാട്ടുകാർ പലതും പറഞ്ഞു.

"കൊന്നതാ"

'അല്ലല്ലാ മരിക്കുന്ന് അവൾ ആരൊടൊക്കെയൊ പറഞ്ഞെന്നെ.'

പിന്നേ സ്വയം ചാകാൻ അവൾക്കങ്ങനെ ധൈര്യോന്നുമില്ലാരുന്നു"

ഇതാർക്കോ കൈയബദ്ധം പറ്റീതാ. ഉറപ്പാ- അല്ലെങ്കി അവള് കാൽവഴുതി വീണുകാണും.

തെറികളും കൂക്കി വിളികളും സഹതാപവാക്കുകളും ചേർന്നങ്ങിനെ എടുത്തുയർത്തിയ ആ ശവം പലരുടേയും ഓർമ്മകളുടെ മഞ്ചത്തിൽ കുറച്ചുനാളൊക്കെ അങ്ങിനെ കിടന്നു.

ഈ മരിച്ച അന്നംകുഞ്ഞിന്റെ പേര് കടംകൊണ്ട് അന്നംകുഞ്ഞ് രണ്ടാമളായി തീർന്നു നമ്മുടെ സാറാ റീത്താ ഏലിയാസ് എന്ന തെങ്ങുമ്പിള്ളീലെ കൊച്ച്.

അന്നം കുഞ്ഞ് രണ്ടാമൾ. (ഭാഷാ പണ്ഡിതന്മാർ ക്ഷമിക്കുകയോ ക്ഷമിക്കാതിരിക്കുകയോ ചെയ്യുക) അങ്ങിനെയാണ് അവൾ അവൾക്കിട്ടിരിക്കുന്ന പുതുപ്പേര്. ചരിത്രപുരുഷൻമാരൊക്കെ പേരിന്റെ കൂടെ ഒന്നാമൻ, രണ്ടാമൻ എന്നൊക്കെ ചേർക്കുന്നില്ലേ.

പിന്നെന്തു കൊണ്ട് തനിക്ക് പേരിന്റെ കൂടെ രണ്ടാമൻ എന്ന പുല്ലിംഗ പ്രയോഗത്തിന് വിപരീതമായി രണ്ടാമൾ എന്നു ചേർത്തുകൂടാ എന്ന് അന്നംകുഞ്ഞ് അമ്മച്ചിയോട് സ്ഥിരമായി തർക്കിച്ച് ചെറുത്തുനിന്നു. അവളങ്ങിനെയാണ് നിലവിലുള്ള വ്യവസ്ഥകളെ വെല്ലുവിളിക്കുന്നത് ഒരു ഹരമല്ലേ എന്നാണ് പെണ്ണിന്റെ ചോദ്യം.

അപ്പോൾ സ്വാഭാവികമായും അന്നംകുഞ്ഞ് ഒന്നാമൾ ഒരു രഹസ്യാതമ്ക ബിംബമായി കഥയിൽ കിടക്കട്ടെ. ഒന്നാമൾ രംഗപ്രവേശം ചെയ്യുമ്പോൾ കൃത്യമായ അടയാളപ്പെടുത്തലുകൾ ഉണ്ടാകും. അന്നംകുഞ്ഞ് രണ്ടാമൾ തൽക്കാലം അന്നംകുഞ്ഞ് മാത്രമായിട്ടായിരിക്കും കഥയിൽ നിറയുക.

ഞങ്ങളുടെ കരേലെ ഏറ്റവും വലിയ മീമ്പിടുത്തക്കാരിയായിരുന്നു അന്നംകുഞ്ഞ് രണ്ടാമൾ. നാട്ടിലുള്ള സകല കൊള്ളോം ആകപ്പാടെയുള്ള ഒരു പുഴയും പൊഴേന്ന് വെട്ടി ചാലുകീറിയിട്ടുള്ള സകലമാനതോടുകളും അവൾക്ക് സ്ഥിരപരിചിതമായിരുന്നുവെങ്കിലും പച്ചനിറത്തിൽ ജലം തളംകെട്ടിക്കിടക്കുന്ന ചെറിയ വാവട്ടമുള്ള ആകാശത്താൽ മൂടിയ ഓലിയായിരുന്നു ഒരു മീമ്പിടുത്തക്കാരിയെന്ന നിലയിൽ അന്നംകുഞ്ഞിന്റെ ഇഷ്ട ഇടം.

മീനുകൾ ചൂണ്ടകണ്ട് നെട്ടോട്ടമോടുകയും ഇടവേളകളിൽ ഇണചേർന്ന് രസിച്ച് മദിക്കുകയും ചെയ്യുന്ന ഒരിടം. മത്സ്യപ്രണയം വർഷിക്കുന്ന ഒരിടം.

മരുതനാകുന്നേക്കാരുടെ ഉരുളൻ പാറക്കൂട്ടങ്ങൾക്കിടയിലെ ഓലിത്തണുപ്പ് കൂടെകൂടി അന്നംകുഞ്ഞ് ഉറങ്ങുന്നതുവരെ അവൾക്കൊപ്പം ഒന്നിച്ചു കിടക്കും.

ചെമ്പുപാത്രത്തിന്റെ അടിയിൽ തീ കൂട്ടിയിട്ടാൽ വെള്ളം തിളയ്ക്കുന്നതുപോലെ ചില ഉച്ചനേരങ്ങളിൽ ഓലിയിലെ വെള്ളം പൊള്ളൽ ചൂടോടെ മുകളിലെ ആകാശം നോക്കി ഒരൊറ്റ കിടപ്പാണ്. വെള്ളത്തിലേക്ക് നോക്കുന്നവരെല്ലാം സുന്ദരീസുന്ദരന്മാരായി തപിച്ച് ഓളം വെട്ടിക്കിടക്കും. മറ്റു ചിലപ്പോൾ ചുറ്റും വേനൽ ഉരുകിയിറങ്ങുമ്പോൾ ഓലിയിലെ വെള്ളംമാത്രം ഐസിട്ട മീൻതണുപ്പോടെ ഉച്ചയ്ക്ക് നിലാവ് കണ്ടിട്ടെന്ന പോലെ ആഹ്ലാദിച്ച് അലയിളക്കും. അപ്പോഴൊക്കെ ഓലിയിലെ മീനുകളും കണ്ണുകൾ തുറന്നുവച്ച് ചെകിളപ്പൂക്കൾക്കിടയിലൂടെ കുനുകുനുങ്ങനെയുള്ള ശ്വാസത്തെ പെരുപ്പിച്ചവിട്ട് ഉന്മത്ത നൃത്തം ചെയ്യും.

ഈ അതിശയപരിസരത്തെ മായക്കാഴ്ചകൾ കഥകളാക്കി മീൻകൊരുമ്പലുകളെന്നപോലെ ഞങ്ങളുടെ മുമ്പിൽ ഉയർത്തിക്കാ

ണിച്ച് ജീവിതക്കൊളുത്തിൽ അങ്ങനെ കൊരുത്തിട്ടു കൊണ്ടേയിരുന്നു തെങ്ങുംമ്പിള്ളീലെ ഈ അന്നംകുഞ്ഞ്. അവളുടെ അത്ഭുത കഥകളിൽ ദൈവങ്ങളൊന്നുമില്ലായിരുന്നു എന്നത് ഞങ്ങളെ പരിഭ്രാന്തരാക്കിയിരുന്നു.

ദൈവങ്ങളില്ലാതെ എങ്ങനെ? ചിലരൊക്കെ മുറുമുറുത്തു. മനുഷ്യർമാത്രം തിങ്ങിനിറഞ്ഞ കഥകൾ എത്ര വിരസങ്ങളായിരിക്കുമെന്നവർ ചിന്തിച്ചു. ഈ ദൈവങ്ങളേക്കാൾ മിടുക്കുള്ളവർ മനുഷ്യരാണെന്നാണ് അന്നംകുഞ്ഞിന്റെ ഒരിത്. ദൈവങ്ങൾക്ക് കള്ളത്തരമില്ലെന്നാണ് അവളുടെ പുതിയ വിധിയെഴുത്ത്. അവളത് പല മീനുകളോടും ഞങ്ങളോടും പറഞ്ഞിട്ടുമുണ്ട്. ഇത്തിരി കള്ളത്തരമൊന്നുമില്ലാത്ത ജീവിതം അറുബോറായിരിക്കുമെന്നാണ് അന്നംകുഞ്ഞിന്റെ തിയറി. പക്ഷേ തെങ്ങുമ്പിള്ളിയിലെ അച്ചാച്ചന്മാരുടെ അത്രേം കള്ളത്തരങ്ങൾ വേണ്ടാന്നും അവൾക്ക് പക്ഷമുണ്ട്. അടീം ഇടീം കൊലേം വെട്ടിപ്പിടുത്തോം പെണ്ണുപിടുത്തോം. ഓ... അച്ചാച്ചന്മാരെപ്പറ്റിയുള്ള അത്തരം കഥകളൊക്കെ കേട്ട് അവൾക്ക് ശ്വാസം മുട്ടാറുണ്ട്. അച്ചാച്ചന്മാരോടുള്ള ദേഷ്യംമുഴുവൻ അവൾ അമ്മച്ചിയോടാണ് തീർക്കുന്നത്.

"അമ്മച്ചീടെ ആങ്ങളമാരെ മനുഷ്യേരു തന്നെ ഒരു ദിവസം നരകത്തീയിലേക്കു തള്ളിയിടും. അവരെ തേളുകളും പഴുതാരകളും വിഷപ്പാമ്പുകളും കടിച്ചുപറിക്കും. നോക്കിക്കോ"...

അതിനുള്ള മറുപടിയൊന്നും പറയാൻ അമ്മച്ചി റീത്താമ്മ മെനക്കെടാറില്ല. മകൾ മീമ്പിടുത്തക്കാരിയായതാണ് റീത്താമ്മയുടെ പ്രധാനപ്രശ്നം. ഏറ്റവും വലിയ ദുഃഖവും.

അന്നംകുഞ്ഞിന് മീമ്പിടുത്തത്തിനുള്ള വാസന അവളുടെ അപ്പച്ചൻ ഏലിയാസിൽ നിന്ന് കിട്ടീതാണെന്നാ റീത്താമ്മേടെ സ്ഥിരം പല്ലവി.

റീത്താമ്മയ്ക്ക് സംസാരത്തിന് ഒരു കൂട്ട് കിട്ടിയാ മതി. പിന്നെ നിർത്താതങ്ങു സംസാരിച്ചോളും. അന്നംകുഞ്ഞിന്റെ ഭാഷേല് പറഞ്ഞാ നട്ടതും മൊളച്ചതുമൊക്കെ പൊങ്ങച്ചോം ചേർത്തങ്ങ് വിളമ്പും. കേൾവിക്കാർക്ക് അപ്പോൾ ഒരു സംശയം സ്വാഭാവികമായും ഉണ്ടാകും.അന്നംകുഞ്ഞ് ഒന്നാമൾ എവിടെയാണ് ഇടം പിടിച്ചിട്ടുള്ളത്? തീർച്ചയായും ഒന്നാമൾ തന്നെ പ്രധാനി. ആ മുൻഗാമി കഥയിലേക്ക് വരികതന്നെ ചെയ്യും. കാത്തിരിക്കുക.

ഞങ്ങള് തെങ്ങുമ്പിള്ളിലെ അച്ചാച്ചന്മാർക്ക് മീമ്പിടുത്തോന്നും വശമില്ലപ്പാ എന്ന് ഏതാണ്ട് വല്യ അഭിമാനായിട്ടാ റീത്താമ്മ പറ

യാറുള്ളത്.

"ഞങ്ങടെ മുൻതലമുറക്കാര് നമ്പൂതിരിമാരായിരുന്നത്രേ."

"എറച്ചീം മീമ്പോന്നും വീട്ടിലേക്ക് കേറ്റത്തില്ലാരുന്നു."

"പിന്നെ കാട്ടില് പോകുമ്പം അച്ചാച്ചന്മാര് വെടിയിറച്ചീം കൂട്ടി മദ്യം സേവിക്കൂന്ന് ഞങ്ങടെ ശത്രുപക്ഷക്കാര് ഒരപഖ്യാതി പറഞ്ഞ് പരത്തുന്നുണ്ട്".

"അതിന് അച്ചാച്ചന്മാര് കണക്കിന് മറുപടീം കൊടുക്കാറുണ്ട്.

ഇപ്പളും അവ്ടത്തെ പള്ളീപ്പെരുന്നാളിന്റേം അമ്പലത്തിലേ മൊക്കെ പ്രദക്ഷിണത്തിന് ഞങ്ങടെ കുടുംബത്തിലെ ഒരാൺതരി യെയാ മുന്നിൽ നിർത്തണെ.

"ഈ പെണ്ണുമാത്രം ഇങ്ങനെ തലതെറിച്ചു പോയി. കണ്ട ആമ്പി ള്ളേരുടെ കൂടെ മീനും പിടിച്ചോണ്ട് നടക്കണു."

"എന്നാ ചെയ്യാനാ ഏലിയാസിനെ പറഞ്ഞാമതി.

അന്നംകുഞ്ഞ് ആ നേരം മീമ്പിടുത്തത്തിനുള്ള ഒരുക്കങ്ങളൊക്കെ സെറ്റ് ചെയ്യുവായിരുന്നു.

****

സ്കൂളീന്ന് വന്നവഴിയേ ബാഗും വലിച്ചെറിഞ്ഞ് മെറൂൺകളർ മിഡിയും വെള്ളടോപ്പും സാനിറ്ററി പാഡും മാറ്റി അവൾ ഒരു നീളൻ പാവാട ഉടുത്ത് ആണുങ്ങൾ കൈലിമടക്കി കുത്തണപോല മടക്കി കുത്തി തിരുകിവെച്ചു. പുറകിൽ ഹുക്കുള്ള നീളൻ ബ്ലൗസും തല യിലൊരു തൊപ്പിയും ധരിച്ചു. മീമ്പിടുത്തത്തിന് മാത്രമുള്ളതാ പാവാടേം ബ്ലൗസും. തലേന്ന് അവൾ നെറ്റിൽ കണ്ട ഇംഗ്ലീഷ് സിനി മേലെ മീമ്പിടുത്തക്കാരൻ വയസ്സൻ സായിപ്പും കാമുകി മദാമ്മേം തലയിൽ തൊപ്പി വച്ചു കണ്ടതാണ് തൊപ്പി ധരിക്കാൻ അവൾക്ക് പ്രചോദനമായത്.

അവൾക്ക് മീമ്പിടുത്തത്തിന് ചൂണ്ടയും ഞാഞ്ഞൂല്ലുമൊന്നും വേണ്ട. ഇരയെ കാണിച്ച് മീനുകളെ പ്രലോഭിപ്പിക്കുന്നതിൽ ഒരു രസോമില്ല. മീനുകൾ സ്നേഹത്തോടെ ആകാശത്തോളമുള്ള വിശ്വാ സത്തോടെ കൂടെ കൂടണം. അതിന്റെ ത്രിൽ ഒന്നുവേറെ തന്നെ. അക്കാര്യം അന്നംകുഞ്ഞ് മീനുകളോട് തന്നെ പറഞ്ഞിട്ടുമുണ്ട്.

വെള്ളത്തിലോട്ട് അങ്ങിറങ്ങണം. ഒറ്റയിരുപ്പ് ഇരിക്കണം. മീനുകളെ മാത്രം ധ്യാനിച്ച്. പിന്നെ പൊങ്ങിവരണെ നല്ല പെട യ്ക്കണ മീനുമായിട്ടാ.

മീന്റെ കണ്ണലേക്കൊരു നോട്ടമുണ്ട് നമ്മുടെ അന്നംകുഞ്ഞ്. ലോക ത്തൊള്ള സകലസ്നേഹോം അവക്കടെ കണ്ണീന്ന് മീനേലോട്ട്

ഒഴ്കും. പിന്നെ ഈ പിടിക്കണ മീനെയൊന്നും കൊല്ലാനും തിന്നാനുമൊന്നും അന്നംകുഞ്ഞിനൊട്ട് താൽപ്പര്യോം ഇല്ല. മീൻവളർത്തലാ അവളുടെ പ്രധാന ഹോബി. വീട്ടിലെ ചെടിക്കൂട്ടങ്ങൾക്കിടയിൽ അവൾക്കൊരു കുളമുണ്ട്. പച്ചപ്പായലിന്റെ തണുപ്പേറ്റ് വിരുന്ന് പാർക്കാൻ എത്തുന്ന കുറേയെറെ ജല ജീവികളുടെ അതിഥികേന്ദ്രം. അപ്പച്ചനും അച്ചാച്ചൻമാരും കുടീം കഴിഞ്ഞ് കൊണ്ടിടുന്ന മദ്യക്കുപ്പികളായിരുന്നു കൊളം നിറയെ. പിന്നെ അമ്മച്ചിയൊട് വഴക്കുണ്ടാക്കിയാണ് കൂലിക്കാളെ വെച്ച് ആമ്പൽക്കുളം വൃത്തിയാക്കീത്.

ആമ്പൽപ്പൂക്കളിൽ വന്നിരുന്ന് കുളംകാണുന്ന അൽപ്പായുസ്സുകാരെങ്കിലും ആഘോഷപ്രിയരായ ചിത്രശലഭങ്ങളും നെടുങ്കൺ കണ്ണുകളിൽ കൗതുകം നിറച്ചെത്തുന്ന വരയൻ തവളകളും ശൃംഗാരവേലനെപ്പോലെ അലസഗമനം ചെയ്യുന്ന നീർക്കോലികളും കുളത്തിന്റെ അടിത്തട്ടിലെ വഴുവഴുപ്പൻ കല്ലുകളിൽ തപസ്സിരിക്കുന്ന ഞവണിങ്ങകളും വിശ്രമത്തിനായി തല കുമ്പിട്ടിരിക്കുന്ന ഞണ്ടുകളും ചേർന്ന ജലവാസ കേന്ദ്രം. അവിടെ അന്നംകുഞ്ഞിന്റെ മീനുകൾ നക്ഷത്രക്കണ്ണുകൾ ഇളക്കി അങ്ങനെ നീന്തിനടക്കും. കൊല്ലാനല്ലന്ന് ആ മീനുകൾക്കും അറിയാമായിരുന്നു. ചില മീനുകളെയൊക്കെ ആകാശവും ഭൂമിയും പകൽവെളിച്ചോം ഒക്കെ കാണിച്ച് ഓലിയിലേക്ക് തിരിച്ചുകൊണ്ടാക്കാറുണ്ട് അവൾ. തിരികെയെത്തുന്ന മീനുകൾ, കണ്ട കാഴ്ചകൾ മറ്റു മീനുകളോട് പൊടിപ്പും തൊങ്ങലും വച്ച് പറയാറുമുണ്ട്. അതുകൊണ്ട് അന്നം കുഞ്ഞിന്റെ സ്നേഹം സത്യാന്നൊക്കെ മീനുകൾക്കറിയാം.

നീ പിടിക്കുന്നതത്രയും നത്തോലിയായിരിക്കുമെന്ന് ഏലിയാസ് അവളെ കളിയാക്കും.

"ആണെങ്കിലെന്താ നത്തോലിയും മീൻ തന്നെയല്ലേ." അന്നംകുഞ്ഞ് അരിശം കൊണ്ട് പറയും.

****

റീത്താമ്മ അന്നംകുഞ്ഞിന്റെ പേരുമാറ്റ പ്രക്രിയയുടെ കഥ പറയുന്നതിങ്ങെനെയാണ്.

"ഈ അന്നംകുഞ്ഞെന്ന് അവക്ക് പേരിട്ടത് അവള് തന്നെയാ .നല്ലൊന്നാന്തരം പേരുണ്ട് പള്ളിക്കൂടത്തില്."

"സാറാ റീത്ത ഏലീയാസ്". എന്തൊരു പത്രാസാ ആ പേര് കേക്കാന്തെന്നെ. ഞങ്ങള് പുരാതന കുടുംബക്കാരായ ക്രിസ്ത്യാനികള് ഇങ്ങനെ മൂന്നു പേരുകളൊക്കെ കൂട്ടിക്കെട്ടി ഒന്നാക്കി

ഒരാൾക്ക് അങ്ങോട്ടിടും. അന്നാ മേരി വർഗ്ഗീസ്,മരിയാ പീറ്റർ ഗോമസ് എന്നൊക്കെ. എന്തര് ഗമയാ."

"സത്യം പറഞ്ഞാ സാറാ റീത്താ ഏലിയാസെന്ന് ഞാനെപ്പളും പറഞ്ഞോണ്ട് നടക്കും".

"പറഞ്ഞിട്ടെന്താ അവളത് അന്നം കുഞ്ഞെന്നാക്കീല്ലേ"-

"ഫു.. ഒരന്നംകുഞ്ഞ് എനിക്കാ പേര് കേക്കുമ്പം തൊലിയുരിയും. ഞങ്ങടെ വടക്കേപ്രെത്ത്. കുടില് കെട്ടി താമസിച്ചിരുന്ന ഒരെസ്ഥ്യാനിച്ചിയായിരുന്നു ഈ അന്നംകുഞ്ഞ്."

"എന്തോരം കേമിയായിട്ടാ ഞങ്ങടെ പറമ്പിന്റെ മൂലേല് കേറിയങ്ങ് താമസിച്ചേ. ഇവ്ടത്തെ ആണുങ്ങടെ ഇഷ്ടക്കാര്യാന്നും ഞങ്ങ്ടെ കുടുംബത്തിലെ ആണൊരുത്തന്റെ ഒരു കൊച്ച് അവക്കുണ്ടെന്നും അവള് തന്നെ പറഞ്ഞോണ്ട് നടക്കുവല്ലേ."

"ആർക്കറിയാം സത്യാണോന്ന്."

"അഥവാ ഇനി ഒണ്ടെങ്കി തന്നെ എന്താ. ആണ്ങ്ങള് അങ്ങനെയാ. ചെളികാണുമ്പം ചവ്ട്ടും പിന്നെ വെള്ളം കണ്ടാൽ കഴുകിയങ്ങ്പോകും."

"സൃങ്കാരിക്കോത അവള് കഥ പറഞ്ഞ് കൊടുത്താ എന്റെ കൊച്ചിങ്ങനെ മീനുംപിടിച്ച് കുരുത്തം കെട്ടതായി പോയത്."

"എന്റെ വിശുദ്ധ രാജാക്കന്മാരേ ആ അലവലാതീടെ പേര് മാത്രേ എന്റെ കൊച്ചിന് ഇടാൻ കിട്ടിയോള്ളോ.."

"പറയമ്പം എല്ലാം പറേണല്ലോ."

"എന്റെ കെട്ടിയോൻ ഏലിയാസച്ചായനും നല്ല പിള്ളയൊന്നുമല്ല. അവക്കടെ ദേഹത്തോട് അച്ചായനും ഒരു നോട്ടൊക്കെ ഉണ്ടാരുന്നു."

"പിന്നെ ഞാനായിട്ട് കന്നം തിരിവിനൊന്നും പോയില്ല,. പറഞ്ഞോണ്ട് നടന്നാ ഈ കുടുംമ്മത്തിനല്ലേ പേര്ദോഷം.

എന്നാലും ഞാനെന്റെ കൊച്ചിനെ അന്നംകുഞ്ഞെന്നും കുന്നംകുഞ്ഞെന്നും ഒന്നു വിളിക്കൂല.

എളുപ്പത്തിന് കൊച്ചേന്ന് പറയും.

എന്നെങ്കിലും എന്റെ കൊച്ച് ഞങ്ങടെ തെങ്ങുംമ്പിള്ളിലെ അച്ചാച്ചന്മാരുടെ ആഗ്രഹ പ്രകാരം കളക്ടർ ആകാതിരിക്കില്ല.

അന്നെങ്കിലും അവൾ സാറാ റീത്ത ഏലിയാസെന്ന് ബോർഡേലെഴുതൂല്ലോ. റീത്താമ്മ നിശ്വാസമുതിർത്തു. ഇച്ചിരി മീമ്പിടുത്തോക്കെയുണ്ടേലും കൊച്ച് വല്യ പഠിത്തക്കാരിയാ.

അതു പിന്നെ എന്റെ അച്ചാച്ചന്മാരുടെ ബുദ്ധിയാ കിട്ടിയേക്ക

ണ്ണെ,"

ഏലിയാസിന്റെ വീട്ടുകാരെ ബുദ്ധികുറഞ്ഞോരാന്നാ റീത്താമ്മേടെ അടക്കം പറച്ചിൽ.

"എന്റച്ചാച്ചന്മാര് ബുദ്ധീടെ കാര്യത്തില് രാക്ഷസന്മാരാ.

അവരുടെ സൊഭാവോം രാക്ഷസന്മാരുടെ കൂട്ടാന്ന് കൊച്ച് എപ്പളും പറഞ്ഞ് എന്നെ ശുണ്ഠിപിടിപ്പിക്കും.

പിന്നെ ഏലിയാസച്ചായനെകൊണ്ട് എന്നെ കെട്ടിച്ചപ്പം തെങ്ങുമ്പിള്ളിക്കാർടെ ബുദ്ധി ഏത് മരംകേറാൻ പോയീന്ന് ഒരെത്തും പീടിം കിട്ടണില്ല.

തെങ്ങുമ്പിള്ളീലെ അച്ചാച്ചന്മാർക്ക് ബുദ്ധിയുള്ളതുകൊണ്ടല്ലേ ആ അന്നംകുഞ്ഞെന്ന ജന്തൂനെ രായ്ക്കുരാമാനം കെട്ടുകെട്ടിച്ചത്.

അവളെ പൊരേന്ന് പൊകച്ച് നാടുകടത്തീത്. എന്നുവച്ച് അവക്കടെ ശരീരം ചീർത്ത് കൊച്ച് മീമ്പിടിക്കണ ഓലിയില് കെടന്നത് എങ്ങനാന്നൊന്നും എനിക്കറിയാമ്മേല കേട്ടോ.

നാട്ടുകാരാ കണ്ടെ. കൊച്ച് ആദ്യമായി ഏങ്ങലടിച്ച് കരയണത് അന്നാ ഞാങ്കണ്ടത്." "എന്തൊര് ഫിഗറാരുന്ന് ആ സത്രീക്കെന്ന് ഈ മണുക്കൂസ് ഏലിയാസച്ചായൻപോലും ആരോടോ ഫോണില് പറേണത് ഞാനെന്റെ ചെവിക്ക് കേട്ടതാ."

"കേട്ടപ്പം എനിക്കങ്ങോട്ട് ചൊറിഞ്ഞുവന്നതാ. എന്റെ ഫിഗറിനെന്താ കൊഴപ്പം."

"ഞാമ്പണ്ടത്തെ നമ്മുടെ മരിച്ചുപോയ റാണിചന്ദ്രേടെ കൂട്ടാന്നാ എല്ലാരും പറയണെ."

"എന്നിട്ടാ അച്ചായൻ ആ അലമ്പുസാദനത്തെ പുകഴ്ത്തീത്".

"മരിച്ചുകെടന്നിട്ടും ഈ അച്ചാച്ചന്മാരുടെയൊക്കെ മനസ്സിളക്കുവല്ലേ അവളെന്നോർത്തപ്പം എനിക്ക് ഭ്രാന്തു പിടിച്ചതാ."

"കേസും പോലീസുമൊക്കെ ആയതാ. എന്റെ തെങ്ങുമ്പിള്ളീലെ അച്ചാച്ചൻമാര് ആരാ സാദനങ്ങള്. കേസൊക്കെ ഒരൊറ്റ തിരുവനന്തപുരം യാത്രേല് അങ്ങട്ട് ഒതുക്കിയെടുത്തു."

"ഇപ്പം അതല്ലല്ലോ-എന്നെ വിഷമിപ്പിക്കണത്. എന്റെ കൊച്ച് ഞങ്ങളിട്ട സാറാ റീത്ത ഏലിയാസ് എന്ന സ്റ്റൈലൻ പേരും മാറ്റി ആ വശീകരണക്കാരീടെ പേരും സൊന്താക്കി പോരാത്തതിന് മീനും പിടിച്ചോണ്ട് നടക്കവല്ലേ."

"ഞാനല്ല അവളടമ്മ. ആ മരിച്ചുപോയ അന്നംകുഞ്ഞാ അമ്മാന്നാ കൊച്ച് പറയണെ. ഞാനെങ്ങനെ സഹിക്കും."

"ആ ചത്തുമലച്ച എരണം കെട്ടോളുടെ പേരും ചുമന്ന് ആ ഓലീ

ന്നല്ലേ മീമ്പിടുത്തം."

"ഇന്നാള് കൊച്ച് പറയ്വാ മരിച്ച അന്നംകുഞ്ഞ് ഒന്നാമളും കൊച്ച് അന്നംകുഞ്ഞ് രണ്ടാമളും ആണെന്ന്. ഇതിനൊക്കെ ഞാനെന്നാ പറയാനാ. എന്റെ ബലമായ സംശയം. എന്റെ കൊച്ചിന്റെ ദേഹത്ത് ആ അസത്ത് കേറി കൂടിയിരിക്കുവാന്നാ. അല്ലെങ്കി പിന്നെ. നല്ല ഒന്നാന്തരം തറവാടിത്തമുള്ള പേര് മാറ്റി ആ മുടിഞ്ഞോളുടെ അന്നം കുഞ്ഞെന്നുള്ള പേര് സ്വന്തായി ഇടുവോ. മീമ്പിടു1ത്തോന്നും പറഞ്ഞ് പള്ളിക്കൂടത്തീന്നു വന്നാ ഓലീലേക്കോടുവോ."

"എന്തോരം വഴിപാട് ഞങ്ങള് കഴിപ്പിച്ചെന്നറിയുവോ. ആയിരം കൂട് മെഴുകുതിരി വിശുദ്ധരാജാക്കന്മാർക്ക് കത്തിച്ചു. വിശുദ്ധമറിയത്തിനെ കുന്തിരിക്കത്തിൽ പൊതിഞ്ഞു. നാലുനേരോം ഉണ്ണീശോക്ക് മുമ്പില് മുട്ടുകുത്തി. വല്യ ആൾപ്പൊക്കത്തിലുള്ള നെല വെളക്കില് കെടാവിളക്ക് തെളിച്ചു. എന്നിട്ടും പിന്നേം ശങ്കരൻ തെങ്ങേലെന്ന് പറഞ്ഞ പോലെ ഞങ്ങടെ കൊച്ച് കൈവിട്ട് പോകുവാ. ഓലീന്ന് കേറുകേലാ കൊച്ച്."

"പളുങ്കുപോലത്തെ വെള്ളാണ് ഓലീലെന്ന് അവള് എപ്പളും പറയും"

"നമ്മുടെ ഉള്ളില് വേറൊരു നമ്മളുണ്ടെന്നാ കൊച്ചു പറേണെ."

"ഓലീല് കമഴ്ന്ന്കെടന്നാൽ ആ മറ്റേ നമ്മള് മൊഖം കാണിച്ചു തരൂന്ന്"

"കൊച്ച് പറയണ വേദാന്തോക്കെ കേക്കണം. ഒന്നും മനസ്സിലാകൂല നമ്മക്കൊന്നും. ആ ഓലിയങ്ങു മൂടികളഞ്ഞാലോന്നു് എന്റെ ആങ്ങളമാര് ഒരു ബുദ്ധിപറഞ്ഞ് തന്നതാ. അതിന് ആ കുന്നുമ്പുറത്തെ കോളനീ താമസിക്കുന്ന ഓമനക്കുട്ടനേം പണിക്കാരേം വിളിച്ച് "ഏർപ്പാടും ചെയ്തതാ."

"എന്നിട്ടെന്തായി"

"കൊച്ച് എന്തുചെയ്താലും സമ്മതിക്കാഞ്ഞിട്ട് പള്ളിക്കൂടത്തി പോണ നേരം നോക്കിയാ പണി തുടങ്ങീത്."

"എന്തു പറയാനാ ഓലി മണ്ണിട്ട് മൂടുന്തോറും ചോരച്ചുവപ്പ് പനിച്ച് പനിച്ച് വന്നൂന്ന് . മണ്ണിനുമേലെ വെള്ളം ദേ വെള്ളച്ചാട്ടം പോലെ പതഞ്ഞുപൊന്തി പിന്നേം ഓലി നിറഞ്ഞോണ്ടിരുന്നെന്ന്.

ഓലീലെ വെള്ളത്തിനുമേൽ തലമുടിപ്പാമ്പുകൾ പിണഞ്ഞ് കെടക്കണകണ്ട് അവര് തൂമ്പേം പിക്കാസുമൊക്കെ കാട്ടിലെറിഞ്ഞേച്ച് ഓടി രക്ഷപ്പെടുവാരുന്നുന്നാ പറഞ്ഞെ."

"ഇതൊക്കെ അവര് പറഞ്ഞതാണേ. ഞങ്ങള് കണ്ടിട്ടില്ലേ. എന്താ

യാലും പുകിലുതന്നെയാരുന്നു. ആ അന്നംകുഞ്ഞ് എങ്ങുംപോയി ട്ടില്ലാന്നാ അവര് പറഞ്ഞെ. അവള് ശവപ്പെട്ടീകെടന്നപ്പം കുത്തീ രുന്ന മുടിപ്പിന്നേലെ വെള്ളപ്പൂക്കടെ മണം പോലും അടിച്ചെന്നാ അവര് പറഞ്ഞെ."

"ഒക്കെ അവര് പറഞ്ഞതാണേ. കൊച്ച് ഇതൊക്കെ കേട്ട് ചിരിച്ച് മറിഞ്ഞ് കേട്ട പാതി ഓലീലേക്ക് ഓടി."

****

അമ്മച്ചി പറഞ്ഞത് ശരിയാന്നും ഓലിലേക്ക് ഓടീന്നൊള്ളത് നേരാന്നും എത്രനേരം അവിടങ്ങനെ ഇരുന്നൂന്ന് ഓരോർമ്മേം കിട്ടീല്ലന്നും കൊച്ച് പിന്നീട് പറഞ്ഞതാ.

പിന്നെ കൊച്ച് രഹസ്യമായി കുറിച്ചു വച്ച വരികൾ ഞാൻ ഒത്തിരി നിർബന്ധിച്ച് അവളെകൊണ്ട് ദാ ഇങ്ങനെ വായിപ്പിച്ചു.

പാറകൂട്ടങ്ങൾക്കിടയിലെ പുൽപ്പരപ്പുകളിൽ ചീവിടുകളുടെ നില യ്ക്കാത്ത പ്രേമവിളികൾ.

ആകാശത്ത് ആഘോഷരാവെന്നതുപോലെ നക്ഷത്രങ്ങളുടെ കൂട്ടവിരുന്ന്. മദിച്ചൊഴുകുന്ന മേഘങ്ങൾ.

ഓലിവട്ടത്തിൽ കമിഴ്ന്നുകിടക്കുന്ന നഗ്നചന്ദ്രൻ.

രാത്രി ഇരുട്ടുമായി വന്നതാണോ അതോ ഞാൻ സ്വപ്നം കണ്ട താണോ എന്നറിയില്ല;

എന്തായാലും രാവ് മനഃപ്പൂർവ്വമായി കരയാതിരുന്നു അപ്പോൾ.

****

"നമ്മടെ വാത്യാപ്പിള്ളീലെ റബറുവെട്ടുകാരൻ കുഞ്ഞപ്പന്റെ മകൻ പീറ്ററും എഴുതൂന്ന് കൊച്ച് ഒരിക്കൽ വല്യഗമേലാ എന്നോട് പറ ഞ്ഞത് കവിതയല്ലാട്ടോ. കഥ."

"എന്നാ കഥയെഴുത്യാലും എനിക്കാ ചെക്കനെ തീരെ പിടു ത്തോല്ല. ഗ്രഹണിപിടിച്ചപോലെ ഒരു മഞ്ഞനെറാ അവന്. പിന്നെ മീൻ ചത്ത് കെടക്കണെപോലത്തെ കണ്ണുകളും."

"പോരാത്തേന് ആ അന്നംകുഞ്ഞിന്റെ ബന്ധുവാ ഈ ചെക്കൻ. അതാ എന്റെ ഇഷ്ടക്കേടിന്റെ അടിസ്ഥാനം"

"പക്ഷേ കൊച്ചിന് ജീവനാ അവനെ." എന്നാ ചെയ്യാനാ.

എന്തായാലും ഇനി നെന്റെ ചെക്കൻ കഥയെഴുതരുതെന്നു പറഞ്ഞ് റബ്ബർ വെട്ടുക്കാരൻ കുഞ്ഞപ്പനെ അച്ചാച്ചമ്മാര് റബ്ബർതോ ട്ടത്തിലിട്ടുതന്നെ നല്ലോണം പൂശിന്നാ ഞാനറിഞ്ഞെ. കൊച്ചൊന്നും അറിഞ്ഞില്ല.

ഇപ്പ ദേ ഇങ്ങനൊരു പുകില്. മീമ്പിടുത്തം പോലെ തന്നെ

കൊച്ചിന് കവിതയെഴുത്തും ഉണ്ടെന്ന്. എന്തൊക്കെ ഭ്രാന്താ എന്റെ കൊച്ചിന് എന്റെ കർത്താവേ.

ഇതറിഞ്ഞപ്പോഴേ എനിക്ക് ഇരിക്കപ്പൊറുതിയില്ലാരുന്നു. പീറ്ററ് കൊച്ചിന്റെ മൊഖത്തുനോക്കി അവളെഴുതിയ ഒരു കവിതയെക്കുറിച്ച് പറേണത് ഞാങ്കണ്ടതാ. കൊച്ചിന്റെ മൊഖം അന്നേരം ചൊക ചൊകാന്നിരിക്കണെ കണ്ടതും ഒരു പന്തികേട് തോന്നി.

****

അന്നംകുഞ്ഞ് രണ്ടാമൾ സംശയങ്ങളുടെയും സ്വപ്നങ്ങളുടെയും അടുക്കുകളിലൂടെയാണിപ്പോൾ തെന്നിനീങ്ങുന്നത്. ജന്മാന്തരത്തിൽ കണ്ടുമറന്ന രൂപങ്ങൾ ഓലിക്കുചുറ്റുമുള്ള പച്ചപ്പിലൂടെ ഒഴുകിനടക്കുന്നതായി അവൾക്കുതോന്നി. മരിച്ചവർ സ്വപ്നങ്ങൾ കാണാറുണ്ടോ എന്ന് ക്ലാസ്സിലെ മേരി ജാക്വലിൻ ഫെർണാണ്ടസ് അവളോട് സംശയം പ്രകടിപ്പിച്ചതിനെ കുറിച്ചവൾ ഓർത്തു. ഇനി താൻ ആ മരിച്ചുപോയ അന്നംകുഞ്ഞാണോ? താനും മരിച്ചിട്ടുണ്ടാകുമോ? മരിച്ചവളുടെ ഒരു സ്വപ്നരാജ്യമാണോ ചുറ്റുമുള്ളത്. അവൾ വിഭ്രാന്തിയിലായി. ഓലിയിലെ തെളിഞ്ഞ ജലത്തിനുമേൽ ഒരു വലിയ തവള അതിനേക്കാൾ വലിയ കണ്ണുകൾ മുകളിലേക്കെറിഞ്ഞ് കളിക്കുന്നതുകണ്ട് അന്നുകുഞ്ഞിന് തലചുറ്റി. ഏതോ ആത്മാവ് തവളയായി പുനർജ്ജനിച്ചതിനെക്കുറിച്ച് വല്യമ്മച്ചി പറഞ്ഞ കഥയോർത്ത് അവൾ തണുത്ത് വിറച്ച് ഓലിക്കു കുറുകെ കിടന്നു. അവളിൽ അതിപുരാതനമായ മഞ്ഞിൻ ശൈത്യം ഘനീഭവിച്ചുകിടന്നു.

ആരോ അവളെ മഞ്ഞുവസ്ത്രം ചുറ്റിച്ചതുപോലെ. നമുക്കുള്ളിൽ വേറൊരു നമ്മളുണ്ടോ എന്ന് ഓലിയിലെ പച്ചനിറത്തിലേക്ക് നോക്കി അവൾ ഓർക്കവെ, പീറ്ററും അവൾക്കരികിലെത്തി. മരിച്ചുപോയ അന്നംകുഞ്ഞ് ഒന്നാമൾ അപ്പോൾ രണ്ടുവരിക്കവിത സാറാ റീത്താ ഏലിയാസിന്റെയും പീറ്ററിന്റെയും ചെവിയിൽ മൂളി.

മീനുകൾ പതിവിലും കൂടുതൽ ഇളകിമറിഞ്ഞു. ഓലിയിൽ ഒരു കടൽ ഇരമ്പാൻ തുടങ്ങിയിരുന്നു അപ്പോൾ.

9

കുന്ന്

നമ്മക്കാ കുന്നുകേറി ഒന്നുപോണം;

ലച്ചുവും ഗച്ചുവും ഒന്നിച്ചുതന്നെയാണ് അങ്ങിനെയൊരു പ്രതിജ്ഞ എടുത്തത്. അവരുടെ വീടുകൾക്കിടയിലെ കാഴ്ചകൾക്ക് നിത്യേന സാക്ഷ്യം വഹിച്ചിരുന്ന ചെമ്പരത്തിക്കാട് തലകുടഞ്ഞ് ചിരിച്ചു. കിങ്ങിണിച്ചെടികളും കാട്ടുകൂവ ഇലകളും ചൊറിയണവ ള്ളികളും ചെവിവട്ടം പിടിച്ച് അനങ്ങിനിന്നു.

ലച്ചൂം ഗച്ചൂമല്ലേ - അവര് കേറും. ഒറപ്പാ. ചെടീം ഇലേം പൂവും ഒന്നിച്ചുരുവിട്ടു.

എന്തായാലും ഈ ഉഗ്ര പ്രതിജ്ഞ ലച്ചൂന്റെ അച്ഛൻ തയ്യൽക്കാ രൻ ഗോപാലനും ഗച്ചൂന്റെ ബാപ്പച്ചി വാച്ചുകടക്കാരൻ ലത്തീഫും അറിഞ്ഞതേയില്ല.

ഗോപാലന് ലച്ചുവിനെ കൊടുത്ത് ഗീത കടന്നുകളഞ്ഞിട്ട് വർ ഷങ്ങൾ കുറെയായി. അതോടെ തയ്യൽക്കാരൻ ഗോപാലന് ജീവിതം തന്നെ തുന്നലിനായി മുന്നിൽ നിവർത്തിയിട്ടതുപോലെയായി. അയാൾ തുരുമ്പുകത്രികകൊണ്ട്.തലങ്ങുംവിലങ്ങും വെട്ടിക്കളിച്ച തുണികഷണത്തെയെന്നവണ്ണം ജീവിതത്തെ തിരിച്ചുംമറിച്ചുമിട്ട് ചിന്തകളിലാണ്ടുപോയി.

ഗച്ചൂന് ഉമ്മച്ചിയുണ്ട് സുന്ദരിപ്പാത്തൂന് നാട്ടുകാര് പറയുന്ന പാത്തു. ലത്തീഫിന്റെ പാത്തു. അഞ്ചാറു സന്തതികളെ പെറ്റ് മൗനി യായി പോയീന്നു മാത്രം. ലച്ചൂം ഗച്ചൂം കുന്നുകയറാൻ പോകുന്ന തൊന്നും ഗോപാലനും ലത്തീഫും പാത്തൂമൊന്നും അറിഞ്ഞി ട്ടില്ലായിരുന്നു.

തയ്യൽക്കാരൻ ഗോപാലനും വാച്ചുകടക്കാരൻ ലത്തീഫിനും മക്ക ളുടെ കൊച്ചു കൊച്ചു കിന്നാരം പറച്ചിലുകളും ഗഹനങ്ങളായ സങ്ക ടങ്ങളും കേൾക്കാനൊന്നും അറിയില്ലായിരുന്നുവല്ലോ.

ഗോപാലന്റെ തയ്യൽ പീടികേലിപ്പോൾ ആളുകൾ വരുന്നതൊക്കെ തീരെ കുറവാണ്. ചുരിദാറും ലാച്ചയും പൈജാമയുമൊന്നും തുന്നാൻ അയാൾക്കറിയില്ല. കഴുത്ത് വെട്ടിയിറക്കിയ ബ്ലൗസോ പെറ്റിക്കോട്ടോ അമ്മച്ചിമാരുടെ റൗക്കയോ പണ്ടത്തെ ട്രൗസറോ ഒക്കെ അയാൾ ഭംഗിയായി തുന്നും. ഗോപാലന്റെ അങ്ങേയറ്റത്തെ ഫാഷൻ തയ്യൽ എന്നുപറയുന്നത് പഫ് വച്ച ബ്ലൗസ് തുന്നലാണ്. അത് അയാളുടെ ചേട്ടൻ ചന്ദ്രന്റെ മകൾ ലതിക ടൗണിലെ ഫാഷൻ തയ്യൽ കടയിൽ നിന്ന് പഠിച്ചു വന്ന് കാണിച്ചുകൊടുത്തതാണ്. അതാകട്ടെ ഗോപാലൻ പെട്ടെന്നങ്ങ് പഠിച്ചെടുക്കുകയും ചെയ്തു. അതൊരു പക്ഷേ അയാളുടെ പഴയ നാടൻ നഷ്ട പ്രണയിനിയുടെ പഫ് വച്ച ബ്ലൗസിനോടും അതിനുള്ളിലെ വിയർപ്പുണങ്ങിയ മാറിടത്തോടും കാണിച്ചിരുന്ന അധിനിവേശത്തിന്റെ നൂൽകട്ടകൾ ചിന്തകളിൽ നിന്ന് അഴിച്ചുകളയാൻ പറ്റാത്തവിധം കുരുങ്ങി കെട്ടുമുറുകി കിടന്നതുകൊണ്ടാണെന്ന് അയാൾക്കറിയാമായിരുന്നു.

ലത്തീഫിന്റെ വിശേഷങ്ങളായിരുന്നു അതിലും വിചിത്രം. അയാൾ വാച്ചുകടയിലെത്തിയാൽ വീടിനെകുറിച്ചോ, മക്കളെക്കുറിച്ചോ ഒന്നും ഓർക്കാറില്ല. നിവർത്തിയിടുന്തോറും ചുരുണ്ടുവരുന്ന കാലത്തെ നോക്കി ലത്തീഫ് അതിശയിക്കും.

ഓരോ ക്ലോക്കിലെയും ഓരോ സമയവും ണാം ണാം ശബ്ദവും അയാളെ കൂടുതൽ സങ്കീർണ്ണതകളിലേക്കായിരുന്നു വലിച്ചടുപ്പിച്ചുകൊണ്ടിരുന്നത്. ലോകത്തെ തന്നെ അരിച്ചുപെറുക്കി നിരീക്ഷിക്കുന്നത്പോലെ ഒരു ഭുതകണ്ണാടി ഒറ്റകണ്ണിന് മുകളിൽ വച്ച് ഓർമ്മകളെ മുഴുവൻ വെളിയിലാക്കുകയാണ് പതിവ്, വീട്ടിലെത്തിയാൽ സുന്ദരി പാത്തൂന്റെ മൗനം അയാളെയും മൗനിയാക്കി കളയും.

അതുപോട്ടെ ലച്ചുവും ഗച്ചുവും കുന്നുകയറുകയാണ്.

നമ്മക്കാ കുന്ന് കയ്റണം ലച്ചു ഗച്ചുവിന്റെ കൈയ്യിൽ പിടിച്ചു പറഞ്ഞാണ് നടത്തം. മൂശാരി വേലായുധന്റെ പെൺ പിറന്നവളും കാക്കത്തുരുത്തിൽ നിന്ന് കുന്നിൻ ചരിവിലെ ഇല്ലിക്കൂട്ടങ്ങൾക്കിടയിലെ ഇല്ലിയരി വാരാനെത്തിയ കാക്കാത്തികളും മരോട്ടിക്കായ്കൾ പെറുക്കാനെത്തിയ നായാടി ചെക്കന്മാരും കൊപ്ര ഉണക്കാനെത്തിയ തേങ്ങാക്കാരൻ കുഞ്ഞയിമൂന്റെ സുന്ദരിക്കോതകളായ ഭാര്യമാരും ലച്ചുവിനേം ഗച്ചുവിനേം കണ്ടു.

ലച്ചു ഗച്ചു -അന്തിക്ക് മുമ്പിങ്ങെത്തണേ കാക്കാത്തികൾ ഒരു കുണുക്കത്തോടെ ഉച്ചത്തിൽ വിളിച്ചുപറഞ്ഞു. ഒരാസാമി ചെക്കനും ബംഗാളിയും അവരെ കണ്ടു. ആസാമി ചെക്കന്റെ നാട്ടിലെ കൊടും

മഴയിൽ അവന്റെ ബാപ്പുവും മായും ഒലിച്ചുപോയതിനെക്കുറിച്ച് ആലോചിക്കാതിരിക്കുവാൻ ശ്രമിക്കുകയായിരുന്നു അവനപ്പോൾ. കണ്ണീരിനെപ്പോലും ഭയമാണവന്. ഒലിച്ചിറങ്ങി വെള്ളപ്പൊക്കമുണ്ടായാലോ. അവൻ ഒരു ആസാമിപ്പാട്ട് ഉറക്കെപ്പാടി. അർത്ഥമറിയാത്ത ഏതോ ഒരു സങ്കടപ്പാട്ട്. അർഥമറിയാനൊന്നുമില്ല. ദുഃഖത്തിന് ഏതു നാട്ടിലും ഒരർത്ഥമല്ലേ ഉള്ളു എവിടെയോ ഒരു കുറ്റിക്കാട്ടിൽ ഞരങ്ങുന്ന ഒരു പെൺകുട്ടിയുടെ മുഖം വീഡിയോ ക്ലിപ്പിലാക്കി ബംഗാളി ചെക്കന്റെ മൊബൈലിലേക്ക് ആരോ വലിച്ചെറിഞ്ഞിരുന്നു. ഒച്ച ശബ്ദനാളിയിലെവിടെയോ തറച്ചിരുന്നതുപോലെ. അവൻ അമറാൻ തുടങ്ങിയിരുന്നു. നാട്ടിലേക്ക് തിരികെ പോകുമ്പോൾ നിരഞ്ജന എന്ന ബഹന് കരുതിവെച്ച നീളൻ ഞാത്തുകളെ കുറിച്ചോർക്കുന്തോറും അവന് ഭ്രാന്തു വന്നു. വീഡിയോയിലെ കുറ്റിക്കാട്ടിൽ മിന്നായം പോലെ വന്നത് ബഹന്റെ മുഖമെന്ന സംശയം അവന്റെ കണ്ണുകളിൽ കുത്തികയറുന്ന ചില്ലുകൾ പാകി. ബഹനുചുറ്റും ആരോ തീപ്പൂക്കൾ വിതറുന്നതുകണ്ട് അവന് ബോധക്ഷയം വന്നു. ഛർദ്ദിച്ച മഞ്ഞവെള്ളത്തിലേക്ക് ആ തീപ്പൂക്കൾ അടർന്നുവീഴാൻ തുടങ്ങിയതും അവൻ മൊബൈൽ വലിച്ചെറിഞ്ഞു.

ലച്ചുവും ഗച്ചുവും എന്തായാലും കുന്നുകയറികൊണ്ടേയിരുന്നു.

കുന്നിനുമുകളിൽ എന്തൊക്കെയാണുള്ളതെന്ന് അവർ ഒന്നിച്ച് സ്വപ്നവും കണ്ടതാണതിശയം.

“ഞാനൊരു കൊളം കണ്ടു”-

ലച്ചു പറഞ്ഞു.

ഞാനും. ഗച്ചു പറഞ്ഞു.

കൊളം നെറേ ചോര.

ലച്ചു പറഞ്ഞു.

എന്റെ കൊളത്തിലും ചോര .

ഗച്ചു പറഞ്ഞു. ഒരേ സ്വപ്നം തന്നെ കണ്ടതോർത്ത് രണ്ടുപേരും നടുങ്ങി- രണ്ടുപേരും കൈകളിൽ പരസ്പരം മുറുകെ പിടിച്ചു. എന്തായാലും അവർ കുന്നുകയറി.

ലച്ചു അന്നും ഗോപാലന്റെ തയ്യൽക്കടയിൽ പോയിരുന്ന് അച്ഛന്റെ തയ്യൽ മെഷീന്റെ കടകടാന്നുള്ള ശബ്ദം മിണ്ടാതിരുന്ന് കേട്ടതാണ്. തയ്യൽ സൂചിയുടെ അങ്ങോട്ടുമിങ്ങോട്ടുമുള്ള വെപ്രാള ഓട്ടം കണ്ടിരുന്നതാണ്. അച്ഛന്റെ സൂചികണ്ണുകളിൽ നിറയെ സൂത്രദ്വാരങ്ങൾ ഉണ്ടെന്ന് അവൾ പതിവുപോലെ കണ്ടുപിടിച്ചതാണ്.

ജ്ഞാനസ്നാനം

തയ്യൽ സൂചിയുടെ നൂൽ ജീവിതത്തിൽ കുരുക്കുകൾ തീർക്കുന്നതും നോക്കിയിരുന്നതാണ്.

ഗച്ചു അന്നും വാച്ചുകടയിൽ പോയിരുന്ന് സമയത്തെ എങ്ങനെയാണ് ബാപ്പച്ചി അടച്ചുവെയ്ക്കുന്നതെന്ന് കണ്ടതാണ്. കാലത്തിന്റെ അളുക്കുകളിൽ കിടന്ന് മിനിറ്റുകളും സെക്കന്റുകളും മണിക്കൂറുകളും കണ്ണുപൊത്തി കളിക്കുന്നത് കണ്ടതാണ്.

അത്പോട്ടെ ലച്ചുവും ഗച്ചുവും എന്തായാലും കുന്നുകയറുകയാണ്.

പാണലിന്റെ ചുവപ്പൻ പഴങ്ങളിലേക്ക് അവർ നോക്കിയതേയില്ല. അതിനടുത്ത വള്ളിച്ചെടികളിൽ അവരെ കബളിപ്പിക്കുവാനായി പച്ചിലപ്പാമ്പുകൾ കാത്തു കിടക്കുന്നു എന്നവർക്ക് അറിയാം. കൊങ്ങിണി കാടുകൾക്കപ്പുറത്തെ കരിനീല ഇലകളുള്ള കരിന്തണ്ടുകൾ കിണറാഴങ്ങളിലേക്കു അവരെ വലിച്ചിടുമെന്ന് അവർക്കറിയാവുന്നതുകൊണ്ട് നിറം കാട്ടിയുള്ള കൊങ്ങിണി പൂ മയക്കലുകളും പ്രലോഭനങ്ങളും അവർ ഗൗനിച്ചതേയില്ല.

എന്തായാലും അവർ കുന്നുകയറുകയാണ്. താഴ് വാരത്തിലെ പുൽമേടുകളിൽ ഇടയ ചെക്കൻമാരായി വേഷമിട്ടുവന്ന കള്ളക്കൂട്ടങ്ങളുടെ കണ്ണുവെട്ടിക്കേണ്ടത് എങ്ങനെയെന്ന് ചർച്ച ചെയ്ത് ലച്ചുവും ഗച്ചുവും മനഃപാഠമാക്കിയിരുന്നു.

കുന്നിന്റെ നേർകയറ്റത്തിലെ ചെരിഞ്ഞ വീട്ടിലെ മൈഥിലിയമ്മ എന്ന സൂത്രക്കാരി കണ്ണെഴുതി വാലിട്ട് നെറുകയിലും നെറ്റിയിലുമായി കുങ്കുമം കമഴ്ത്തി വെറ്റിലയും നൂറും ചേർത്തു മുറുക്കി ചോരച്ചുണ്ടോടെ ആണുങ്ങളെ കാത്തിരിക്കുന്നതും പൊകയില കച്ചവടക്കാരൻ പത്രോസ് മൂപ്പൻ മൈഥിലിയമ്മയുടെ പിന്നിലൊളിച്ച് ഫാഷൻ ബ്രേസിയറിന്റെ ഹുക്ക് ഇട്ടുകൊടുക്കുന്നതും ലച്ചുവും ഗച്ചുവും കണ്ടിട്ടുണ്ട്.

അതുപോട്ടെ ലച്ചുവും ഗച്ചുവും കുന്നുകയറുകയാണ്.

പശുക്കളെ മേയാൻ വിട്ട്, ഒറ്റയ്ക്കിരുന്ന് ഗോലി കളിക്കാറുള്ള ചെക്കൻ അലറി കരയുന്നതും അവർ കേട്ടതാണ്. ചെക്കന്റെ ഒരു പുള്ളിപ്പശുവിനെ ആരോ കട്ടോണ്ട് പോയീന്ന് ഏങ്ങലടിയുടെ താളം തെറ്റിച്ച് അവൻ പറഞ്ഞത് ലച്ചുവും ഗച്ചുവും കേട്ടതാണ്. ഇനീപ്പം എന്തൊക്കെ പുകില്കളാണുണ്ടാക്വ ബഗോതീ എന്ന് നട്ടുച്ച വെയിൽകൊണ്ട് തിളച്ചുനിന്ന് ആരോ പറഞ്ഞതും അവർ കേട്ടതാണ്.

ലച്ചുവും ഗച്ചുവും കുന്നുകയറുകയാണ്

ജ്ഞാനസ്നാനം

കുന്നുകയറ്റത്തിന്റെ ഒടുവിലുള്ള കുളത്തിൽ നിറയെ നക്ഷത്രങ്ങൾ പെറ്റുപെരുകിയെന്നും അവിടെ മരിച്ചവർ വന്ന് കാവൽ നിൽക്കുമെന്നും നടത്തത്തിനിടയിൽ ലച്ചുവിന്റെ അമ്മ മരിച്ചുപോയ ഗീത അവളുടെ ചെവിയിൽ പറഞ്ഞതും അവൾ കേട്ടതാണ്.

ഗച്ചൂന്റെ അമ്മ സുന്ദരിപ്പാത്തു മൗന ഗുഹയിൽ നിന്ന് ചില വാക്കുകൾ പെറുക്കിയെടുത്ത് ഗച്ചൂന് മാത്രം ഇടയ്ക്കിടയ്ക്ക് രഹസ്യമായി സമ്മാനിക്കാറുണ്ട്.

ലത്തീഫിന് സുന്ദരിപ്പാത്തുന്റെ മൗനം മാത്രമെ അറിയൂ. അയാൾക്ക് മൗനമെന്തെന്ന് അറിഞ്ഞേ കൂടാത്ത ഒത്തിരി ഭാര്യമാരുണ്ടെന്നാ നാട്ടിലെ പാട്ട്.

ഇതൊക്കെ പറഞ്ഞ് ലച്ചൂം ഗച്ചൂം ചിന്തകളിൽ മറിഞ്ഞ് നടന്നതും സ്വപ്നമാണോ എന്ന് ദേഹത്ത് നുള്ളിനോക്കിയതും ഓർമ്മയുണ്ടവർക്ക്.

അതു പോട്ടെ ലച്ചുവും ഗച്ചുവും കുന്നുകയറുകയാണ്.

മഴ പെയ്തതേയില്ലെങ്കിലും കുന്നിലെ മരങ്ങളിൽ നിന്നും വെള്ളത്തുള്ളികൽ മുത്തുകൾ കണക്കെ പൊഴിയുന്നുണ്ടായിരുന്നു. മുത്തുകളുടെ മഴത്തണുപ്പിൽ ലച്ചുവും ഗച്ചുവും കോരിത്തരിച്ചുനിന്നപ്പോഴായിരുന്നു ആൾക്കൂട്ടം കന്നുകാലിചെക്കനെ പൊതിരെ തല്ലുന്നതിന്റെ ശബ്ദവും ചെക്കന്റെ ഹൃദയം വരയുന്ന തമിഴ് പേശലുകളും അവർ കേട്ടത്.

കോരിത്തരിപ്പുകൾ ലച്ചൂനേം ഗച്ചുവിനേം ഉപേക്ഷിച്ചുപോയി.

എന്നിട്ടും ലച്ചൂം ഗച്ചൂം ഇപ്പോഴും കുന്നു കയറുകയാണ്

ലത്തീഫിന്റെയും ഗോപാലന്റേയും മക്കൾ ഗച്ചുവും ലച്ചുവും. സുന്ദരിപാത്തുന്റെയും ഗീതയുടേ.യും മക്കൾ ഗച്ചുവും, ലച്ചുവും. പെറ്റ് പെറ്റ് വാക്കുകൾ കൈവിട്ടുപോയ സുന്ദരി പാത്തൂന്റേം ധൃതിയിൽ മരിച്ച് എങ്ങോട്ടോ പോയ ഗീതയുടേയും മക്കൾ ഗച്ചുവും ലച്ചുവും. അവർ കുന്നുകയറുകയാണ്.

ആദ്യമൊക്കെ കുന്നും അവർക്കൊപ്പം നടന്നു.

പിന്നെ പിന്നെ കുന്ന് പലദിക്കുകളിലേക്ക് പോയി മറഞ്ഞുനിന്നു. ആരൊക്കെയോ ഗച്ചുവിനേം, ലച്ചുവിനേം തേടിയിറങ്ങി. കൂട്ടത്തിൽ ലത്തീഫും ഗോപാലനും. ഗോപാലന്റെ തുന്നൽ പീടികയും ലത്തീഫിന്റെ വാച്ചുകടയും കുന്നിലേക്ക് നോക്കിനിൽപ്പാണ്. ഇപ്പോൾ ആരൊക്കെയോ കുന്നുകയറുന്നുണ്ട്. കുന്നും കുന്നു കയറുകയാണ്.

ഗച്ചുവും ലച്ചുവും ആകാശത്തിന്റെ നീല കൽപ്പടിയിലേക്കാണ്

ജ്ഞാനസ്നാനം

അപ്പോൾ കാൽവെച്ചത്. താഴ്വരയിലാകെ മനുഷ്യ കുന്നുകൾ പൊന്താൻ തുടങ്ങിയിരുന്നു. ഗച്ചുവും ലച്ചുവും മേഘതിട്ടകളിലേക്കാണ് ഇപ്പോൾ കയറുന്നത്.

പ്രസാധകൻ മാസിക

10
ഭിന്നസംഖ്യകൾ

രഞ്ജൻ ദാസ് ഗുപ്ത കണ്ണുകളിൽ തീയുള്ള ഒരു ഗ്രാമീണനാണെന്ന് കുങ്കും ബാനർജിയും മായാ തരംഗും നിഷ്പ്രയാസമായിരുന്നു സ്ഥാപിച്ചെടുത്തത്.

"ഗ്രാമീണനായ കർഷകൻ" - നീലയും ചാരവും നിറങ്ങൾ ഇടകലർന്ന, എന്തും താഴ്ത്തിക്കളയുന്ന ചതുപ്പൻ കണ്ണുകൾകൊണ്ട് ആശ്ചര്യം വരച്ച് പ്രകാശ് നന്ദു കൂട്ടിചേർത്തു.

രഞ്ജൻ ദാസ് ഗുപ്ത ഒരു കണിശക്കാരനാണെന്നും എല്ലാം കിറുകൃത്യമായിരുന്നുവെന്നും ഒരു മുരളൽ ആൾക്കൂട്ടത്തമിന് ചുറ്റും കിടന്ന് ഉരുണ്ടുകളിച്ചു.

"തീരുമാനിച്ചാൽ പിന്നെ മാറരുതല്ലോ "— രഞ്ജൻ ആരോടൊക്കെയോ പറഞ്ഞെന്നാണ് നാട്ടു ശ്രുതി. കാര്യങ്ങൾക്കെല്ലാം ഒരു കൈയൊതുക്കം വേണമെന്നത് ഈ കാലഘട്ടത്തിന്റെ പ്രത്യേകതയെന്ന് ബംഗാളിലെ ഓരോ മണൽ തരിയോടും ഏതൊക്കെയോ കൊടും കൊലപാതകങ്ങൾ ചുരുളഴിഞ്ഞപ്പോഴൊക്കെ ചോരമണം ഒതുക്കിപ്പിടിക്കുന്ന വരണ്ടകാറ്റ് പറന്നു നടന്നു പറഞ്ഞു.

സംഗതി ആത്മഹത്യയും മരണവും ദാരിദ്ര്യവും ബലാൽസംഗവും കടക്കെണിയുമൊക്കെയായികെട്ടുപിണഞ്ഞു കിടക്കുന്നതാണെങ്കിലും ഒതുക്കം വേണമെന്നതിനാൽ കഥാപാത്രങ്ങളെ തന്നെ തലവാചകമായി ചേർത്ത് അടുക്കി തന്നെ മാദ്ധ്യമങ്ങളിലും ഫേസ്ബുക്കിലും യുട്യൂബിലും ചാനൽ ചർച്ചകളിലും അവതരിപ്പിക്കണമെന്ന് ഏകകണ്ഠമായിട്ടാണ് തീരുമാനമെടുത്തത്.

മായാതരംഗിന്റെ മുറുക്കാൻ കറപിടിച്ച് കറുത്ത പല്ലുകൾക്കിടയിൽ കിടന്ന് അണ്ടിപ്പരിപ്പും കട്ടത്തൈരും ചേർന്ന മിശ്രിതം ഞെളി

പിരികൊണ്ടുവെങ്കിലും ഒന്നാമദ്ധ്യായത്തിന്റെ പേര്, രഞ്ജൻദാസ് ഗുപ്ത എന്നു തന്നെ വേണമെന്ന് അയാൾ പറഞ്ഞൊപ്പിച്ചു. ഇനിയൊരു മുഖവുരയുടെ ആവശ്യമില്ല. എന്നാൽ ഒട്ടുമേ സങ്കീർണ്ണമാകരുതെന്ന് മായാ തരംഗ് പ്രത്യേകം പറഞ്ഞു.

അദ്ധ്യായം (1)
രഞ്ജൻദാസ് ഗുപ്ത

രഞ്ജൻദാസ് ഗുപ്ത ചളുങ്ങിയ ഒരു ഓട്ടു മൊന്തയിലായിരുന്നു ആ ലായനി സൂക്ഷിച്ച് വച്ചത്. ഏതാണ്ട് കടും നീല നിറത്തിലുള്ള, ഭംഗിയുള്ള വിഷ ലായനി.

ഓട്ടുമൊന്തയുടെ ചുളുങ്ങിയ ഇടുക്കുകളിൽ മീനുളുമ്പ് മണക്കുന്നുവെന്ന് അയാളുടെ ഭാര്യ ദുർഗ്ഗാദേവി തീർത്തു പറഞ്ഞു.

അവൾ അങ്ങിനെയാണ്. രഞ്ജൻ ദാസ് ഗുപ്തയുടെ വധുവായി എത്തിയ ദിവസം മുതൽ വീടിനുള്ളിലും കൃഷിയിടങ്ങളിലും സദാ സമയവും നീളൻ ഇതളുള്ള ഒരു പുഷ്പം പോലെ മനോഹരമായ മൂക്കുവിടർത്തിയാണ് നടപ്പ്. കല്യാണ സദ്യയ്ക്കു വിളമ്പിയ മഞ്ഞ പരിപ്പു കറിയ്ക്ക് കരിഞ്ഞ മണമുണ്ടായിരുന്നുവെന്ന് ആദ്യ ചുംബനത്തിനുശേഷം അവൾ രഞ്ജനോട് സ്വകാര്യം പറഞ്ഞു.

വയൽ കടന്നെത്തുന്ന കാറ്റിന് ദാരിദ്ര്യത്തിന്റെ ചെടുപ്പിക്കുന്ന മണമെന്ന് അവൾ സദാ ആവലാതിപ്പെട്ടുകൊണ്ടേയിരുന്നു.

നിങ്ങളുടെ വിയർപ്പിന് ചില നേരങ്ങളിലൊക്കെ കടും ഗന്ധക മണമെന്ന് വല്ലപ്പോഴുമൊക്കെ ദുർഗ്ഗ അസഹിഷ്ണുത കാണിച്ചു. അപ്പോഴെക്കെ അവൾ അയാളുടെ ചുണ്ടുകളിൽ നിന്ന് സ്വന്തം നാക്കിനെയും ചുണ്ടിനെയുമൊക്കെ പെട്ടെന്ന് വേർപ്പെടുത്തി കളയാറുമുണ്ട്.

എവിടെയോ ചോരമണം പരക്കുന്നുവെന്നു പറഞ്ഞ്, ദുർഗ്ഗ ജനൽപ്പാളികൾ എല്ലായ്പ്പോഴും അടച്ചിടുന്നതിനാണ് ഉത്സാഹം കാണിക്കാറുള്ളത്. അവളുടെ സ്വഭാവം അറിയാവുന്നതുകൊണ്ടു തന്നെ ഓട്ടുമൊന്തയുടെ മണമൊന്നും രഞ്ജൻ ദാസ് ഗുപ്ത ശ്രദ്ധിച്ചതേയില്ല. ഇനിയിപ്പോൾ എന്തു മണമായാലെന്ത്? മരിക്കാൻ തീരുമാനിച്ചാൽ പിന്നെ ചാവു മണം മാത്രം- അത്രതന്നെ അയാൾ പഴകി കറുത്ത് പൊടിഞ്ഞു തുടങ്ങിയ നിലക്കണ്ണാടിക്കു മുന്നിൽ നിന്ന് പറഞ്ഞു-

കണ്ണാടിയിൽ പതിഞ്ഞ രൂപം ഏത് അപരിചിതന്റേതാണെന്ന്

അയാൾ സംശയിച്ചു നിന്നു.

കണ്ണാടിയ്ക്കടിയിലെ കറുപ്പുപാളികൾക്കിടയിൽ ഒരു പടു വൃദ്ധൻ ഉറങ്ങിക്കിടന്നിരുന്നു-

വിളർത്ത ചുണ്ടുകളുടെ മറയിൽ ദ്രവിച്ചു തുടങ്ങിയ കറപ്പല്ലുകളോട് ആദ്യം ഒരലോസരം തോന്നിയെങ്കിലും ഇനിയെന്തായാലെന്ത്— എന്ന് കണ്ണാടിയിലേക്ക് മറു ചോദ്യമെറിഞ്ഞു രഞ്ജൻ.

അത്രമാത്രം! അയാൾ ദൃഢമായി ഒന്നുകൂടി പറഞ്ഞ്, കാളീഘട്ടിൽ നിന്നും വാങ്ങിയ ഒരു പൂജാദ്രവ്യത്തെയെന്നപ്പോലെ അത്യധികം ഭവ്യതയോടെ ആ ഓട്ടുമൊന്ത ഒരിടത്ത് ഭദ്രമായി അടച്ചു വെച്ചു.

പിന്നെ പതിവിലും നേരത്തെ ഉറങ്ങാൻ കിടന്നു. എന്നാൽ കണ്ണുകൾ അടഞ്ഞതേയില്ല. മെല്ലെ മെല്ലെ അയാൾ ഒരു നീലത്തടാകത്തിന്റെ സ്വച്ഛന്ദതയിൽ കുളുർന്നു കിടന്നു—

തടാകത്തിന് ചുറ്റും നിന്ന വൃക്ഷങ്ങളുടെ പച്ചമേലാപ്പിന്റെ നിഴൽ നീലവെള്ളത്തിൽ പച്ചപ്പു പടർത്തി - മരക്കൊമ്പുകളിലിരുന്ന പളുങ്കു നിറമുള്ള കിളികൾ വെറുതെ ചിറകിട്ടടിച്ചു-

ദൂരെ ഏതോ വിജനതയിൽ നിന്ന് ഒഴുകിയെത്തുന്ന ബാവുൾ സംഗീതത്തിന്റെ വരികൾ-

ഗായകൻ ദുഃഖിതനും എന്നാൽ പ്രണയം തേടുന്നവനുമാണ്.

വിഷാദം തുളുമ്പുന്ന വരികൾ - മരണ ദേവത തടാകതീരത്തിന്റെ പല അതിരുകളിൽ നിന്ന് പല ഭാവത്തിൽ ചുവടുകൾ വയ്ക്കുന്നു. ബാവുൾ ഗായകൻ പ്രണയത്തിൽ നിന്ന് പൂവുകൾ അടർത്തിയെടുത്ത് പാടി. പൂവുകൾക്ക് ഓറഞ്ചും, വയലറ്റും, മരതകവും നിറങ്ങളായിരുന്നു. സ്നേഹം ഉരുക്കിയൊഴിച്ചു പാടി. സ്നേഹത്തിന് ആരും ഇതേ വരെ കണ്ടിട്ടില്ലാത്ത തീഷ്ണ നിറമായിരുന്നു. രക്തം നക്ഷത്രങ്ങളാക്കി പാടി. നക്ഷത്രങ്ങളുടെ നിലയ്ക്കാത്ത സ്പന്ദനം. സ്വപ്നങ്ങൾ നിലാവിലൂടെ ഒഴുക്കി പാടി. സ്വപ്നങ്ങൾ നേർത്ത് സുതാര്യമായിരുന്നു. ആരും ഇന്നേവരെ കണ്ടിട്ടില്ലാത്ത കടും നിറങ്ങളിൽ കിടന്ന് അവ പതഞ്ഞു പൊന്തി. രഞ്ജൻ ദാസ് ഗുപ്ത ഉറങ്ങിയതേയില്ല. അയാളുടെ മക്കളായ വിബിൻദാസും ജിതേന്ദ്രനാഥനും നീലതടാകത്തിൽ നീന്തുന്നത് ആലോചിച്ച് അഹങ്കരിക്കുകയും, കണ്ണുകൾ തുറന്നു തന്നെ ഉറക്കത്തിന്റെ പടവുകളിലിരുന്ന് വിയർപ്പു തുള്ളികൾ ഒപ്പിയെടുക്കുകയും ചെയ്തു. ക്ലാവുപിടിച്ച ഓട്ടുമൊന്തയിൽ നിന്ന് ഒരു നീലക്കടൽ തിളച്ചുമറിഞ്ഞെത്തി മുറിയിലൊക്കെ ഒഴുകിനടന്നു. അയാളുടെ പഴകി കറുത്ത തടിപ്പെട്ടി

യിൽ നിന്ന് സ്വയം നിവർന്ന് എത്തിയ കടലാസ് ചുരുളുകളിൽ കിട്ടാനുള്ള മുതലും കൊടുക്കാനുള്ള പലിശയും അക്കങ്ങളായി പെരുകി പെരുകി നീലക്കടലിൽ കളിച്ചു നടന്നു.

പുറത്ത് ആകാശവും രാത്രിയും എവിടെയാണ് അപ്രത്യക്ഷമായിരിക്കുന്നത്?

വയലുകളിൽ കിടന്നു കറങ്ങി തിരിഞ്ഞെത്തിയ വരണ്ട കാറ്റ് അയാളെ കളിയാക്കികൊണ്ടേയിരുന്നു. കറുത്ത് വിറങ്ങലിച്ചുണങ്ങിയ മണ്ണിന്റെ അടക്കിയ വിതുമ്പലും കേട്ടു. ഭൂമിയുടെ നിസംഗമായ ഹൃദയത്തിൽ തൊട്ട് വികാരവതിയാക്കുവാൻ തീവ്രമായി ആഗ്രഹിച്ചു, രഞ്ജൻ ദാസ് ഗുപ്ത.

ആകാശത്ത് നിഷേധികളായ മേഘങ്ങൾ പെയ്യാൻ മടിച്ച് പെരുകി കറുത്തു. അയാൾ ദുർഗ്ഗയെ ചേർന്നു കിടന്നു. അവളുടെ മുടിയിഴകൾക്കും കഴുത്തിനും മുലക്കണ്ണുകൾക്കും കാട്ടു തുളസിയുടെ ഗന്ധം. അയാളുടെ ഞരമ്പുകളിലാകെ അന്ത്യമായ ആസക്തികൾ നിറഞ്ഞ ചുടുചോര ഇരച്ചെത്തി ഒഴുകി. ജീവിതത്തിലെ അവസാന ഭോഗത്തിനായി ദുർഗ്ഗയെ ഉർവ്വരയാക്കി ഉഴുതെടുക്കണമായിരുന്നു, രഞ്ജൻ ദാസ് ഗുപ്തയ്ക്ക്

ദുർഗ്ഗ-ഇത് അവസാനത്തെ... നമ്മൾ അജ്ഞാതമായ ഒരിടം വരെ പോകുമിപ്പോൾ. ദുർഗ്ഗ ഒന്നും സംസാരിച്ചതേയില്ല. ജീവിതത്തിന്റെ ഒടുക്കത്തിലുള്ള കോടാനുകോടി വാക്കുകളും അവൾക്കൊപ്പം സുരതാലസ്യത്തിൽ തളർന്നുകിടന്നു.

ദുർഗ്ഗയുടെ നെറ്റിയിലെ കുങ്കുമം പുരണ്ട് ചുവന്ന രഞ്ജൻ ദാസ് ഗുപ്തയുടെ ചുണ്ടുകൾ ചുവന്നു.

അവളുടെ ഗോതമ്പുനിറമുള്ള കൈത്തണ്ടയിലെ ചുവപ്പും വെളുപ്പും ഇണചേർന്നു കിടന്ന ശംഖു വളകളും രതിമൂർച്ഛയിലെന്നപോലെ അയാളുടെ അരക്കെട്ടിലേക്ക് തളർന്നിറങ്ങി.

ദുർഗ്ഗ ആലസ്യത്തിലാണ്... അവളുടെ വാക്കുകളും ചിന്തകളും അടർന്നു പോയിരിക്കുന്നു. ദുർഗ്ഗയുടെ കറുത്ത മുടിയിഴകൾ രഞ്ജന്റെ മുഖത്തും കഴുത്തിലും കറുത്ത കുഞ്ഞുസർപ്പങ്ങളായി ഇഴഞ്ഞു.

രഞ്ജൻ ദാസ് ഗുപ്തയുടെ ബീജ കുഞ്ഞുങ്ങൾ ദുർഗ്ഗയിലാകെ അലഞ്ഞു നടന്ന് തളർന്നു. അവളുടെ കൺപോളകളിൽ രഞ്ജൻ ഒരിക്കൽകൂടി അമർത്തി ചുംബിച്ചു... മേലെ ഒഴുക്കു നിലച്ച ഒരു തടാകത്തിലെന്നപോലെ അവളൊരു നീലത്തോണിയായി മാറി.

വിബിൻദാസും ജിതേന്ദ്രനാഥനും നീലച്ച നിദ്രയിലേക്ക്

എപ്പോഴോ മടങ്ങിക്കഴിഞ്ഞിരുന്നു.

മുറിയുടെ ഒഴിഞ്ഞ മൂലയിൽ വിഷനീലം പുരണ്ട വറ്റുകൾ ഛർദ്ദിയുടെ അവശിഷ്ടങ്ങളായി കണ്ണുമിഴിച്ചു.

വിബിന് കവിതാ ഭ്രാന്തുണ്ട്... അവൻ ഇരുന്നൂറു പേജുള്ള വരയിട്ട നോട്ടുബുക്കിൽ എഴുതാൻ സാധ്യതയുണ്ടായിരുന്ന കവിതാശകലമോർത്ത് രഞ്ജന് അഭിമാനം തോന്നി.

നീലനിറമുള്ള നിദ്രയുടെ തോണിയേറി
നീലക്കടലിലേക്കും നീലാകാശത്തിലേക്കും
ഞങ്ങൾ യാത്രയാകുന്നു...

രഞ്ജൻ ദാസ് ഗുപ്തയ്ക്ക് മകന്റെ കവിതയോർത്ത് ചിരിപൊട്ടി. ദുർഗ്ഗയുടെ നുണക്കുഴിയിലേക്കും അയാളാചിരി ഒഴുക്കിവിട്ടു. അവളുടെ മുഖമാകെ ചുവന്ന കണ്ണുനീർ പരന്നിരുന്നു. ദുർഗ്ഗാ, എന്റെ പ്രിയപ്പെട്ട വധൂ മാപ്പ്...

ഭാര്യയുടെ അടഞ്ഞ കരിനീല കൺപോളകളിൽ വികാര പാരവശ്യത്തോടെ തഴുകിക്കൊണ്ടേയിരുന്നു അയാൾ...

മാപ്പ്... മാപ്പ്...

എല്ലാ ഗന്ധങ്ങളേയും നിമിഷമാത്രയിൽ ആവഹിച്ചെടുത്തിരുന്ന നിനക്ക് മരണത്തിന്റെ ഗന്ധം അനുഭവിക്കാൻ കഴിഞ്ഞില്ലേ. അയാൾ പിറുപിറുത്തു.

അഞ്ചു വയസ്സുള്ളപ്പോൾ ജിതേന്ദ്രനാഥൻ നാലു വൃത്തങ്ങൾ വരച്ച് ഓരോന്നിനും രണ്ടു വരകൾ മേലോട്ടും താഴോട്ടും വരച്ച് അച്ഛൻ, അമ്മ, വിബിൻ, ജിതീന്ദ്രൻ എന്ന് ചൂണ്ടിക്കാണിച്ച് കൊഞ്ചാറുള്ളതോർത്തു രഞ്ജൻ.

ദാ അച്ഛനും അമ്മയും മക്കളും പോകുന്നു. നാലുവൃത്തങ്ങളും വരക്കാലുകളുമായി പോകുന്നു ഇവിടം വിട്ട്... ഈ ഭൂമി വിട്ട്... വരണ്ടുണങ്ങിയ പാടങ്ങൾ വിട്ട്... വിണ്ടുകീറിയ കൃഷിസ്ഥലങ്ങൾ വിട്ട്...

വരക്കാലുകൾ രഞ്ജൻ ദാസ് ഗുപ്തയുടെ കണ്ണുകൾക്ക് മുന്നിലൂടെ കാലത്തിന്റെ കടുംനീല മരണ മൗനത്തിലേക്ക് താളമില്ലാതെ നീങ്ങി നീങ്ങി പോയി.

ഇനി ഒന്നും ഓർക്കുവാൻ വയ്യ അയാൾക്ക്... ഇനി ഓർമ്മകളേ ഇല്ല... നഷ്ടങ്ങളോർത്ത് സങ്കടപ്പെടുവാൻ ഇനി അയാൾ വേണ്ട ഭൂമിയിൽ.

ആമ്പൽ മൊട്ടുകൾ നമിച്ചു നിൽക്കുന്ന നീലക്കുളങ്ങളേ... നക്ഷത്രക്കണ്ണുകൾ ഇളക്കിപ്പിടയുന്ന മീനുകളേ... തെങ്ങിൻ തോപ്പുകളേ... കവുങ്ങളിൻ കുരുന്നുകളേ... നിങ്ങളാരും ഇല്ല ഇനി. ദുർഗ്ഗ

യുടെ മുലക്കണ്ണുകളിലെ കാട്ടുതുളസി ഗന്ധവും ഇനിയില്ല...

അയാളിലേക്ക് കലിയും, മരണത്തിന്റെ ഒടുങ്ങാത്ത കാമവും, ഭ്രാന്തും എല്ലാം കൂടി ഒന്നിച്ചിരച്ചു കയറി. അപാരതയിലെ നീല ബിന്ദുവിൽ മാത്രം നോക്കി ഓട്ടുമൊന്തയിലെ അവസാനത്തെ തുള്ളിയും വലിച്ചെടുത്ത് ദൂരേയ്ക്ക് വലിച്ചെറിഞ്ഞു, അയാൾ... ചളുങ്ങിയ ആ ഓട്ടുമൊന്ത ഒച്ചാരം പറമ്പു കടവിലെ അമ്മിണിയുടെ മനസ്സിലാണ് റ്ണീം എന്ന ശബ്ദത്തോടെ വന്നു വീണത്.

അദ്ധ്യായം - 2
ഒച്ചാരം പറമ്പുകടവിലെ അമ്മിണി (35)

ഒച്ചാരം പറമ്പു കടവിലെ അമ്മിണിയോട് അവളുടെ തിയ്യൻ നാരായണൻ കുട്ടി കഥ പറയുകയായിരുന്നു. രഞ്ജൻ ദാസ് ഗുപ്തയുടെ കഥയ്ക്ക് തൊട്ടുപുറകിൽ തന്നെ ജോയിജോസഫിന്റെയും കൊല്ലപ്പറമ്പിലെ ലീലയുടെയും പാറശ്ശേരിയിലെ മധുവിന്റെയും പാറക്കടവിലെ മാഹിൻ കണ്ണിന്റെയും തെക്കേടത്ത്പുത്തൻ വീട്ടിലെ കുഞ്ഞുമേരിയുടെയും കഥകൾ നിരനിരയായി വന്നു.

രഞ്ജൻ ദാസ് ഗുപ്തയുടെയും ദുർഗ്ഗയുടെയും മക്കളുടെയും കഥ കേട്ടപ്പോൾ തന്നെ അമ്മിണി തളർന്നു. കുട്ടികളില്ലാതിരുന്ന അമ്മിണിക്ക് എന്നും കഥകൾ കേൾക്കണം. കഥക്കുഞ്ഞുങ്ങൾ അമ്മിണിയ്ക്കും നാരായണൻക്കുട്ടിയ്ക്കും ഇടയിൽ കിടന്ന് കൈകാൽ കുടഞ്ഞ് ചിരിച്ചു... കരഞ്ഞു... അമ്മിണി അവർക്കായി മുലകൾ ചുരത്തി.

വിബിനും ജിതേന്ദ്രനും അമ്മിണിയെ കരയിപ്പിച്ചു.

വൃത്ത മുഖത്തിന്റെ വരകൈകൾ നീട്ടി അവർ അമ്മിണിയെ ചിരിപ്പിക്കുകയും ചെയ്തു.

വരൂ... രാത്രി സ്വപ്നത്തിൽ രഞ്ജൻ ദാസ് ഗുപ്തയും ദുർഗ്ഗയും കൂടി അമ്മിണിയെ ക്ഷണിച്ചു. ദൂരെ ചണക്കറ്റകളുടെ കൂട്ടനൃത്തമാണ് അവർ അമ്മിണിക്കു കാണിച്ചു കൊടുത്തത്. എന്താണ് പകരം കാണിച്ചു കൊടുക്കേണ്ടത് എന്ന് അമ്മിണി ഒത്തിരി ആലോചിച്ചു.

താഴെ കരക്കണ്ടത്തിൽ ഇഞ്ചിത്തൊട്ടിയിലെ ഇലകൾ മുഴുവൻ മഞ്ഞച്ച് പഴുത്ത് നിൽക്കുന്നു.

ഇലകൾ പച്ച... പൂക്കൾ മഞ്ഞ... ഓടുമ്പോൾ ചാടുമ്പോൾ ചാക്കിട്ടു പിടുത്തം... നാവിലേക്ക് ഒരു പഴയ കുസൃതി പാട്ട് ഓടി

വന്നു. അവൾക്ക് ചിരി വന്നു. ചിരിച്ച് ചിരിച്ച് ഉണർന്ന് പിന്നെ കരച്ചിലിലേക്ക് നടന്നു.

നാരായണൻ കുട്ട്യേട്ടനോട് ആരാ ഇദ്ക്കെ പറഞ്ഞെ. അവൾ തിയ്യന്റെ കഴുത്തിൽ പിടഞ്ഞുകിടന്ന ആൺ മുഴയുടെ ചലനം നോക്കി കിടന്നു. അയാളാകട്ടെ അമ്മിണിയെ നോക്കാതെ മലർന്ന് കിടന്നു.

ഭിത്തിയിലെ ദൈവങ്ങളുടെ ചില്ലു ഫോട്ടോയ്ക്ക് പിന്നിലെല്ലാം പല ബാങ്കുകളിൽ നിന്നെത്തിയ ജപ്തി നോട്ടീസുകൾ ഒളിച്ചിരുന്നു. ദൈവങ്ങളെല്ലാം ചില്ലിനകത്തിരുന്ന് വീർപ്പുമുട്ടി. എന്നിട്ട്? നിർത്ത്യോ നാരായണൻ കുട്ട്യേട്ടാ...

അമ്മിണി ദൈവങ്ങളെയൊന്നും നോക്കാതെ അയാളുടെ കുറ്റിരോമങ്ങൾ നിറഞ്ഞ താടി പിടിച്ചുയർത്തി. എന്നിട്ടെന്താ ജോയി ജോസഫിനെ കയറീന്ന് കെട്ടഴിച്ച് താഴെ കിടത്തിയപ്പോൾ, അയാളുടെ ദേഹം പൊതിഞ്ഞിരുന്ന ചോണനുറുമ്പുകൾ ലക്ഷ്യമില്ലാതെ നാലിടത്തേയ്ക്കും പരക്കം പാഞ്ഞു. തിയ്യൻ പറഞ്ഞു പറഞ്ഞു കിതച്ചു.

എന്നിട്ടോ? എന്നിട്ടേന്താ, റബ്ബർ കായ്കള് പൊട്ടിത്തെറിച്ചതൊന്നും ആ നട്ടുച്ചയ്ക്ക് മാങ്ങാടപ്പിള്ളിയിലെ ജോസഫ് ജോണിന്റെ മകൻ ജോയി ജോസഫ് കേട്ടില്ലാത്രെ.

എന്നിട്ടോ...?

എന്നിട്ടെന്താ... റബ്ബർ മരങ്ങൾക്കിടയിൽ ഒളിഞ്ഞു നിന്ന ഒരു പുളിമരക്കൊമ്പിലല്ലേ അയാൾ അത് ചെയ്തത്...

എന്നിട്ടോ...? നാരായണൻ കുട്ടി മൗനിയായി...

പാളികളില്ലാത്ത ജനാലയ്ക്കു വെളിയിൽ നീലയോ കറുപ്പോ അല്ലാത്ത നിറം കെട്ട രാത്രി...

പറയൂ, നാരായണൻ കുട്ട്യേട്ടാ... എവിടെ? അമ്മിണി ചോദ്യങ്ങൾ ചോദിച്ചു കൊണ്ടേയിരുന്നു. അയാൾ ആകട്ടെ ഭൂതകാലത്തിലെ ഓർമ്മകളിലേയ്ക്ക് മെല്ലെ നടന്നു. ആദ്യമായി അയാൾ അമ്മിണിയെ കണ്ടത് പൂത്ത കാപ്പിച്ചെടികൾക്കിടയിൽ വച്ചായിരുന്നു.

അവളുടെ എണ്ണമയം കുറഞ്ഞ നീളൻ തലമുടിയിലാകെ കാപ്പിപ്പൂവിന്റെ ഇളം സൗരഭ്യം. അയാൾ ആദ്യമായിട്ടായിരുന്നു ഒരു പെണ്ണിനെ ഇത്രയടുത്ത് കാണുന്നതും സംസാരിക്കുന്നതും. അയാൾ അമ്മിണിയുടെ കണ്ണുകളിലും ചെവികളിലും ചുണ്ടിലും നാവിലും കഴുത്തിലും പൊക്കിൾച്ചുഴിയിലും മദിപ്പിക്കുന്ന കാപ്പിപ്പൂ ഗന്ധം

തേടി അരിച്ചു നടന്നു.

അയാൾക്ക് ഒന്നും ആലോചിക്കാനില്ലായിരുന്നു.

ഇതുതന്നെ, തന്റെ പെണ്ണ്.

പൂത്തകാപ്പിച്ചെടികൾ ഇലകൈകൾ അനക്കാതെ ആണിനും പെണ്ണിനും കുടപിടിച്ചു നിന്നു.

അമ്മിണി കാപ്പിചെടികളുടെ ഒരു കാടായി മാറി.

ആകാശവും ഭൂമിയും മണ്ണും പൂത്തുലഞ്ഞ് കാപ്പിപ്പൂക്കൾ പൊഴിച്ചു കൊണ്ടേയിരുന്നു. അവളും. പറയൂ നാരായണൻ കുട്ട്യേട്ടാ എവിടെ്?

അമ്മിണിയുടെ കൈകൾ അവളുടെ തിയ്യനെ തേടി നീണ്ടു. കാപ്പിപ്പൂ മണം അടുക്കളയിൽ നിന്നിറങ്ങി, വാഴത്തോട്ടവും കടന്ന്, മുരിക്കിൻ പൂക്കളേയും ഗൗനിയ്ക്കാതെ പടിയിറങ്ങി.

എവിടെ... എവിടെ?

അവൾ ചൂടിക്കട്ടിലിൽ തിരിഞ്ഞും മറിഞ്ഞും കിടന്ന് തിയ്യനെ തൊടാൻ ശ്രമിച്ചു. ഇഞ്ചിത്തൊട്ടിയിൽ ഒരു പൊടിക്കാറ്റ് കിടന്നു തന്ത്രപ്പൂർവ്വം കളിച്ചു.

പുളിങ്കൊമ്പിന്റെ ഏറ്റവും മുകളിലെ തുഞ്ചത്തിൽ നിന്ന് ഒരു ചെറുകാറ്റ് ഉയർന്ന് പിരിഞ്ഞ്, ആകാശം കഴിഞ്ഞങ്ങനെ പോകുന്നതും നോക്കി അമ്മിണി നിന്നു.

എവിടെ... എന്റെ തിയ്യൻ

അവൾ നിലവിളിയ്ക്കാതെ കൈകൾ നീട്ടിനിന്നു.

രഞ്ജൻ ദാസ് ഗുപ്തയും ജോൺ ജോസഫും നാരായണൻ കുട്ടിയും മൂന്ന് വൃത്തങ്ങളും വര കൈകളുമായി നിൽക്കുന്നത് അമ്മിണി കണ്ടു... അപ്പോൾ ആകാശത്തു നിന്നുമാണ് കാപ്പിപ്പൂ ഗന്ധം പരന്നൊഴുകിയെത്തിയത്. അവളാ ഗന്ധത്തിനൊപ്പം നടന്ന് നാരായണൻ കുട്ടിയുടെ ഒഴിഞ്ഞ ചാരുകസേരക്കരികിലെത്തി. അതിന്റെ കൈവരികളിൽ നാരായണൻകുട്ടിയുടെ ഗന്ധം കിടന്നു. നാടൻ കള്ളിന്റെയും ബീഡി പുകയുടെയും ദശമൂലരിഷ്ടത്തിന്റെയും വിയർപ്പിന്റെയും ഗന്ധമായി ഒരു തിയ്യൻ നാരായണൻകുട്ടി (45)

അമ്മിണി ഇപ്പോൾ അടുക്കളയിൽ കയറാറില്ല. പകരം എല്ലായ്പ്പോഴും പത്രത്താളുകളിലൂടെ മദിച്ചു. ഒന്നാം താളിലൂടെയും രണ്ടാം താളിലൂടെയും മധ്യത്തിലൂടെയും അവൾ നീന്തി.

പാറയിൽ മത്തായി (48) വട്ടപ്പറമ്പിൽ ബിജു (30) കൈതേടത്ത് ഏലിയാസ് (42) കുന്നയ്ക്കൽ ലീല (52), കുറിയേരിയിൽ സരള

(43), തോന്നിമുക്കിലെ കുരിയാക്കോസ് (60).

അമ്മിണിക്കു മുമ്പിൽ അക്കങ്ങൾ പെറ്റുപെരുകി. നാൽപ്പത്തെട്ടും... മുപ്പതും... അറുപത്തിരണ്ടും... അറുപതും... കൈ വിരലുകൾ എണ്ണമെടുത്ത് കൂട്ടിയും കുറച്ചും കൈത്തണ്ട കരുവാളിച്ചു. പത്രത്താളുകൾ അമ്മിണിയെ കൂമ്പാരമായി പൊതിഞ്ഞു.

അക്കങ്ങളുടെ നടുവിൽ മത്തായിയും സരളയും നാരായണൻകുട്ടിയും രഞ്ജൻ ദാസ് ഗുപ്തയും ഛേദവും അംശവും പൊരുത്തപ്പെടാത്ത ഭിന്നസംഖ്യകളായി കിടന്നു. ഒടുവിൽ അക്കങ്ങൾ ബലാൽസംഗപ്പെടുത്തിയ അമ്മിണി പത്രത്താളിൽ കണ്ണുകൾ തുറിച്ച് മലർന്നു കിടന്നു.

അമ്മിണി (35).

ദേശാഭിമാനി വാരിക

11
ജ്ഞാനസ്നാനം

ശാലിനി സംഭവം കഴിഞ്ഞ് നേരെ കുളിമുറിയിലേക്കാണ് പോയത്. സംഭവം മറ്റൊന്നുമല്ല. അവളെ ഒരാൾ ബലാൽസംഗം ചെയ്തു. പലതും പറഞ്ഞെത്തിയ ഒരു ചാറ്റൽ മഴ സന്ധ്യയിൽ, അന്ന് രാവിലെ കാർട്ടൂൺ ചാനലിൽ ഒരു പൂമ്പാറ്റക്കഥ കണ്ടതും വയസ്സ് പതിനേഴായിട്ടും കാർട്ടൂണോ എന്ന് ശ്യാമളേടത്തി ചോദിച്ചതും ഓർത്ത് നടന്നപ്പോൾ ആരോ പിന്നിൽ നിന്ന് കണ്ണുകൾ പൊത്തി ശരീരമാസകലം ഇരുട്ടു വാരിതേച്ചതുമാത്രമേ അവൾക്ക് ഓർമ്മയുള്ളൂ. അവൾ കുളിമുറിയിലെ നിറം മങ്ങിയ കണ്ണാടിയിൽ നോക്കി. മഞ്ഞുകാലമായതിനാൽ തൊലി അടർന്ന ചുണ്ടുകളിൽ കുഞ്ഞു ചോരപ്പൊട്ടുകൾ ഒട്ടിച്ചുവച്ചതുപോലെ. ചെറുപ്പത്തിലേതന്നെ അമ്മയും അച്ഛനും നഷ്ടമായതിനാൽ ശ്യാമള എന്ന ചേച്ചി, ശ്യാമളേടത്തി ചൂടു നൽകി പറത്തി വിട്ട കിളിയായിരുന്നു ശാലിനി. ആ ശ്യാമളേടത്തി കോഴിയെയും പശുവിനെയും വളർത്തി ചിട്ടിയിൽ ചേർന്ന് സ്വരൂപിച്ച സമ്പാദ്യം കൊണ്ട് ശാലിനിക്ക് വാങ്ങിക്കൊടുത്ത നക്ഷത്രക്കമ്മലിൽ സദാ നൃത്തം ചെയ്യുന്ന ചെറിയ ജിമുക്കയുടെ അരിമ്പുകൾ ഭംഗി ആകെ പോയി ചളുങ്ങിക്കിടക്കുന്നു. കമ്മലിന്റെ പുതുനക്ഷത്രത്തിളക്കം മാത്രം വാശിയോടെ ജ്വലിച്ചു നിന്നു.

അവൾ ചുരിദാറിന്റെ കീറിപ്പറിഞ്ഞ അടിഭാഗം വീണ്ടും വീണ്ടും വലിച്ചു കീറി തീയിടാനായി മുറ്റത്തേയ്ക്ക് വലിച്ചെറിഞ്ഞു. കറുത്ത ബ്രായ്ക്കുള്ളിൽ തടഞ്ഞുനിന്നിരുന്ന കല്ലുമാലയുടെ മുത്തുകൾ താഴോട്ട് ഉരുണ്ട് കുളിമുറിയുടെ എണ്ണ വഴുക്കിലൂടെ ലക്ഷ്യം തെറ്റി ചിതറിക്കിടന്നു. ശരീരം മുഴുവൻ വജ്രപ്പശപ്പോലെ ഒട്ടിപ്പിടിച്ച് ഓക്കാനിപ്പിക്കാൻ തുടങ്ങിയിരുന്ന മദ്യവും വായ്നാറ്റവും ഇടകലർന്ന മണം കുളിമുറിയിൽ നിന്ന് വെള്ളം ഒഴുകിയിറങ്ങുന്ന കൃമികീട

ങ്ങൾ നിറഞ്ഞ അഴുക്കുചാലിലേക്ക് വിസർജ്ജ്യം പോലെ അറപ്പോടെ സോപ്പുവിരലുകളാൽ അവൾ വടിച്ചിറക്കി. ഡെറ്റോളും ഒരജ്ഞാത പുഷ്പത്തിന്റെ നേർത്ത ഗന്ധമുള്ള കരളാകൃതിയിലുള്ള സോപ്പും ചേർന്ന പതയുടെ ചെറുകുമിളകൾ അവളുടെ ഇളം മാറിടത്തിലും കുഞ്ഞു കഴുത്തിലും അഭൗമമായ സൗന്ദര്യവാഹിനികളായി തങ്ങി നിന്നു.

ശാലിനി ഒരു കുഞ്ഞു പ്രാർത്ഥനപ്പാട്ട് മൂളി കണ്ണാടിയിൽ നോക്കി ഗൗരവത്തോടെ ഒന്നു ചിരിച്ചു നിന്നു. ചിരി ചുണ്ടിൽ തൊടാതെ മാറി നിൽക്കുന്നുവോ. അവൾ സംശയിച്ചു. കണ്ണിൽ നേരിയ നനവു പടർന്ന ചുവപ്പു രാശി ഇനിയും ബാക്കി നിന്ന അഹന്തയോടെ കണ്ണാടിയിൽ പ്രതിബിംബിച്ചു കിടന്നു.

കുളി കഴിഞ്ഞു വന്നപ്പോൾ ശ്യാമള കോഴിമുട്ടകൊണ്ട് ബുൾസൈ ഉണ്ടാക്കി അതിൽ ഉപ്പും കുരുമുളകും പൊടിച്ചിട്ട് ശാലിനിക്ക് നൽകി. നല്ലെണ്ണയിൽ മൊരിച്ചെടുത്ത ചൂടുദോശയും ബുൾസൈയും ചില്ലുപാത്രത്തിൽ പരസ്പരം കണ്ണുമിഴിച്ചു കിടക്കുന്നത് കണ്ട് ശാലിനി വീണ്ടും ചിരിക്കാൻ ശ്രമിച്ചു. ആ ചിരിയും ചുണ്ടിൽ തൊടാതെ കോടി നിന്നു. ശാലിനി ബുൾസൈയുടെ കണ്ണാകൃതിയിൽ കണ്ട രൂപത്തിൽ രൂക്ഷതയോടെ വിരൽകൊണ്ട് കുത്തിനോക്കി. മഞ്ഞച്ചലം, അവൾ വീണ്ടും ഓക്കാനിച്ചു. ഇതിനിടയിൽ പലപ്പോഴായി ശാലിനി ശ്യാമളേടത്തിയോട് ഛർദ്ദിച്ചമർപ്പോടെ അന്നത്തെ സംഭവം പറഞ്ഞവസാനിപ്പിച്ചിരുന്നു.

“മതി മതി - ഒന്നും പറയേണ്ട- നീ കുളിച്ച് സുന്ദരിയായീലോ- ഇനി ഛർദ്ദിക്കുകയേ അരുത്. മണങ്ങൾ ഒന്നൊന്നായി മറന്നോളൂ.”

“വരൂ,” ശ്യാമള ശാലിനിയെ ബുൾസൈക്കണ്ണുകളിൽ നിന്നടർത്തിമാറ്റി കുട്ടിയമ്മയുടെ കഥ പറയാൻ തുടങ്ങി.

കുട്ടിയമ്മയുടെ കഥയായതുകൊണ്ട് പലപല വിക്രിയകളും ഒട്ടും മറയില്ലാതെ പിറന്ന പടി തോന്നിപ്പിക്കുന്ന നഗ്നതയോടെ കടന്നു വരുന്നതിനാൽ ശാലിനിയോട് പറഞ്ഞ കഥാ ശരീരത്തെയും ശ്യാമള ഒന്നു കുളിപ്പിച്ചാണ് കിടത്തിയത്. അങ്ങനെയാണ് കുട്ടിയമ്മ കഥയായി മാറി ശാലിനിയിലേക്ക് പ്രവേശിച്ചത്.

“ഈ നാട്ടിലെ ഒരേയൊരു ധീരവനിതയായിരുന്നു കുട്ടിയമ്മ.” ശ്യാമളേടത്തി കുട്ടിയമ്മയെ നേർക്കുനേർ കാണുന്ന തരത്തിൽ തന്നെയാണ് ശാലിനിക്കുമുന്നിൽ നിർത്തിയത്. “കൊയ്ത്ത് കഴിഞ്ഞ് പാടത്തുനിന്നും പണി കഴിഞ്ഞ് ഇഞ്ചിതൊട്ടിയിൽ നിന്നും

ജ്ഞാനസ്നാനം

കുട്ടിയമ്മ നേരെ പോകുന്നത് കാക്കൂരെ കള്ളുഷാപ്പിലേക്കാണ്. പണി ചെയ്യാനുള്ള സൗകര്യത്തിനായി അരയ്ക്കുചുറ്റും മുറുക്കി ക്കെട്ടിയ തോർത്തഴിച്ച് ഒന്നു കുടഞ്ഞ് മാറിൽ വിടർത്തിയിട്ട് ഏഴു ചുവന്ന കല്ലുള്ള ചെങ്കമ്മലിന്റെ ശംഖുതിരി മുറുക്കി, മുറുക്കിത്തുപ്പി ചുവന്ന ചുണ്ട് അമർത്തിത്തുടച്ച് വീണ്ടും ചുവപ്പിച്ച് കുട്ടിയമ്മ ഷാപ്പി ലേക്ക് കയറുന്ന കാഴ്ച കണ്ട് ആ നേരം ഓ---എന്നു മാത്രമേ ഷാപ്പുടമ വർഗ്ഗീസ് മുതലാളി പറയാറുള്ളൂ. കറിക്കാരൻ കുഞ്ഞ ച്ചൻ ഓ-ന്നുപോലും പറയില്ല. ഉം.....എന്ന് അർദ്ധോക്തിയിലുള്ള ഒരു മൂളൽ മാത്രം. കുരുമുളകുപൊടിയും വറ്റൽമുളക് ഒരേ നീളത്തിൽ മുറിച്ചതും ഇട്ടുലർത്തിയ പോത്തിറച്ചി കഷണങ്ങൾക്കിടയിൽ കിട ക്കുന്ന മഞ്ഞൾ കാന്തി പൂണ്ട കറിവേപ്പിലയെപ്പോലും ചവച്ചു രുചി ച്ചാസ്വദിച്ച് കുട്ടിയമ്മ ചുവന്ന നിറത്തിൽ പൂക്കൾ ചെരിഞ്ഞിറങ്ങി യിരിക്കുന്ന ചില്ലുകോപ്പയിൽ നിന്ന് കള്ള് കുടിച്ചിറക്കുന്നത് കാണു മ്പോഴും ഷാപ്പിന്റെ പല മൂലകളിൽ നിന്നുമുള്ള ഓ.....യും ഊവും ഹാവുമൊക്കെ അവിടുത്തെ പനമ്പുമറകൾക്കുള്ളിൽ തട്ടിത്തട്ടി നിൽക്കും.

"ദാ ആ നിൽക്കുന്ന വരിക്കപ്ലാവിന്റെ താഴെയാ കുട്ടിയമ്മയെ അടക്കീത് അതോണ്ടാണ് ആ പെൺപ്ലാവിനും ഒരു തലയെടുപ്പ്....." കുട്ടിയമ്മേയുടെ കഥ പറഞ്ഞ് ശ്യാമള വരിക്കപ്ലാവിനെ നോക്കി നിശ ്വസിക്കും.

ശ്യാമളേടത്തി ഇപ്പ എന്തിനാ ഈ കുട്ടിയമ്മേടെ കഥേക്കെ ഇതി ലേക്ക് വലിച്ചെഴക്കണെ...എന്ന് ശാലിനി ഒരുപാട് നേരമിരുന്ന് ആലോചിച്ചു. മുമ്പും ഈ കുട്ടിയമ്മയെക്കുറിച്ച് ഇതേ ശ്യാമളേ ടത്തിതന്നെ അയൽപക്കത്തെ ആരിഫ ഉമ്മയോടും എന്തൊ ക്കെയോ പൊടിപ്പും തൊങ്ങലും വച്ച് പറയുന്നത് ശാലിനി കേട്ടി ട്ടുണ്ട്.

അതെന്തോ അതീവ രഹസ്യസ്വഭാവമുള്ള ഒരു സംഭാഷണമാ യതിനാൽ പല വാക്കുകളും മുറിഞ്ഞു മുറിഞ്ഞാണ് ശാലിനി കേട്ടത് എന്നു മാത്രം.

കുട്ടിയമ്മ ആണുങ്ങൾ മൂത്രമൊഴിക്കുന്നതുപോലെ ഇല്ലിമു ളകൾക്കരികിലെ തൊണ്ടിൽ വട്ടം കറങ്ങി നിന്നു മൂത്രമൊഴിച്ചത്രേ. ആൺകോയ്മയെ ചോദ്യം ചെയ്തുകൊണ്ടുള്ള ആദ്യ പ്രക്രിയായി ആരിഫ ഉമ്മ ഇതെല്ലാവരോടും വിസ്തരിച്ചു പറഞ്ഞ് അത്ഭുത സ്തബ്ധരാക്കി. ആരിഫ ഉമ്മയുടെ അഴിയിട്ട തളത്തിനകത്ത് ആ നേരം മൂന്നു ബീവികൾ നിരയായി പിന്നോട്ട് പിന്നോട്ടിരുന്ന് പേൻ

നോക്കി രസിച്ചു. മൂന്നുപേരെയും ആരിഫ ഉമ്മയുടെ ഭർത്താവ് അസ്സനാര് കെട്ടിക്കൊണ്ട് വന്നതാണെന്ന് കുട്ടിയമ്മയ്ക്കറിയാമാ യിരുന്നതിനാൽ കുട്ടിയമ്മ പല ചൊരുക്കുകളും കാണിച്ചു. അസ്സ നാര് കാണെ നരച്ചു ചുവന്ന പാവാടത്തുമ്പ് കാട്ടി കൈലി മടക്കി ക്കുത്തി, കോട്ടമാവിന്റെ ചില്ലയിൽ കയറി ഇരുന്ന് പുളിപ്പും മധുരവും ഇടകലർന്ന ചെനച്ച മാങ്ങ കടിച്ചുതിന്നുകയും അയാളെ നോക്കി ഗോഷ്ഠി കാണിക്കുകയും ചെയ്തുപോലും.....

മാങ്ങയുടെ പുളി കൂടുതലെന്നു തോന്നിയപ്പോൾ ആദ്യം ഒന്നു രണ്ടു കൊയ്ത്തുപാട്ടുകൾ പാടുകയും അതിന്റെ തുടർച്ചയായി വളരെ എളുപ്പത്തിൽ പറയാവുന്ന നല്ല കല്ലുപോലെയുള്ള തെറി വാക്കുകളെകൊണ്ടൊരു പാട്ട് തൽസമയം ഉണ്ടാക്കി പാടുകേം ചെയ്തു.

അതൊക്കെ അസ്സനാരോടുള്ള പ്രതിഷേധം, ശ്യാമളേടത്തി രസം കയറി പറഞ്ഞു.

കുട്ടിയമ്മയുടെ സേവക്കാരെക്കുറിച്ച് പറഞ്ഞപ്പോൾ ശ്യാമളേട ത്തി വീണ്ടും ശബ്ദം താഴ്ത്തി വേഗത കുറച്ചു.

"അവർക്ക് ഒത്തിരിപ്പേരല്ലേ സേവക്കാര്. കാരിരുമ്പിന്റെ കരു ത്തുള്ള തോട്ടിങ്കലെ കുമാരനും ചാവീടിലെ തടിപ്പണിക്കാരൻ കറു കറുത്ത വാസുവും തെറ്റകേലേ ഇരട്ടച്ചങ്കുള്ള കുഞ്ഞാമുവും കുട്ടി യമ്മേടെ കെട്ടിയോന്മാരായിരുന്നു. ഇങ്ങനെയല്ലാമാണേലും ദ്രോഹി ക്കാൻ വരുന്നോരെ കൊന്നു കൊലവിളിക്കും കുട്ടിയമ്മ."

"ഇല്ലിങ്കലെ വെളുത്തു ചൊവന്ന വർഗീസ് മുതലാളിയും ആരിഫ ഉമ്മയുടെ സുന്ദരക്കുട്ടപ്പൻ കെട്ട്യോൻ അസ്സനാരും ഒരിക്കൽ മാത്ര മേ കുട്ടിയമ്മയോട് ശൃംഗരിക്കാൻ ചെന്നിട്ടുള്ളൂ. അന്ന് അവർക്ക് കൊടുത്ത ആട്ടും തെറിയും പതിനായിരം കുളങ്ങളിൽ മുങ്ങിക്കു ളിച്ചാലും തീരില്ലന്നാ ശ്യാമളേടത്തിയുടെയും ഭവാനി വല്യമ്മയു ടെയുമൊക്കെ വിദഗ്ധ അഭിപ്രായം."

കുട്ടിയമ്മയ്ക്ക് ഏറെ പ്രിയം കറുമ്പന്മാരെത്തന്നെ എന്ന് ശ്യമ ളേടത്തി വിരലുകളിൽ ഞൊട്ട ഒടിച്ചുകൊണ്ടു പറഞ്ഞു. "നാട്ടിലെ വിപ്ലവകാരികളേക്കെ വല്യകാര്യർന്നു കുട്ടിയമ്മയ്ക്ക്- ഒരു ഒളിപാ രാളിയുടെ വീറും വാശിയുമുണ്ടായിരുന്നു കുട്ടിയമ്മയ്ക്ക്. തൊണ്ടിൽ പാത്തും പതുങ്ങിയും നിന്ന് നഗ്നതാ പ്രദർശനം നടത്തി കുട്ടിയ മ്മയെ വീഴ്ത്താൻ നോക്കിയ ഒന്നു രണ്ട് തൊഴിലാളി അച്ചായന്മാ രെയും ആലപ്പുഴേല് കച്ചവടത്തിനുപോയി കാശുണ്ടാക്കി നാട്ടുകാരെ ഭരിക്കാമെന്ന വിചാരത്താൽ കുടിച്ചു മറിഞ്ഞു നടന്ന ചോവന്മാ

രയും തുലുക്കന്മാരെയും അഹങ്കാരികളായ ചില മാടമ്പിമാരെയും കുട്ടിയമ്മ അടികൊടുത്തും കല്ലെറിഞ്ഞും ഓടിച്ചൂന്നാ എല്ലാർടേം പറച്ചിൽ."

"നെനക്കൊന്നും വീട്ടില് അമ്മേം പെങ്ങളും ഇല്ലേടാ...." കുട്ടിയമ്മ ആകാശം മുട്ടെ വളർന്നു നിന്ന് അലറി

"നിന്റെ പൈസേക്കെ നെന്റെ കയ്യില് വച്ചാ മതി..."

അന്നു കുട്ടിയമ്മ പറഞ്ഞ തെറിവാക്കുകളത്രയും വർഷങ്ങൾക്കു ശേഷവും കുട്ടിയമ്മ ഓർത്തോർത്തു പറയാറുള്ളത് കുറച്ചുനാൾ മുമ്പുവരെ ശ്യാമളേടത്തിയും ഓർത്തുവച്ചു. ഉപയോഗിക്കാൻ പറ്റാത്തതിനാൽ പിന്നെ മുനയൊടിഞ്ഞ് ഒടിഞ്ഞ് മറഞ്ഞേ കിടന്നു. കുട്ടിയമ്മയുടെ ആ ഗർജ്ജിക്കലോർത്തപ്പോൾ തന്നെ ശ്യാമളേടത്തി പേടിച്ചരണ്ടതുപോലെ തോന്നി ശാലിനിക്ക്.

ഇപ്പോൾ ശാലിനിയും ആരോടൊക്കെയോ കുട്ടിയമ്മയുടെ കഥ പറയാൻ തുടങ്ങിയിരിക്കുന്നു. ശ്യാമളേടത്തി വടക്കുപുറത്തെ തേക്കിൻ തൈവിറ്റ് കിട്ടിയ പണം കൊണ്ട് പഠനാവശ്യത്തിനായി ശാലിനിക്ക് വാങ്ങിക്കൊടുത്ത പഴയ നിറം മങ്ങിയ കമ്പ്യൂട്ടറിന്റെ ഉടുപ്പഴിച്ച് ഏറെനേരം ഇരുന്ന് അവൾ ആലോചിച്ചു.

"കുട്ടിയമ്മേ" - അവൾ നീട്ടിവിളിച്ചു.

ഏകാന്തതയിലിരുന്ന് മനസ്സിൽ തുറക്കുന്ന സ്വപ്ന ചാറ്റുകളങ്ങൾ എല്ലാം ഭദ്രമായി അടച്ചിട്ട് കംപ്യൂട്ടറിന് മുന്നിലിരുന്ന് അതിലെ ശൃംഗാര മുറികൾ തുറന്ന് കൊച്ചുവർത്തമാനങ്ങളുടെ മാന്ത്രികക്കളങ്ങളിൽഅടങ്ങിക്കിടന്നിരുന്ന പാമ്പിൻമുഖമുള്ള വിയറ്റ്നാംകാരനെയും ഫിലിപ്പെൻസിലെ മുക്കുചപ്പിയവനെയും കാസർകോഡുകാരൻ ചന്ദ്രപ്പനേയും ഹായ്, ഡിയർ എന്നൊക്കെ പറഞ്ഞ് മോഹവലയങ്ങൾ തിർത്തു. എറണാകുളത്തെ നെറ്റ് കഫേകളിലിരുന്ന് മിനുസമാർന്ന പലവർണ്ണ ടൈൽസ് തറകളുടെ നഗ്നതയിലേക്ക് സ്വയം ഉറവായി പൊട്ടി ഒഴുകുന്നവരേയുംമോഹഭംഗപ്പെടുത്തിക്കൊണ്ട് കുട്ടിയമ്മയുടെ കഥകൾ ഹൃദിസ്ഥമാക്കുവാൻ തുടങ്ങുകയും എല്ലാവരോടും അതൊക്കെപ്പറഞ്ഞ് അത്ഭുതപ്പെടുത്തുകയും ചെയ്തു അവൾ.

ഹായ് ഡാ ഉമ്മ.....ഉമ്മ....ഉമ്മ എന്ന് കമ്പ്യൂട്ടർ സ്ക്രീനിൽ ചുണ്ടോടിച്ച് കാനഡയിലിരുന്ന് ശാലിനിയിലേക്കും ലോകത്തിന്റെ അതിർവരമ്പുകളിലേക്കും ആഫ്രിക്കയിലെ ഇരുണ്ട് വന്യമാർന്ന നീഗ്രോ പെൺകൊടികളിലേക്കും പുംബീജംപോലെ ഉമ്മകൾ തെറിപ്പിച്ചുകൊണ്ടിരുന്ന ആൻഡ്രേഴ്സൺ ക്ലിന്റണെ കുട്ടിയമ്മയുടെ സ്വന്തം

തെറിവാക്കുകൾ കട്ടെടുത്ത് കുപ്പിച്ചില്ലുകൾ പാകിയതുപാലെ ഒട്ടിച്ച്ബ്ലോക്ക് ചെയ്തു ശാലിനി.

മാറിലെ മുയൽക്കുഞ്ഞുങ്ങളെ ഞാൻ മയക്കാമെന്ന് സ്വർഗ്ഗീയമായ ആനന്ദത്തോടെ രഹസ്യമായി ശാലിനിയോട് മൊഴിഞ്ഞ ആമിനത്താത്ത എന്ന മലബാറുകാരി ലെസ്ബിയന്റെ ചാറ്റ് മുറിയിലേക്ക് കുട്ടിയമ്മയുടെ ആർക്കും അഴിച്ചെടുക്കാൻ കഴിയാത്ത സ്വാതന്ത്ര്യത്തിന്റെ അടയാളമായ ചുവപ്പ് തിടം വച്ച് കിടക്കുന്ന പാവാടത്തുമ്പ് ചിത്രം വീശിയെറിഞ്ഞുകൊടുത്തു അവൾ. കോഴിക്കോട്ടെ ബേപ്പൂർ കടപ്പുറത്ത് ഉപ്പുവെള്ള ചൂരേറ്റ് ഇരുപത്തിനാലു മണിക്കൂറും ചായ അടിക്കുകേം ഇടയ്ക്കിടയ്ക്ക് വായ്ക്കുള്ളിലൂടെ കിളുന്ന് പെങ്കുട്ടികളുടെ കിളുന്തിറച്ചിവഹിക്കുന്ന സാങ്കൽപ്പിക കപ്പലോടിക്കുകയും ശൃംഗാര കസർത്തു കാണിക്കുകയും ചെയ്യുന്ന കാമപ്പനിക്കാരൻ ഖാലിദ് വല്ല്യൂപ്പയ്ക്ക് കുട്ടിയമ്മ നിന്നുകൊണ്ട് മൂത്രമൊഴിക്കുന്ന ഒരു വർണ്ണചിത്രസന്ദേശം ചെയ്തുകൊടുത്തു അവൾ.

പഴയ മേഘസന്ദേശംപോലെ....

തൊടുപുഴയിലെ ആന്റണിക്ക്, കുട്ടിയമ്മ മരക്കൊമ്പിലിരുന്ന് താഴോട്ട് കാലിട്ട് ചെനച്ച മാങ്ങ തിന്നുന്നതിന്റെ പുളിരസച്ചുവയുടെ ഗ്രാഫ് വരച്ചു കാണിച്ചുകൊടുത്തു ശാലിനി. പ്രമേഹ തിമിരം ബാധിച്ച്= കാഴ്ച മങ്ങിയആന്റണി ഡോക്ടറുടെ കണ്ണുകളിലേക്ക് ഗൾഫീന്ന് നേഴ്സായ മകൾ ലില്ലിക്കുട്ടി വാങ്ങിക്കൊടുത്ത ഒരു ചെറുബുക്കിന്റെ വലിപ്പമുള്ള മൊബൈലിൽ കിടന്ന് മാങ്ങാപ്പുളിരസം തിളച്ച് ഒഴുകിയെത്തിയപ്പോൾ ആന്റണിച്ചായന് ബോധക്ഷയം ഉണ്ടായി.

അവസാനം ഇന്നലെ ശാലിനി ഒരു തിരുമാനമെടുത്തു. കുട്ടിയമ്മയെ പോലെ, ഒന്നു മരം കേറാൻ. ഒന്നു കൈലി മടക്കിക്കുത്തി നടക്കുവാൻ. ഒന്ന് വട്ടം കറങ്ങി നിന്ന് മൂത്രമൊഴിക്കുവാൻ.

തേങ്ങാ ചിരകിക്കൊണ്ടിരുന്ന ശ്യാമളയുടെ പിന്നിൽ ചെന്നുനിന്ന് കെട്ടിപ്പിടിച്ച് ഒരുമ്മ കൊടുത്തുകൊണ്ട് ശാലിനി കൊഞ്ചി.

“കുട്ടിയമ്മ കേറിയ ആ കോട്ടമാവ് തന്നെ മുറിച്ചു കളഞ്ഞല്ലോ എന്റെ ശ്യാളേടത്തി.....” “എന്ത് ചെയ്യാനാ കുട്ടിയമ്മയെ ആരും ഓർത്തില്ല ശാലീ.” ശ്യാമള സങ്കടപ്പെട്ടു.

“ഇന്റെ ശ്യാമളേടത്തീ ആ വരിക്കപ്ലാവിന്റെ ചോട്ടില് തന്നെ അടക്കീത് നന്നായി കുട്ടിയമ്മയെ ദാ കണ്ടില്ലേ.....വരിക്കപ്ലാവാകെ ഒരു കൂസലുല്യാതെ നിക്കണെ.....”

ഇലകളാക്കെ ചെവി കൂർപ്പിച്ചു നിക്കണെ.....

ജ്ഞാനസ്നാനം

ഒരപ്രതീക്ഷിത കാറ്റിൽ വരിക്ക പ്ലാവ് അല്പമൊന്ന് ചാഞ്ചാടുവാൻ വ്യഗ്രത കാണിച്ചുവെങ്കിലും പെട്ടെന്ന് ഗൗരവത്തോടെ നിശ്ചലമായി നിന്നു. ശാലിനി മുറ്റത്തിന്റെ പടിഞ്ഞാറെ മൂലയ്ക്കു നിന്ന ഒരു പേരമരത്തിന്റെ കൊമ്പിൽ പിടിച്ചു തൂങ്ങിക്കിടന്നു. മുറ്റത്തിന്റെ തെക്കുവടക്കേ മൂലയിൽ നിന്ന ചാമ്പമരവും വിളിക്കുന്നതുപോലെതോന്നി ശാലിനിക്ക്. ചാമ്പമരങ്ങളുടെ കൈകൾ ചെന്നു തൊടുന്ന പുറം മതിലിനുമപ്പുറത്തുനിന്ന് ആൺനേട്ടങ്ങളുടെ ഗർവ്വ് കടന്നൽകൂടിളക്കംപോലെ മുരണ്ടു നിന്നു.

ശാലിനി ചാമ്പമരത്തിൽനിന്ന് പേരയിലേക്കും പേരയിൽ നിന്ന് മൂപ്പെത്താത്ത മൂവാണ്ടൻ മാവിലേയ്ക്കും വേപ്പിലേയ്ക്കും ചാഞ്ചാടിയാടി ആകാശത്തെ തൊടാനായി ആഞ്ഞുകൊണ്ടേയിരുന്നു.

താഴെ കാഴ്ചകളുടെ അതിരുകൾ മുഴുവൻ നിറഞ്ഞ് കുട്ടിയമ്മയങ്ങനെ നോക്കി നിന്നു. "കുട്ടിയമ്മേ അവിടെ നിന്നോണ്ട് ഒന്ന് മുള്ളിക്കേ.....' ശാലിനി ഉച്ചത്തിൽ വിളിച്ചുപറഞ്ഞു കൊണ്ടേയിരുന്നു. ഭൂമി ബലാൽസംഗം ചെയ്യപ്പെട്ട് നഗ്നയായ ഒരു സ്ത്രീയെപ്പോലെ കൺമിഴിച്ച് കിടക്കവേ ശാലിനിയെ നിത്യകന്യകയാക്കി വാഴ്ത്തപ്പെടുത്താനായി കുട്ടിയമ്മ അവളെ കോരിയെടുത്ത് ഉമ്മ വച്ചു. ശാലിനിക്ക് ചുറ്റും ഭൂഖണ്ഡമാകെയുള്ള സകല വർണ്ണശലഭങ്ങളും കൂടിച്ചേർന്ന് ഒരു കൂടാരമാണ് തീർത്തത്. ആ നേരമുണ്ടായ ശക്തമായ ഒരു കാറ്റിനൊപ്പം ചെയ്ത പൂമ്പൊടി മഴത്തണുപ്പിൽ ശാലിനിയെ കുളിപ്പിച്ച് അവളെ ജ്ഞാനസ്നാനം ചെയ്യുവാനായി കുട്ടിയമ്മ മണ്ണിലേക്ക് ഇറങ്ങിവന്നതുപോലെ.

സമകാലിക മലയാളം

12
പൂച്ചകളുടെ വർത്തമാനം

ഈ മനുഷ്യരെക്കുറിച്ചുള്ള കഥകൾ കേട്ടും എഴുതിയും വായിച്ചും ആത്മനിന്ദയാൽ പൊറുതിമുട്ടിയാണ് ഞാൻ പൂച്ചകളുടെ പീഡന അതിജീവനകഥകൾ എഴുതുവാൻ തീരുമാനമെടുത്തത്. ആരോ പറഞ്ഞു വച്ചതുപോലെ രണ്ടുപൂച്ചകളെ ഞാൻ കണ്ടുമുട്ടുകയും ചെയ്തു. വിധി എന്നല്ലാതെ എന്തു പറയാൻ?

മനുഷ്യകഥാപാത്രങ്ങൾക്കു ഞാൻ തുന്നിക്കൊടുക്കാറുള്ള കീഴ്‌വഴക്കങ്ങളുടേയും ദുരൂഹതകളുടെയുമൊക്കെ കുപ്പായങ്ങളൊന്നും ഈ പൂച്ചകൾക്കു നൽകുന്നില്ല. ആത്മാവിലും ശരീരത്തിലും അവർ നഗ്നനത പടർത്തി നടക്കട്ടെ എന്നങ്ങു തീരുമാനിച്ചു. നിത്യേനയുള്ള കനൽപീഡനമേറ്റ് അടക്കിവച്ചിരുന്ന പൊള്ളുന്ന വേദനകൾ ചൂളവിലാപങ്ങളായി പുറത്തേക്ക് വിട്ടുകൊണ്ടിരിക്കുന്ന അടുക്കളക്കുക്കറുകൾ ഭീമാകാരന്മാരായി മാറുന്നതായി സ്വപ്നം കണ്ട് ഞെട്ടിയുണർന്നപ്പോഴായിരുന്നു ആ രണ്ടു പൂച്ചകളുടെ വരവ്. ചെമ്പുനിറക്കാരൻ ഒരു കണ്ടൻ പൂച്ചയും അവന്റെ തൂവെള്ള സുന്ദരി പെൺപൂച്ചയും. ആദ്യകണ്ടുമുട്ടലിൽ തന്നെ ആൺപൂച്ച എന്നോട് വർത്തമാനം പറയുവാൻ തുടങ്ങി. ഇന്നത്തെ കാലത്ത് പൂച്ചകളും മരങ്ങളും ചിത്രശലഭങ്ങളുമൊക്കെ സംസാരിക്കാതിരിക്കരുത് എന്നാണ് എന്റെ പക്ഷം. കാരണം മനുഷ്യരുടെ സംസാരങ്ങൾക്ക് എന്തൊക്കെയോ പൊറുതിക്കേടുകൾ.

എനിക്ക് ദാ അക്കരെയുള്ള സോനാഗച്ചിന്നാ ദേ ഇവളെ കിട്ടീത്. ആമുഖമൊന്നുമില്ലാതെയുള്ള അവന്റെ സംസാരം എനിക്കിഷ്ടപ്പെട്ടു. പക്ഷേ സോനാഗച്ചി എന്ന വാക്ക് ഞെട്ടിപ്പിക്കുകയും ചെയ്തു.

സോനാഗച്ചി? ഞെട്ടൽ വിടാതെ വിറയ്ക്കുന്ന ശരീരത്തോടെ ആ കണ്ടൻപൂച്ചയുടെ കണ്ണുകളിലേക്ക് നോക്കി ഞാൻ ചോദിച്ചു. ആണൊരുത്തനായ ഇവന് സോനാഗച്ചി എന്നാൽ എന്തെന്നറിയോ

എന്ന് സംശയത്താൽ ഞാൻ മുഖം കുനിക്കുവാൻ തുടങ്ങിയെങ്കിലും അവന്റെ മീശത്തുമ്പിൽ നിവർന്നു നിന്ന അധീശഭാവം അമ്പരപ്പിക്കുന്നതായിരുന്നു. ഞങ്ങൾ പൂച്ചകൾക്കു മനുഷ്യപ്പറ്റും സ്നേഹോം ഇത്തിരി കൂടുതലാ. അതാ ഇവളെ സോനാഗച്ചീന്ന് ഞാൻ കൂടെ കൂട്ടീത്. ഇവള് ഗർഭിണിയാ. കുഞ്ഞുങ്ങൾ ആരുടേതെന്നു പോലും ഇവൾക്കറിയില്ല. പീഡനമേറ്റുപോയി പാവം. ഇവളും ഒരു പെണ്ണല്ലേ? ജീവിക്കണമെന്ന് മോഹമുണ്ടാവില്ലേ?

ആണത്തമുള്ള പൂച്ച. ഞാൻ അവന്റെ ഗർവ്വിനെയും സനേഹത്തെയും സ്തുതിച്ച് തത്ക്കാലം ആ മൃഗജീവിതത്തിന്റെ ഔദ്ധത്യങ്ങളിലേക്ക് തിരിച്ചുനടന്നു.

പെണ്ണിരകളും പെണ്ണിറച്ചിയുമെന്നൊക്കെയുള്ള വാക്കുകളുടെ പ്രയോഗപരത മടുപ്പിച്ചുതുടങ്ങിയതിനാൽ ഞാനത്തരം വാക്കുകളൊന്നും പറയാറില്ല ഇപ്പോൾ. ഫേസ് ബുക്കിലും ചാനൽ ചർച്ചകളിലുമൊക്കെ കണ്ണടക്കാരികളായ ചില ബുദ്ധിജീവിസ്ത്രീകൾ പറയുന്നതു കേൾക്കാറുണ്ടെന്നു മാത്രം. എങ്കിലും പൂച്ചകളുടെ സോനാഗച്ചിയിൽ പെൺ പൂച്ചകളുടെകിളുന്തു ശരീരങ്ങൾ നിരനിരയായി കിടക്കുന്നതോർത്ത് ഞാൻ തന്നെ ഒരു ഞെട്ടലായി ചുരുളുന്നതു പോലെ തോന്നി.

ഞങ്ങളുടെ വീടിനും അപ്പുറത്തെ റോഡും മുറിച്ചുകടന്നെത്തുന്ന മൺപാത അലക്കുകാരുടെ കോളനിയിലേക്കുള്ളതാണ്. ഏതൊക്കെയോ ആശുപത്രികളിലെ രോഗാണുക്കൾ അഹന്തയോടെ ആടിത്തിമർക്കുന്ന കിടക്കവിരികളും നഗരത്തിലെ റസിഡൻഷ്യൽ സ്കൂളുകളിലെ മദ്ധ്യവർഗ്ഗമനുഷ്യരുടെ പുച്ഛം കലർന്ന ഒളിച്ചിരികൾ പടർന്ന ജനൽകർട്ടനുകളും അലക്കി നീളത്തിൽ കെട്ടിയ അയകളിൽ തൂക്കി ഉണക്കാനിടുന്ന കാഴ്ചയ്ക്കുമപ്പുറത്താണ് കണ്ടൻപൂച്ച പറഞ്ഞ ഈ സോനാഗച്ചി. ഒരു തടിയൻ ഗൾഫുകാരന്റെ ഒഴിഞ്ഞു കിടന്ന വാഴത്തോപ്പായിരുന്നു അത്. വാഴപ്പൂക്കളിൽനിന്നു തേൻ കുടിച്ചുമദിച്ച് പരിഹാസത്തോടെയുള്ള ചിലയ്ക്കൽ കേൾപ്പിക്കുന്ന അണ്ണാറക്കണ്ണന്മാരും, വെട്ടിക്കീറിയ അഴുക്കുതോട്ടിലൂടെ ചാടിമറിയുന്ന തവളകളും വല്ലപ്പോഴും ഇഴഞ്ഞുവരുന്ന കൂറ്റൻചേരകളും ചേർന്നാൽ സോനാഗച്ചിയാകും.

അവിടെയാണ് പൂച്ചകളും പട്ടികളുമൊക്കെ മദിച്ച് ആഘോഷരാവുകൾ തീർക്കുന്നത്. കണ്ണെഴുതിയതുപോലെ മഷിക്കറുപ്പ് പേറുന്ന നീളൻ കണ്ണുകൾ തുറന്ന് പൂച്ചത്തരുണീമണികൾ നെടുവീർപ്പിടുകയും മലർന്നുമറിയുകയും, ഈ ലോകത്തിൽ എല്ലാ

വർക്കും സംഭവിക്കാറുള്ളതുപോലെ അനന്തമായ വിരക്തി ബാധിച്ച് മരണപ്പെട്ടുകൊണ്ടേയിരിക്കുകയും ചെയ്യുന്നുണ്ടാവും. എങ്കിലും അവരുടെ ഇടയിൽനിന്ന് ഞങ്ങളുടെ ഈ കണ്ടൻപൂച്ച പെണ്ണൊരുത്തിയെ രക്ഷപ്പെടുത്തി എടുത്തല്ലോ എന്നു ഞങ്ങൾ വീട്ടിൽ ചർച്ച ചെയ്തു. ഇതിനകം പെൺപൂച്ച ഒറ്റപ്രസവത്തോടെ നാലു കുഞ്ഞുങ്ങളുടെ അമ്മയായി മാറിയിരുന്നു. ഒളിച്ചും പതുങ്ങിയും ഏതോ ഒരജ്ഞാതമുറിയ്ക്കുള്ളിൽ ഓരോ കുഞ്ഞുപ്രാണനുകളും കുഞ്ഞുകുഞ്ഞു കരച്ചിലുകളോടെ പൂച്ചകുട്ടികളായി അവളുടെ ശരീരത്തിൽ നിന്നു പുറത്തേക്കുവന്നു. മാലാഖ വെളുപ്പും രാത്രിയുടെ കറുപ്പും അപൂർവ്വമായ സൂര്യതവിട്ടും നിറത്തിലുള്ള കുഞ്ഞുപൂച്ച രൂപങ്ങൾ ഞങ്ങളുടെ വീടിന്റെ അകത്തളങ്ങളിലൂടെ ഓടിക്കളിച്ചു. ഞങ്ങൾക്ക് അവരെ സ്നേഹിക്കാതിരിക്കുവാൻ ആകുമായിരുന്നില്ല.

പൂച്ച വീട്ടിൽ കയറിവരുന്നതു നല്ലതാ. അമ്മ നാട്ടറിവ് വിളമ്പി. ഞങ്ങളെല്ലാവരും പൂച്ചകുടുംബത്തിന് ആഹാരം നൽകുവാൻ മത്സരിക്കുകയായിരുന്നു. പുട്ട് പാലിൽ കുതിർത്തും രുചികൂട്ടാൻ പപ്പടം പൊടിച്ചിട്ടുമൊക്കെയാണ് അവരെ തൃപ്തിപ്പെടുത്തിയത്. (ഈ പൂച്ചകൾക്കെല്ലാം മീനിനെയും ഇറച്ചിയെയുംകാൾ പാലും പപ്പടവും പഥ്യമായിരുന്നുവെന്നത് ഞങ്ങളെ അതിശയിപ്പിച്ചു). അല്പം സംഗീതപ്രേമിയായ എന്റെ രാഗവിസ്താരങ്ങളിൽ പൂച്ചക്കുഞ്ഞുങ്ങൾ ആദ്യം ഒളിച്ചും പിന്നെ മടിയില്ലാതെയും നൃത്തം ചെയ്തുകൊണ്ടേയിരുന്നു. ഒരുവേള കണ്ടൻപൂച്ച പ്രേമപാരവശ്യത്തോടെ പെൺപൂച്ചയുടെ കാതിനടുത്ത് വന്ന് ശൃംഗാരരാഗമെന്നു പേരുകേട്ട കാംബോജിയുടെ മേൽസ്ഥായിയിലേക്ക് പടവുകൾ കയറുന്നത്പോലെ സ്വരങ്ങളുമായി കയറാൻ തുടങ്ങുകതന്നെ ചെയ്തു.

സോനാഗച്ചിയിൽനിന്നു കണ്ടെടുത്തതാണെങ്കിൽ തന്നെയെന്താ, അവളെ സദാ പ്രണയിനിയാക്കുന്നില്ലേ ഈ ആൺപ്രജയെന്ന് ഞാൻ സായൂജ്യമടഞ്ഞുപോയിരുന്നു. കാര്യങ്ങൾ കാലവുമായി എത്ര വേഗമാണ് കുഴമറിച്ചിൽ നടത്തുന്നത്?

പൂച്ചകളുടെ സോനാഗച്ചി ഗൾഫുകാരനിൽ നിന്ന് ഒരമേരിക്കക്കാരൻ വിലയ്ക്കു വാങ്ങുകയും ഒരു ബിനാമിക്കാരൻ അവിടെ ആകാശനീലയുടെ തട്ടുകളെ മറിച്ചിടാൻ എന്നവണ്ണം ഏന്തിവലിഞ്ഞു നിൽക്കുന്ന ഫ്ളാറ്റുകൾ പണിയുകയും ചെയ്തു. ബംഗാളികളും ആസാമികളുമായ ഇരുണ്ട ചെറുക്കന്മാർ ബീഡി വലിച്ചും മദ്യപിച്ചും കെട്ടിടനിർമ്മാണത്തിൽ പങ്കെടുത്തും മലയാളിപ്പെൺകുട്ടികളെ

നോട്ടമിട്ടും വെള്ളം വറ്റിത്തുടങ്ങിയ നദികൾക്കു മുകളിലൂടെ ഗതി മുട്ടിയ ജീവിതം എന്നപോലെ തളർന്ന് ഓടിക്കൊണ്ടേയിരുന്ന തീവ ണ്ടികളിൽ യാത്ര ചെയ്തും കാലമങ്ങനെ ധൃതിവച്ച് പൊയ്ക്കൊ ണ്ടിരിക്കുന്നു. നഗരത്തിലേക്ക് ജോലി തേടിപ്പോയ ചിലരെ നഗരം തന്നെ ഒളിപ്പിച്ചുവയ്ക്കുന്നതുപോലെ തിരിച്ചു വരാത്തവരാക്കി. ചില പെൺകുട്ടികളൊക്കെ തൂങ്ങിമരണം എന്ന കളിയിൽ ഏർപ്പെ ട്ടു തോൽക്കുകയും ജയിക്കുകയും ചെയ്തു. മറ്റു മനുഷ്യരൊക്കെ എന്തൊക്കെയോ വില പേശലുകളും വാണിഭങ്ങളും നടത്തി ജീവി തത്തെ കുത്തിമറിച്ചുകൊണ്ടേയിരുന്നു. പെരുച്ചാഴികളെപ്പോലെ.

ഞങ്ങളുടെ പെൺപൂച്ച നിരന്തരമായി പ്രസവിച്ച് ജന്മാന്തരബ ന്ധങ്ങളുടെ കഥകൾ പൂച്ചക്കുഞ്ഞുങ്ങൾക്കു പറഞ്ഞുകൊടുത്തു.

കുഞ്ഞുങ്ങളാകട്ടെ അവളുടെ മുലകൾക്കു ചുറ്റുമുള്ള പഞ്ഞിപ്പ തുപതുപ്പിൽ കുഞ്ഞുനഖങ്ങൾകൊണ്ട് അള്ളിത്തിമിർത്ത് പാൽ നുണഞ്ഞ് കുസൃതി കാണിച്ച് ഉറക്കത്തിലേക്ക് നീന്തിപ്പോയി.

ജീവിതത്തിന്റെ ഇത്തരം അടരുകളിൽ കുരുങ്ങി, കടുംകെട്ടുകൾ അഴിച്ച് മടുത്ത് ആദ്യം സന്ന്യാസിയും പിന്നെയൊരു എഴുത്തുകാ രനുമായി മാറി, ഞങ്ങളുടെ ആൺപൂച്ച. ചുറ്റും ഉയർന്നുവന്ന അനേ കായിരം സോനാഗച്ചികളുടെ കാണാവലയങ്ങളിൽ ആ ആണൊ രുത്തൻ ദാർശനികകഥകൾ തേടി എഴുതാനിരുന്നു.

ദീപിക വാർഷികപതിപ്പ്

13
രക്തനക്ഷത്രം വരവായി

അതൊരു ചെറിയ റെയിൽവേസ്റ്റേഷനായിരുന്നു. യാത്രക്കാരുടെ തിരക്കോ കച്ചവടക്കാരുടെ ബഹളമോ ഇല്ലാതിരുന്ന ചെറിയ ഒരു സ്റ്റേഷൻ

വയലറ്റ് നിറത്തിലുള്ള പൂക്കളുള്ള പേരറിയാത്ത ഒരു മരവും ചിറകടി ശബ്ദമില്ലാതെ ചേക്കേറുന്ന കാക്കകളും പിന്നെ ഒരിട ത്തൊതുങ്ങിയിരുന്ന് ആരെയൊക്കെയോ ചീത്തവിളിക്കുന്ന അർദ്ധ നഗ്നയായ ഒരു ഭ്രാന്തിയും കൂടെ ജടപിടിച്ച മുടി നെറുകയിൽ കെട്ടി, ഒറ്റയ്ക്കിരുന്ന് കൊത്തങ്കല്ലാടുന്ന എട്ടുവയസ്സു തോന്നിക്കുന്ന ഒരു പെൺകുട്ടിയും മാത്രമാണ് അവിടുത്തെ സ്ഥിരം അന്തേവാസികൾ.

അടുത്തു തന്നെ അയാളുമുണ്ടായിരുന്നു. പച്ചക്കൊടി ചുരുട്ടി കൈയിൽ പിടിച്ച് കാക്കിയണിഞ്ഞ ഒരാൾ. അയാളൊരു വൃദ്ധനാ യിരുന്നു. ഒരു പാവം വൃദ്ധനുണ്ടായിരിക്കാവുന്ന നരച്ചനിറമുള്ള പഴയ വാച്ചും ഏതോ അമ്മ ദൈവത്തിന്റെ പടം ചില്ലിട്ടു സൂക്ഷിച്ചി രിക്കുന്ന മോതിരവും ഒരു ജീവിതകാലത്തിന്റെ മുഴുവൻ വ്യാകുല തകളും തെളിയിക്കുന്ന ചുളിവുകൾ നിറഞ്ഞ ഒരു മുഖവും

ഇതെല്ലാം അയാൾക്കുമുണ്ടായിരുന്നു.

അയാളുടെ ചുണ്ടിൽ ഒരു തമിഴ്പാട്ടിന്റെ ഈണവുമുണ്ടായിരു ന്നു. ഏതോ അജ്ഞാതനായ ഒരു വൃദ്ധന്റെ കരിപിടിച്ച ജീവി തത്തെക്കുറിച്ചായിരുന്നു പാട്ട്.

അയാളെ സംബന്ധിച്ച് ജീവിതം ചൂളം വിളിച്ചെത്തുന്ന വണ്ടിച്ച ക്രങ്ങളുടെ വേഗതയിൽ ആത്മഹത്യ ചെയ്യപ്പെടുന്ന ഒരു മനുഷ്യന്റെ ചിന്നിച്ചിതറൽ പോലെ പ്രതീക്ഷിതമായ ഒന്നായിരുന്നു.

വണ്ടി ഇപ്പോൾ ഒരു ചെറിയ ഇരുൾച്ചുരവും കടന്ന് എവിടെ യൊക്കെയോ മറഞ്ഞിരിക്കുന്ന അരൂപികളുടെ കനൽക്കണ്ണുകളുടെ ചൂടേറ്റ് വാടിപ്പോകുന്ന പെൺയാത്രക്കാരുടെ നെടുവീർപ്പുകൾ

താങ്ങി പുറമ്പോക്ക് ചെറ്റക്കുടിലുകളുടെ ഓരം ചേർന്നു കിടക്കുന്ന മാലിന്യക്കൂമ്പാരങ്ങളുടെ ചൂരും മറികടന്ന് വന്നുകൊണ്ടേയിരിക്കുകയാവാം.

കാക്കിയുടുപ്പുകാരൻ വൃദ്ധൻ വാച്ചിൽ നോക്കി അക്ഷമനായി. അതാ എത്തിപ്പോയി.

വെളിച്ചത്തിന്റെ ഒരു കൂർത്ത ചീളെറിഞ്ഞ് ദാക്ഷിണ്യമില്ലാതെ വന്നു നിന്ന് നിഷ്കരുണം തീവണ്ടി നീങ്ങി.

വൃദ്ധന്റെ നെടുവീർപ്പിൽ യാത്രാമൊഴി ചൊല്ലി ഒരിക്കലുമൊരു യാത്രക്കാരനാകാൻ കഴിയാത്തതിന്റെ വ്യഥയുണ്ടായിരുന്നില്ല.

അയാൾക്ക് ജീവിതത്തിൽ മോഹങ്ങളെല്ലാം തീവണ്ടിയുടെ ചൂളംവിളിയിൽ ഒതുങ്ങിപ്പോയിരുന്നു. വൃദ്ധന്റെ കണ്ണുകൾ ഒരുന്മാദിയുടേതുപോലെ നിർവ്വികാരമായിരുന്നിട്ടും അയാളവരെ കണ്ടു. അല്പം മാറി ചാരുബഞ്ചിൽ രണ്ടു പേർ. ഒന്നൊരു യുവാവും മറ്റേയാൾ പെൺകുട്ടിയുമാണ്. അവർ ഒന്നും സംസാരിക്കുന്നേയില്ലായിരുന്നു. എപ്പോഴാണവർ ഇരിപ്പുറപ്പിച്ചത്? വൃദ്ധൻ ഒരുനിമിഷം ആലോചിച്ചു നോക്കി.

പെൺകുട്ടിയുടെ കണ്ണുകൾ പച്ചക്കൊടിയും മടക്കി അരികിൽവച്ച് തൂക്കുപാത്രത്തിൽ നിന്ന് ശ്രദ്ധയോടെ ഭക്ഷണം കഴിക്കുന്ന വൃദ്ധനിലായിരുന്നു. അവളുടെ കൈയും കഴുത്തും ആഭരണങ്ങളില്ലാതെ നഗ്നമായിരുന്നു. പക്ഷേ വെളുത്ത് അഴുക്കു പുരളാത്ത കണങ്കാലിൽ കറുത്തുതുടങ്ങിയ ഒരു മുക്കുപാദസരം. യുവാവ് മറ്റേതോ ലോകത്തായിരുന്നു. അയാളറിയാതെ തന്നെ അയാളുടെ കൈവിരലുകൾ അവളുടെ കഴുത്തിൽ അലസമായി കിടന്ന കടുംനീലനിറത്തിലുള്ള ഷാളിൽ പരതി നടന്നു.

വൃദ്ധൻ ആകാശച്ചെരുവിലേക്ക് നോക്കി. സന്ധ്യ മെല്ലെ മായുകയായിരുന്നു. ഈ സമയത്ത് ഒരു പുരുഷനും പെൺകുട്ടിയും അധികം ആളില്ലാത്ത ഒരു സ്റ്റേഷനിൽ...

വൃദ്ധൻ ഒരു ബീഡി പുകച്ച് ആലോചിച്ചിരുന്നു. ആലോചനയിലെപ്പോഴോ പുക തൊണ്ടയിൽ കുരുങ്ങി അയാൾ ചുമയ്ക്കാൻ തുടങ്ങി. പിന്നെ വൃദ്ധൻ ചോറ്റുപാത്രം സഞ്ചിയിലാക്കി ഒന്നു നിവർന്നിരുന്നു. മുകളിൽ നക്ഷത്രക്കൂട്ടങ്ങളെ തൊടാതെ സൂക്ഷ്മതയോടെ തെന്നിനീങ്ങുന്ന മേഘത്തുണ്ടുകൾ.

അയാൾ മരിച്ചുപോയ തന്റെ മകളെ ആകുലതയോടെ മനസ്സിലേക്ക് അടുപ്പിച്ചു. ഒരു ചരക്കുവണ്ടിയുടെ ഇരമ്പൽ അയാളിലെ ഓർമ്മകളെ തകിടം മറിച്ചു.

ജ്ഞാനസ്നാനം

ചാരുബെഞ്ചിലെ ആൾരൂപങ്ങൾ നിഴലുകളായി മാറിയിരുന്നു. പെൺകുട്ടിയുടെ കടുംനീലഷാളും രാത്രിക്കൊപ്പം കറുത്തുപോയി.

വൃദ്ധന് വല്ലാത്ത ക്ഷീണം തോന്നി. പിന്നെ കണ്ണുകൾ അടച്ച് മെല്ലെ മയക്കത്തിലേക്ക്....

മകൾ സ്വപ്നത്തേരിലേറി വരികയാണ്. അവൾക്ക് നീലനിറം ഇഷ്ടമായിരുന്നു. കാറ്റിലിളകുന്ന, ലോലമായ കടൽ നീലനിറത്തിലുള്ള പാവാടയുടെ ഞൊറികൾ.

നീണ്ട് അല്പം വിടർന്ന മൂക്കിലെ വെള്ളക്കല്ല് പതിച്ച മൂക്കുത്തി. അവൾ ചിരിക്കുകയാണ്. ഒപ്പം അയാളും. പിന്നെ നീളൻ പാവാട ഒരു കുരുക്കായി മകളെ മരച്ചില്ലകൾക്കുമപ്പുറത്തേക്ക് വലിച്ചുകൊണ്ടു പോയതും...

വെള്ളക്കൽമൂക്കുത്തി ഒരു രക്തനക്ഷത്രമായി മാറിയതും...

വൃദ്ധന്റെ മയക്കത്തിലുള്ള നിലവിളിയിൽ അല്പം ദൂരെമാറി പൊടിമണ്ണിൽ കമിഴ്ന്ന് കിടന്നുറങ്ങിയിരുന്ന ഭ്രാന്തി ഉണർന്നു. അവൾ നിർത്താതെ അസഭ്യം പുലമ്പുകയാണ്. പിന്നെ എഴുന്നേറ്റ് ഒന്നു ചിരിച്ച് അരികിൽ കിടന്നിരുന്ന കുട്ടിയെ ഒരു കീറത്തുണി പുതപ്പിച്ചു.

സ്റ്റേഷനിൽ ഒരു രാത്രിവണ്ടി എത്താറായതിന്റെ ചെറിയ തിരക്ക്. വൃദ്ധൻ കണ്ണുകൾ തിരുമ്മി എഴുന്നേറ്റ് ചാരുബെഞ്ചിലേക്ക് നോക്കി. അവിടെ വെളിച്ചമില്ലാതിരുന്നതിനാലും കണ്ണുകളുടെ കാഴ്ച മങ്ങിയതിനാലും അയാളൊന്നും കണ്ടില്ല.

കൈയിലിരുന്ന ടോർച്ചുമായി ചാരുബെഞ്ചിന്റെ അടുത്തേക്ക് നടന്നു. ഉണ്ട്. പെൺകുട്ടി മാത്രമുണ്ട്. കടുംനീലനിറത്തിലുള്ള ഷാൾ കൊണ്ട് മുഖം മറച്ച് അവൾ ഉറങ്ങുകയാണ്.

ഉറങ്ങട്ടെ. അവളുടെ മുഖം ഒരു വലയത്തിനകത്ത് ആണെന്നയാൾക്ക് തോന്നി. ഒപ്പമുണ്ടായിരുന്ന യുവാവിനെ അവിടെയെല്ലാം നോക്കി. പക്ഷേ കണ്ടില്ല. വൃദ്ധൻ തിരിച്ചു നടന്നതാണ്. ഇല്ല കഴിയുന്നില്ല. അയാൾ ചാരുബെഞ്ചിന്റെ ഓരം ചേർന്ന് പെൺകുട്ടിയെ ഉണർത്താതെ ഇരുന്നു.

പാളം വിറപ്പിച്ചുകൊണ്ട് രാത്രിവണ്ടി വരവായി. പെയ്തിറങ്ങുന്ന നിലാവിൽ, ആ രാത്രിയിൽ ഉറങ്ങാനാവാതെ അയാൾ വെറുമൊരു കാവല്ക്കാരനായി പ്രഭാതത്തിലേക്ക് മിഴിനട്ടിരുന്നു. മരച്ചില്ലകൾക്കിടയിലൂടെ രക്തനക്ഷത്രം അരികിലേക്ക് വരുന്നതുകണ്ട് വൃദ്ധന് സമാധാനമായി.

ദേശാഭിമാനി

14
അമ്മ

അമ്മയുടെ വഴിക്കണ്ണ് തൊടിയും കടന്ന്, പുഴനീന്തി കൈതയുടെ ഓലകളിൽ ഉടക്കാതെ ദാഹിച്ചുകിടക്കുന്ന വയൽമണ്ണിലൂടെ അരിച്ചിറങ്ങുകയാണ്.

വരും......വരാതിരിക്കില്ല.

പട്ടണത്തിൽ നിന്ന് ഗ്രാമത്തിലേക്കുള്ള അവസാനവണ്ടിയും പോയിക്കഴിഞ്ഞതായി അമ്മയ്ക്കറിയാമായിരുന്നു. എങ്കിലും അമ്മ കാത്തിരുന്നു. പ്രതീക്ഷകളെല്ലാം തീർന്നിട്ടുള്ള കാത്തിരിപ്പിന് വേദന നിറഞ്ഞ ഒരു സുഖമുണ്ട്.

അമ്മ ഇപ്പോൾ ആ സുഖത്തിലാണ്.

ഓർമ്മകളിൽ, പുഴയുടെ താളത്തിനൊപ്പം ചാഞ്ചാടി വെള്ളത്തിൽ മറിയാതെ രക്ഷപ്പെട്ടുപോകുന്ന ഒരു കടത്തുവഞ്ചിയുണ്ട്. വഞ്ചിയിൽ നെടുവീർപ്പുമായി, അനന്തതയിലേക്ക് മിഴിനട്ടിരിക്കുന്ന ഏകാകിയായ യാത്രക്കാരനുണ്ട്.

അമ്മയുടെ മിഴിത്തുമ്പ് നനയുന്നേയില്ല. ചിന്തകളിലേക്ക് നനവ് പടർത്തുന്നതും അതിൽ ലയിച്ചിരിക്കുന്നതുമാണ് അമ്മയ്ക്കിഷ്ടം.

തെക്കോട്ടുള്ള ജനൽപ്പാളികൾ ആരോ തുറന്നിട്ടിരിക്കുകയാണ്. തണുത്ത കാറ്റ് അമ്മയെ സാന്ത്വനപ്പെടുത്തുന്നതിനായി, തെക്കുപുറത്ത് അച്ഛനുറങ്ങുന്നിടത്തുനിന്നു വന്ന്, പിന്നെ അതു മറന്നു നിന്നു കിതച്ചു.

നമ്മുടെ മകൻ വരും. വരാതിരിക്കില്ല. അമ്മ കാറ്റിലൂടെ മൊഴിഞ്ഞു.

തെക്കേ മുറ്റത്ത് മുരിങ്ങപ്പൂവുകൾ ചിതറിക്കിടന്നു. കൊഴിഞ്ഞ മുരിങ്ങപ്പൂവുകൾ കഴുകി, ചീഞ്ചട്ടിയിൽ കടുക് താളിച്ച് തേങ്ങാ ചിരകി അരകല്ലിൽ വച്ച് ഒതുക്കിയെടുത്തതും ചേർത്ത് തോരനുണ്ടാക്കിയിട്ടുണ്ട്. മുരിങ്ങക്കായ് നീളത്തിൽ കീറിയിട്ടുണ്ടാക്കിയ അവി

യൽ വെളിച്ചെണ്ണ ചേർത്ത് അടുപ്പിൽ നിന്ന് ഇറക്കിയിട്ടുണ്ട്. മകന് ഇതെല്ലാം ഇഷ്ടമാണല്ലോ. പശുത്തൊഴുത്തിൽ നിന്ന് ഒരു കിടാവ് തുള്ളിച്ചാടി മുറ്റത്തേക്കിറങ്ങി.

പശുക്കുട്ടിയുടെ പുറത്തു കയറിയിരുന്ന് മകൻ കളിക്കുകയാണ്. അച്ഛൻ ഉമ്മറക്കോലായിൽ നിന്ന് ആ കളികണ്ട് രസിക്കുകയാണ്..... അമ്മയുടെ നിനവുകളിലേക്ക് ബാല്യം പടിയിറങ്ങി വന്നു.

“ഇക്കുട്ടി ഇതെബ്ട്യ്യ പോയിക്കെടക്കാ....കുട്ടി വരണ്ടെങ്ങിനെയാ എന്തെങ്കിലും കഴിക്കാ ? ഓരോരുത്തരിങ്ങു വരും ന്റെ കുട്ട്യേ ചീത്താക്കാൻ....'

'മീനാക്ഷ്യേ.....കുട്ടി വരുമ്പോളേക്കും ഒരു കരിക്കു വെട്ടിക്കോളൂ ദാഹിച്ചു നല്ല പരേശം കാണും.'

മുറ്റത്തു പടർന്നു പന്തലിച്ചു നിന്ന മൂവാണ്ടൻമാവിന്റെ ചാഞ്ഞ കൊമ്പിലെ ഊഞ്ഞാൽ വെറുതെ കാറ്റിലാടി.

ഊഞ്ഞാൽപ്പടിമേൽ അച്ഛന്റെ മടിയിൽനിന്ന് മകൻ ഊർന്നിറങ്ങി ഓടി മറഞ്ഞു.

അമ്മയ്ക്ക് അതോർത്തപ്പോൾ ചിരിവന്നു. ചിരിച്ചു ചിരിച്ച് കണ്ണിൽ വെള്ളം നിറഞ്ഞു.

അമ്മയുടെ കണ്ണുനീരിലേക്ക് സന്ധ്യയുടെ പ്രകാശം ചുരന്നു. അമ്മയുടെ കട്ടിലിനു ചുറ്റം ഒരുപാടാളുകളുണ്ട്.

“മീനാക്ഷ്യേ.....ഇത്തിരി വെള്ളംകുടി വായിലിറ്റിക്ക്യ.'

അവരിലൊരാൾ പറഞ്ഞു.

“ഇതിന്റെയൊരു വിധീന്നല്ല്യാണ്ടെന്താ പറയ്വ ? പണിക്കാരീടെ കൈയീന്ന് വെള്ളം കുടിക്കണന്നാ വിധി.”

മീനാക്ഷി ഇറ്റിച്ചുകൊടുത്ത വെള്ളം അമ്മയുടെ ചുണ്ടിന്റ കോണിലൂടെ ഒലിച്ചിറങ്ങി.....

പഴകിയ മഞ്ഞനിറം പടർന്ന ഒരു തുണികൊണ്ട് പ്രായമായ ഒരാൾ ചിറി തുടച്ചുകൊടുത്തു.

“മീനാക്ഷിക്ക് വല്ല നിശ്ശ്യാംണ്ടോ ഈ തള്ളേടെ മകൻ എവിടയ്യാന്ന് ?' കൂട്ടത്തിൽ അപരിചിതൻ ചോദിച്ചു.

മീനാക്ഷിക്ക് ഒന്നുമറിഞ്ഞുകൂടാ. അവൾ കുറച്ചുനാൾ മുമ്പുമാത്രമാണ് ജോലിക്കാരിയായി ആ വീട്ടിൽ വന്നത്.

അമ്മയുടെ മകനെ അവൾ കണ്ടിട്ടില്ല. കേട്ടിട്ടേയുള്ളൂ. അമ്മ മകനുവേണ്ടി എന്തെല്ലാമുണ്ടാക്കി വിളിമ്പിയിട്ടുണ്ട് എന്ന് നൂറുവട്ടം അമ്മ പറഞ്ഞുകേട്ടിട്ടുണ്ട്.

അതുവരെ കാണാത്ത ആ മകനെക്കുറിച്ചോർത്തപ്പോൾ മീനാ

ക്ഷിക്ക് കരച്ചിൽ വന്നു. അവൾ മുണ്ടിന്റെ അറ്റംകൊണ്ട് വായ് മൂടി നിന്നു കരഞ്ഞു.

"ന്നാ പിന്നെ ഇന്യേധികം കാക്കണ്ട."

"ഇന്നുതന്നെ സംഭവിച്ചാ അങ്ങേര്ടെ അടുത്ത് തന്നെ ആക്കാംല്ലേ? ഒരു കാരണവർ വായ്നിറയെ മുറുക്കാനുമായി അവ്യക്തമായി പറഞ്ഞു. കാറ്റിലാടുന്ന ഊഞ്ഞാലിന്റെ കയർ ആരോ നേരത്തേ തന്നെ മുറിച്ചുമാറ്റി. പിന്നെ മൂവാണ്ടൻമാവ് പ്രതീക്ഷയോടെ കാത്തു നിന്നു.

അമ്മയ്ക്ക് യാത്രയ്ക്കുള്ള സമയമായി. വെള്ളത്തുണിചുറ്റി, ചന്ദനം തൊട്ട്, മുടിയൊതുക്കി, ഒരു നേർത്ത ചിരിയോടെ അമ്മ ഇപ്പോൾത്തന്നെ പടിയിറങ്ങും. എല്ലാവരും മകനെക്കുറിച്ചാണ് ആ നേരം ഓർത്തത്.

ഇങ്ങനെയൊരു മകൻ ഈ അമ്മയ്ക്ക് ഉണ്ടായിരുന്നുവോ ?

ആരും കണ്ടിട്ടില്ല മകനെ. ആ നാട്ടിലേക്ക് കല്യാണം കഴിച്ചു കൊണ്ടുവന്ന പെണ്ണുങ്ങൾ കണ്ണിൽക്കണ്ണിൽ നോക്കി. പ്രായംചെന്ന സ്ത്രീകൾ കണ്ണിനുമുകളിൽ കൈചേർത്ത് അവരുടെ നരച്ച ചിന്തകളിലേക്ക് അരിച്ചിറങ്ങി. ഈ വീട്ടിലെ ഉമ്മറക്കോലയിലെ തൊട്ടിലിൽ ഇങ്ങനൊരുണ്ണി ആടിയിട്ടുണ്ടോ ?

ആണുങ്ങളാകട്ടെ മാവുമുറിക്കുന്ന രീതിയെക്കുറിച്ചാണ് ചർച്ച ചെയ്തിരുന്നത്

ഏതായാലും ഒരു കാര്യം തീർച്ചയാണ്.

എല്ലാവരും അറിഞ്ഞിരുന്ന അമ്മ ആ വീട്ടിൽ ഏകാകിയായിരുന്നു.

തെക്കുവശത്തു നിന്നു വന്ന ഒരിളംകാറ്റ് അമ്മയുടെ വരണ്ട ചുണ്ടുകളിലേക്ക് നനവ് പടർത്തി.

പ്രതീക്ഷിച്ചിരിക്കാതെ ഒരു മഴയിൽ കുതിർന്ന് അവനിപ്പോൾ ഇവിടെ വന്നുകയറും.

അമ്മ അതേവരെ പിറക്കാതിരുന്ന മകന്റെ മുഖമോർത്ത് പുഞ്ചിരിതൂകി.

പിന്നെ മെല്ലമെല്ലെ മകന്റെ പുഞ്ചിരി കണ്ണുകളിലേക്കു ചേർത്ത് അമ്മ കണ്ണുകളടച്ചു. ഇലകളും ശിഖരങ്ങളുമില്ലാതെ മൂവാണ്ടന്മാവ് മണ്ണിൽ പതിഞ്ഞുകിടന്നു.

ശ്രീ സുനിൽ പി. മതിലകം എഡിറ്റ് ചെയ്ത
അമ്മകഥകളിൽ നിന്ന്

15
ഭരണങ്ങാനത്തേക്ക് ഒരു വണ്ടി

ചെങ്ങന്നൂർക്കുള്ള വണ്ടി എന്നതുപോലെയാണ് വടക്കോട്ടേക്കുള്ള വണ്ടി. കൊള്ളാം. നല്ല ചേർച്ചയുണ്ട്. ഒ.വി.വിജയൻ മനസ്സിന്റെ കോണിലെവിടെയോ വന്ന് നില്ക്കുന്നുണ്ട്.

ചെങ്ങന്നൂരിനുമപ്പുറത്തേക്കുള്ള വടക്കോട്ടേക്കാണ് പോകേണ്ടത്. ബസ് സ്റ്റാന്റിൽ കാത്ത് നിന്ന് മടുത്തിരുന്നു. എന്റെ ഓരോ യാത്രയിലും ഈ വണ്ടികൾ പതിവു തെറ്റിയെത്തുന്ന താന്തോന്നികളാണ്. അല്ലെങ്കിൽത്തന്നെ എന്താണ് പതിവ് തെറ്റിക്കാതെയായിട്ടുള്ളത്. കുറച്ചുകൂടി ലളിതവല്ക്കരണം നടത്തി ഒരു പെൺചിന്തയിൽ പറഞ്ഞാൽ പതിവു തെറ്റിയെത്തുന്ന പീര്യഡ്സ്പോലെയാണ് കാര്യങ്ങൾ. പെട്ടെന്ന് തോന്നുന്ന കുസൃതിയോർത്ത് ഒരു ചിരി ചുണ്ടിൽ വന്നുനിന്നു. ബസ് സ്റ്റാന്റിൽ തനിച്ചു നിന്നു ചിരിക്കുന്ന പെണ്ണ്. ഓർത്തപ്പോൾ ഞെട്ടൽ. ചിരി കളഞ്ഞ് അല്പം സീര്യസായി.

ജീവിതം ലഘൂകരിക്കുവാനാകാതെ ഗുണനഹരണ പട്ടികകൾ ഉരുവിട്ട് ഈ ആളുകളൊക്കെ എങ്ങോട്ടേക്കാണ് അലയുന്നത്. പൊട്ടാറായ റബ്ബർ ചെരുപ്പുവള്ളികളുമായി വഴിയരികിലെ പെട്ടിക്കടയിലെ മാസികയുടെ കവർപേജിൽ കവി അയ്യപ്പൻ തൂങ്ങിക്കിടക്കുന്നു. കവി തൂങ്ങിക്കിടക്കട്ടെ. വടക്കോട്ടേക്കുള്ള വണ്ടി എപ്പോഴെങ്കിലുമാകട്ടെ. ഞാൻ ഗൗരവം വിടാതെ നിന്നു. മൂക്കുത്തിയണിഞ്ഞ ഒരു തമിഴത്തി ഒരു പെൺകുട്ടിയെയും അവളുടെ തന്നെ മുഖച്ഛായയുള്ള ഒരു മുടന്തൻ ചെറുക്കനെയും ബസ് സ്റ്റാന്റിൽ നിന്നും ആട്ടിയോടിക്കുകയാണ്. ആ തമിഴത്തിയുടേതെന്ന് അവകാശപ്പെടുന്ന സ്ഥലത്ത് അതിക്രമിച്ച് കടന്നതിനാലാകാം.

ഓട്ടത്തിനിടയിൽ പെൺകുട്ടിയുടെ പിന്നിക്കെട്ടിയ ചെമ്പൻ മുടിയിൽ നിന്ന് വീണുപോയ ഒരു വാടിയ പിച്ചിമാല ചെറുക്കൻ കൈയി

ലെടുത്ത് ട്രൗസറിന്റെ കീശയിൽ ഭദ്രമായി വെച്ചു.

"അക്കച്ചി കവലപ്പെടാത്" ചെറുക്കന്റെ ചിലമ്പിച്ച തമിഴ്. പെൺകുട്ടിയും ചെറുക്കനും എവിടെയോ മറഞ്ഞു. എനിക്ക് വിശക്കാൻ തുടങ്ങിയിരുന്നു. മോഡേൺബ്രഡ് ബാഗിൽ കരുതിയിട്ടുണ്ട്. ബസിലിരുന്ന് കഴിക്കാം. ഞാൻ സമാധാനിച്ചു.

തൂണിനു പിറകിൽ നിന്ന് എന്നെ ആസക്തിയോടെ കീഴ്പ്പെടുത്താൻ ശ്രമിക്കുന്ന രണ്ടു കണ്ണുകളെ എതിരിടാൻ ഞാൻ സാരി തോളിലൂടെ മുന്നോട്ടെടുത്ത് പുതച്ചു. വടക്കോട്ടേക്കിന്ന് ബസൊന്നും ഇല്ലാന്നുണ്ടോ? ഞാൻ അടുത്തുനിന്ന വൃദ്ധനോട് അയാളെന്റെ സഹയാത്രികനെന്ന് മറ്റുള്ളവർക്ക് തോന്നത്തക്കരീതിയിൽ ചോദിച്ചു. വൃദ്ധൻ മറുപടിയൊന്നും പറഞ്ഞില്ല. ലോകം നിറയെ വണ്ടികളാണ്. പക്ഷേ ഒന്നുപോലും വടക്കോട്ടേക്കില്ല. എനിക്ക് ദേഷ്യവും സങ്കടവും വരാൻ തുടങ്ങിയിരുന്നു. വണ്ടികൾ, കറുത്തപുക, പെട്രോൾ ഗന്ധം, വടക്കോട്ടേക്കല്ലാത്ത ബസിന്റെ ബോർഡുകൾ, ഛർദ്ദി, കറുത്ത പൊടിയിൽ പൊതിഞ്ഞു നില്ക്കുന്ന യാചകർ.

പൊലീസുകാരന്റെ കടവായിലൂടെ ഒഴുകുന്ന രക്തനിറമുള്ള മുറുക്കാൻ തുപ്പൽ

എനിക്ക് തലചുറ്റുന്നതുപോലെ ഞാൻ കിതയ്ക്കുന്നുണ്ടായിരുന്നു.

"പെങ്ങൾക്കെന്താ ഒരു അരുതായ്ക?" കാക്കിയുടുപ്പണിഞ്ഞ ഏതോ ഒരു ഡ്രൈവർ. അയാളുടെ ശബ്ദം ഒരു ഗുഹയിൽ നിന്നു വരുന്നതുപോലെ. അവന്റെയൊരു പെങ്ങൾ, എന്നു മനസ്സിൽ വിചാരിച്ചായിരിക്കാം അടുത്തുനിന്ന മറ്റൊരാൾ എന്നെ അടിമുടി നോക്കി.

ഞാനൊരു തളർച്ചയുടെ വക്കോളമെത്തിയിരുന്നു. എല്ലാം അവ്യക്തമായി തെളിയുന്ന രൂപങ്ങൾ. തെരുവ്, വഴിയോരക്കച്ചവടം. റിഡക്ഷൻ സെയിൽ. എല്ലാരോഗത്തിനും ഒറ്റമൂലി. ഇരുപത്തിയഞ്ചുലക്ഷം രൂപയും കാറും. മുക്കാബലാ...മുക്കാബലാ അപ്പോഴാണ് അവരെ കണ്ടത്. മദ്ധ്യവയസ്സിലും സുന്ദരിയായ ഒരു സ്ത്രീയും പതിനഞ്ചു വയസ്സോളം പ്രായം തോന്നിക്കുന്ന പെൺകുട്ടിയും.

ഉള്ളിലെവിടെയോ സംശയത്തിന്റെ ചിറകടിയൊച്ച. പെൺകുട്ടിയുടെ കണ്ണുകളിലെ ഭാവം?

"ഇപ്പം പാലായ്ക്കുള്ള ബസുണ്ടോ?" സ്ത്രീയാണ് ചോദിച്ചത്.

"ഞാനും ആ റൂട്ടിൽ തന്നെ. പക്ഷേ, കുറേ നേരമായി നിക്കണു" ഞാൻ മറുപടി പറഞ്ഞു. സ്ത്രീക്ക് വിശ്വാസം വരാത്തതുപോലെ.

അവർ നിർത്തിയിട്ടിരുന്ന ബസുകളുടെ ബോർഡുകൾ വായിച്ച് മടങ്ങി വന്നു.

“ഭരണങ്ങാനത്ത് പ്രാർത്ഥിക്കാൻ പൂവ്വാ. അവിടെ ഇവളുടെ എളേപ്പന്റെ വീടാ. അവിടെ നിന്ന് കുറെ ദെവസം പള്ളീപോകാനാ.

സ്ത്രീ എല്ലാ കാര്യങ്ങളും ചോദിക്കാതെ തന്നെ പറയുകയാണ്. “എവക്കൊരു മാനസിക വെഷമാ. എന്തു പറ്റിയെന്നാർക്കും ഒരു രൂപോല്ല. ഒരു ദെവസം സ്കൂളിന്ന് വന്നപ്പഴാ ആദ്യം തൊടങ്ങീത്...” സ്ത്രീ നിർത്തുന്നേയില്ല.

എന്താ പേര്? ഞാനാ പെൺകുട്ടിയുടെ കണ്ണിലേക്ക് നോക്കി ചോദിച്ചു.

അവൾ എന്നെ ശ്രദ്ധിച്ചതേയില്ല. പേരും പറഞ്ഞില്ല. കറുപ്പിൽ മഞ്ഞപ്പുള്ളികളുള്ള ഷാൾ തലയിലൂടെ പുതച്ച് കുനിഞ്ഞ് നില്ക്കുകയാണ്.

“കണ്ടില്ലേ ഇതാ മട്ട്. സംസാരിക്കാൻ പേട്യാണ്”. അവർ പിന്നെയും എന്തൊക്കെയോ പറയുവാൻ തുടങ്ങുകയാണ്. എനിക്കെന്തോ അവരുടെ രീതിയുമായി പൊരുത്തപ്പെടാനായില്ല. സാവധാനത്തിൽ ഞാൻ കുറച്ചു മുന്നോട്ടു മാറിനിന്നു.

ഭാഗ്യം. വടക്കോട്ടേക്കുള്ള ബസുകൾ വരവായി. ഒരെണ്ണത്തിൽ വല്ല വിധേനയും കടന്നുകൂടി. പെൺകുട്ടിയും സ്ത്രീയും കയറാത്തതെന്ത്?

സ്ത്രീ മറ്റാരോടോ സംസാരം തുടങ്ങിയിരിക്കുന്നു. എനിക്ക് പെൺകുട്ടിയുടെ കണ്ണുകളിലെ ഭാവം കാണാനാകാത്തവിധം അവൾ മറ്റൊരാളുടെ മറവിലായിപ്പോയി.

വടക്കൊരു ഗ്രാമത്തിൽ കാറ്റിലിളകുന്ന നെല്ലോലകൾക്കിടയിലേക്ക് ചെങ്കൽ നിറത്തിൽ സന്ധ്യ ഒഴുകിയിറങ്ങുന്നതും കാത്ത് മഴ പെയ്യാതെ തന്നെ നിന്നു.

ചെറിയ ചെമ്മൺ പാതയുടെ അറ്റത്തു തുടങ്ങുന്ന വയൽവരമ്പിലേക്ക് കണ്ണും നട്ട്, അകത്തളത്തിലെ അച്ഛന്റെ ശ്വാസംമുട്ടലിന്റെയും വരണ്ട ചുമയുടെയും താളം മറന്ന് അമ്മ ഉമ്മറപ്പടിയിൽ തന്നെ ആലോചനയുമായി നില്ക്കുകയാണ്. അമ്മയുടെ ഉള്ള സമാധാനം കൂടി കളയാനെന്നപോലെ മഴ തിരക്കിട്ടെത്തി.

പക്ഷേ, ഞാൻ മഴനാരുകൾ പകുത്ത് പടികൾ കടന്നെത്തിയത് അമ്മ അറിഞ്ഞതേയില്ല.

സ്ത്രീയും പെൺകുട്ടിയും ഭരണങ്ങാനത്തെത്തിയോ എന്തോ? പെൺകുട്ടിയുടെ മഞ്ഞപ്പുള്ളികളുള്ള ചുരിദാറും ഷാളും മനസ്സി

ജ്ഞാനസ്നാനം

ലെവിടെയോ ഇളകുന്നതുപോലെ ആകാശത്ത് മഴ നനഞ്ഞ് വിള റിയ നിലാവ് നോക്കി ഒരു നിമിഷം ഞാൻ മൗനിയായി. മഞ്ഞപ്പു ള്ളികൾ എവിടെയൊക്കെയോ ചിതറിക്കിടക്കുന്നതുപോലെ തോന്നിയോ?

16
ശംഖുമുഖത്തെ തിര

ഇരുനിറക്കാരി സുന്ദരി രുഗ്മിണിയും എണ്ണക്കറുമ്പിയായ അഴകുള്ള ഗീതയും ഗോതമ്പുനിറമുള്ള പൂച്ചക്കണ്ണുകളുള്ള മേഴ്സിയും വെളുവെളെ വെളുത്ത് നീണ്ട ഹാജിറയും ഒക്കെ എന്റെ കൂട്ടുകാരികളായിരുന്നുവെങ്കിലും സുന്ദരിയും കവയിത്രിയുമായ ഗോപിക എന്ന സുഹൃത്തിനോട് മറ്റുള്ളവരോടുള്ളതിനേക്കാൾ ഒരടുപ്പക്കൂടുതൽ ഉണ്ടായിരുന്നു എനിക്ക്. അത് മുജ്ജന്മബന്ധമാണെന്നാണ് അവളുടെ അഭിപ്രായം. ഏതു നിറമുള്ള ഡ്രസുകൾക്കും യോജിക്കുന്ന അവളുടെ കഴുത്തും വൃത്തിയുള്ള പാദങ്ങളും കൈകളും ആരാണ് ഇഷ്ടപ്പെടാത്തത്? മേൽച്ചുണ്ടിനു മുകളിലെ നനുത്ത രോമരാജികളെയും, വാശി പിടിക്കുമ്പോൾ മൂക്കിൻതുമ്പിൽ പൊടിഞ്ഞുവരുന്ന വിയർപ്പുതുള്ളികളെയും തൊടാൻ തോന്നാറുണ്ടെനിക്ക്. ഇത്രയൊക്കെ കേൾക്കുമ്പോഴേക്കും ഇന്നത്തെ ഒരു രീതിയിൽ ആർക്കും തോന്നാം. ഞാനിനി ഗോപികയെ പ്രണയിച്ചേക്കുമോ എന്ന്. എന്നാൽ പ്രണയത്തിനുള്ള സാധ്യത കുറവായിരുന്നു. കാരണം അവൾക്കും എനിക്കും വേറെവേറെ കാമുകരുണ്ടായിരുന്നു. പ്രണയനോവറിഞ്ഞ് ഉമ്മകളിലൂടെ തുഴഞ്ഞ് കടന്നുപോകുന്ന ഒരു പ്രണയകാലം എനിക്കുണ്ട്. അവൾക്കും ഉണ്ടായിരിക്കണം. പിന്നെന്തിന് ഞാനും ഗോപികയും പ്രണയിക്കണം? പ്രണയത്തിനുമപ്പുറം ഞാനവളെ സ്നേഹിച്ചു. പാതിരാത്രിയിലാണ് അവൾ കവിത എഴുതുന്നതെങ്കിൽ അത് അപ്പോൾത്തന്നെ ഫോണിലൂടെ ചൊല്ലിക്കേൾപ്പിച്ചിരുന്നത് ഞാൻ എന്നും ആസ്വദിച്ചിരുന്നു. അവൾ കാണുന്ന സ്വപ്നങ്ങൾ കത്തുകളുടെ രൂപത്തിൽ (ആർക്കും കത്തുകളെഴുതുവാൻ നേരമില്ലാത്ത ഇക്കാലത്ത്) എന്നെ തേടിയെത്തുന്നതും കാത്തിരിക്കാറുണ്ട് ഞാൻ.

"ഈ നഗ്നകന്യകേടെ ഇപ്പോഴത്തെ വികാരേതന്നറിയോ

നെനക്ക്? ഞങ്ങൾ ശംഖുമുഖത്തെ കോഫിഹൗസിൽ നിന്ന് ഐസ്ക്രീം നുണഞ്ഞ് ആസ്വദിച്ചു നടന്ന ഒരു വൈകുന്നേരം ഗോപിക ചോദിച്ചു. ശംഖുമുഖത്തു വരുമ്പോഴെല്ലാം നഗ്നകന്യക ഒരു സ്വപ്നംപോലെ ഞങ്ങളെ തൊട്ടുണർത്താറുണ്ട്.

അവളുടെ ചുണ്ടുകളിൽ ചിരിതൂകിയിരുന്ന ഐസ്ക്രീമിന്റെ പതയിലേക്ക് കൗതുകത്തോടെ നോക്കിയതല്ലാതെ ഞാനൊന്നും പറഞ്ഞില്ല.

എടോ തന്നോടാ ചോദ്യം പറയ് - ഗോപിക വീണ്ടും ചോദിച്ചു. ആ സമയം അസ്തമനം കാത്തിരുന്നവരെ നിരാശരാക്കിക്കൊണ്ട് മേഘക്കൂട്ടങ്ങൾ സൂര്യനെ അട്ടിമറിച്ചു കഴിഞ്ഞിരുന്നു. ഗോപിക എന്റെ ചുമലുകൾ പിടിച്ചു കുലുക്കി. അവൾ കൈകൾ ഉയർത്തിയപ്പോൾ ചെമ്പകപ്പൂമണമുള്ള പെർഫ്യൂമിന്റെയും ചന്ദനഗന്ധമുള്ള പൗഡറിന്റെയും സമ്മിശ്രഗന്ധം, കടൽക്കാറ്റിലേക്ക് അലിഞ്ഞു.

കന്യകയ്ക്കെന്തുപറ്റി ഞാൻ അലസമായി ചോദിച്ചു. അതിനീ ലോകത്തിലാരേം കാണണംന്ന് ഇഷ്ടല്യാന്ന് തോന്നണ്.

ഷീ ഈസ് ഹേറ്റിംഗ് ആൾ- ഗോപിക ഗൗരവം വിടാതെ പറഞ്ഞു. പെണ്ണല്ലേ മോഹങ്ങളില്ലാതിരിക്ക്യാ നല്ലത്. ഞാൻ പറഞ്ഞത് ഗോപികയ്ക്ക് ഇഷ്ടമായില്ല.

മോഹഭംഗത്തിന്റെ കൊടുംകുഴികളിൽ വീണ് പരിക്ക് പറ്റില്ലല്ലോ. കാനായി കേക്കണ്ടാ നിന്റെ കളിയാക്കൽ. ഞാൻ ഗോപികയെ ശുണ്ഠി പിടിപ്പിച്ചു.

അവൾക്ക് പെട്ടെന്ന് കോപം വന്നു. സ്നേഹവും കോപവും സങ്കടവുമൊക്കെ എത്ര പെട്ടെന്നാണ് ഗോപികയിലേക്ക് ആവഹിക്കുന്നത്. പിന്നെ അവൾ പറയുന്നതൊന്നും മനസ്സിലാകില്ല ആർക്കും. കൊടും തൃശൂർക്കാരിയായി മാറും. തൃശൂരിന്റെ വളവും തിരിവുമുള്ള ഭാഷ കൊണ്ട് അവളെന്നെ വീർപ്പുമുട്ടിക്കും. പറയുന്നതൊന്നും മനസ്സിലാകാതെ എല്ലാം മനസ്സിലായി എന്ന കൃത്രിമ ഭാവം വരുത്തും ഞാൻ. പക്ഷേ ഇത്തവണത്തെ കോപം അവളുടെ മുഖത്തെ ഒന്നു തുടുപ്പിച്ചതേയുള്ളൂ. തൃശൂർഭാഷ എവിടെയോ പോയി ഒളിച്ചു.

എനിക്ക് ഇത്തവണയെങ്കിലും കടൽത്തീരത്ത് മലർന്നുകിടന്ന് ആകാശം കാണണംന്നുണ്ട് - കമഴ്ന്നുകിടന്ന് തിരയെ തൊടണംന്നുണ്ട്. കടൽ കാണുമ്പോഴുള്ള അവളുടെ പതിവ് ആവേശം.

നടക്കില്ല കുട്ടീ, ശംഖുമുഖത്തെ തിരക്കു കണ്ടില്ലേ നീ?

എനിക്ക് ജീസസിനെപ്പോലെ ഓളപ്പരപ്പിലൂടെ സഞ്ചരിക്കണം

ന്നുണ്ട്. അവൾ കൊച്ചുകുട്ടിയെപ്പോലെ കൈകൾ നീട്ടി പറഞ്ഞു. നിനക്ക് കടൽഭ്രാന്ത് പിടിച്ചിരിക്കാ- അതാ ഇങ്ങനെ. ഞാൻ അവളുടെ ശ്രദ്ധതിരിച്ചുകൊണ്ട് ടൂറിസ്റ്റുകളുടെ കൈയിൽ നിന്ന് പണം വാങ്ങി കടലിൽ ചാടിമറിയുന്ന കുട്ടികളെ ചൂണ്ടിക്കാണിച്ചു പറഞ്ഞു. അവൾ അതൊന്നും ശ്രദ്ധിച്ചതേയില്ല.

"ഈ കടൽത്തീരസന്ധ്യ സുന്ദര്യേ അല്ലാല്ല്യേ" ഗോപിക കടലുമായി ബന്ധപ്പെട്ടതിനെയൊന്നും വിടാനുള്ള ഭാവമില്ല."

"മഴക്കാറിന്റെ കറുപ്പേറിയിട്ടാവും." ബീച്ചിലെ തണുപ്പിൽ അവൾതന്നെ ഉത്തരവും കണ്ടെത്തി.

എനിക്ക് കടലിന്റെ ആഴം കാണണംന്നുണ്ട്. എത്ര നീലയായിരിക്കും അവിടെ.

നീലയുടെ ഉള്ളിന്റെയുള്ളിലെ പാളികൾക്കും ഉള്ളിൽ നീല പിന്നെ കറുപ്പാകും അല്ലേ? കറുപ്പിനും ഉള്ളിൽ എന്തായിരിക്കും നിറം? ഗോപികയുടെ കണ്ണുകളിൽ പക്ഷി കുറുകുന്നതുപോലെ തോന്നി.

കറുപ്പിന്റെ ഉള്ളിൽ പിന്നെ കുന്തം. നടക്കൂ ഗോപിക ഭ്രാന്തു പറയാതെ

കടലിന്റെയുള്ളിലെ നിറങ്ങളിൽ നീന്താതിരിക്കുന്നതാണ് നല്ലത്. ഞാൻ നിരുത്സാഹപ്പെടുത്തുകയായിരുന്നു അവളെ. എന്തിന്റെയായാലും ആഴങ്ങളെ എനിക്ക് ഭയമാണ്. ആഴങ്ങൾ തേടിച്ചെന്നാൽ മുത്തു കിട്ടിയേക്കാം. പക്ഷേ, അവിടുത്തെ ഏകാന്തതയെ തൊട്ടിരുന്നാൽ ഞൊടിയിടകൊണ്ട് മരണം അടുത്തുവരുമെന്ന് ആർക്കാണ് അറിയാത്തത്? ആരാണ് മരണത്തെ ഭയക്കാത്തത്?

ഞാൻ ഒരുൾക്കിടിലത്തോടെ ഗോപികയെ കാറിനടുത്തേക്ക് കൊണ്ടുപോയി. അവളുടെ തുടുത്ത പാദങ്ങൾ മണൽത്തരി കൊണ്ട് മുറിയുമോ എന്നു ഞാൻ വേവലാതിപൂണ്ടു. പതിവുപോലെ ഉത്തരം കിട്ടാത്ത കുറെ സംശയങ്ങളും ബാക്കിയാക്കി ഗോപിക തൃശൂർക്ക് യാത്രയായി. ഗോപിക ജോലി ചെയ്യുന്ന ഓഫീസിൽ നിന്ന് തിരുവനന്തപുരത്തെ ഹെഡ് ഓഫീസിൽ എത്തിയതായിരുന്നു അവൾ.

കുറെ ദിവസങ്ങൾ കഴിഞ്ഞാണ് 'ശലഭസ്വപ്നങ്ങൾ' എന്ന ഒരു കവിത അവളെനിക്ക് അയച്ചുതന്നത്.

കവിതയുടെ പേരിനൊരു ക്ലിഷേയുണ്ടെന്നും ഒരു പൈങ്കിളിടച്ച് ഉണ്ടെന്നും ഞാനവൾക്ക് മറുപടി എഴുതി. സത്യസന്ധമായ പറച്ചിലേ ഗോപികയ്ക്കിഷ്ടമുള്ളൂ എന്നെനിക്കറിയാമായിരുന്നു. പക്ഷേ, കവിതയിലെ ജീവിതാസക്തി മോഹിപ്പിക്കുന്ന തരത്തി

ലെന്നു പറഞ്ഞത് അവളെ സന്തോഷിപ്പിച്ചു.

കവിത വായിച്ച് അവളോടുള്ള ഹരിയുടെ പ്രണയം അല്പം കൂടി എന്നവൾ ഫോണിലൂടെ അറിയിച്ചു. പക്ഷേ അയാൾ ഒട്ടും സ്വാർത്ഥനല്ലാത്തതിനാൽ പാവം തോന്നുന്നുവെന്നു പറഞ്ഞ് അവൾ ഉറക്കെയുറക്കെ ചിരിച്ചു കൊണ്ടേയിരുന്നു.

സ്വാർത്ഥതയില്ലെങ്കിൽ പിന്നെങ്ങനെ പ്രണയമെന്നു വിളിക്കുമ തിനെ. ഞാനെന്റെ കാമുകന്റെ സ്വാർത്ഥതയേറിയ പ്രണയത്തെ ക്കുറിച്ച് അഭിമാനത്തോടെ പറഞ്ഞതുകേട്ട് അവൾ ചിരി ഉച്ചത്തി ലാക്കി. ഗോപിക ഫോൺ വെച്ചോളൂ. വെറുതെ ചിരിച്ച് പൈസ കളയണ്ട.

ഈ പിശുക്കത്തിക്കൊന്നുമറിയില്ല. എന്ന് കളിയാക്കിക്കൊണ്ടാണ് അവൾ മൊബൈൽ ഓഫാക്കിയത്.

ഒരാഴ്ച കഴിഞ്ഞാണ് ഗോപികയുടെ വളരെ നീണ്ട ഒരു കത്ത് എനിക്കു കിട്ടിയത്. പലപ്പോഴായി പറഞ്ഞിട്ടുള്ള കാര്യങ്ങൾ. എങ്കിലും ആ കത്തിൽ നിറയെ മരണം ചെറിയ ചെറിയ അടുക്കു കളാക്കി വെച്ചിരുന്നു അവൾ. ഇവൾക്കെന്താണ് കുഴപ്പം? പ്രണയ ത്തിലേക്കും വിരക്തിയിലേക്കും മരണത്തിലേക്കുമെല്ലാം എത്ര പെട്ടെന്ന് ഇവൾ ഊളിയിട്ടിറങ്ങുന്നു.

എനിക്ക് മരണത്തിനപ്പുറമെന്തെന്നറിയണം. കാട്ടിത്തരാൻ പറ്റോ നിനക്ക്? വരികളിലെല്ലാം അവൾ മരണത്തിലേക്ക് നടന്നിറങ്ങുന്ന തുപോലെ. മരണത്തെക്കുറിച്ച് ഒരു കവിത കത്തിൽ എഴുതാൻ ശ്രമിച്ചത് അപൂർണ്ണമായി കിടന്നു. അവളുടെ ജീവിതം പോലെ.

'കവിത നിറഞ്ഞ നിന്റെ മനസ്സിനെ ഞാൻ ഭയക്കുന്നു." എന്നു പറഞ്ഞ് വിവാഹമോചനം നേടിയ ആദ്യഭർത്താവ് വീണ്ടും അടു ത്തുകൂടുന്നു എന്ന് കത്തിലുണ്ട്. കവിത വേണ്ടെങ്കിലും അയാൾക്ക് സ്വത്തിനോട് കണ്ണുണ്ട് എന്നും എഴുതിയിട്ടുണ്ട്. നീയൊരു മനോ രോഗിയാണ് എന്ന് അയാൾ കുറ്റപ്പെടുത്തുന്നു എന്നും കത്തിലു ണ്ടായിരുന്നു.

അമ്മയുടെ മരണശേഷം ഏകാകിയായിപ്പോയി എന്നു തോന്നി യപ്പോൾ ചെയ്തതുപോലെ വീണ്ടും കൈഞരമ്പ് മുറിക്കാൻ തോന്നുന്നുവെന്ന് മറ്റൊരു വരിയിലുണ്ട്.

ഒരു കുഞ്ഞിനെ വേണമെന്ന് വാശിപിടിച്ചിട്ടും കുഞ്ഞുണ്ടായാൽ പ്രണയം പോകുമെന്നു പറയുന്ന ഹരിയോട് വെറുപ്പു തോന്നുന്നു വെന്നും ചിലനേരം കൊല്ലാൻ തോന്നുന്നു എന്നും കത്തിലുണ്ട്. സ്ത്രീയുടെ ഒരുടലും അണ്ഡാശയവും എന്നെഴുതിത്തുടങ്ങി

വെട്ടിയും കുത്തിയും കത്തിലാകെ പ്രതിഷേധിച്ചിട്ടുണ്ട്.

ഉന്മാദം പൂത്തുലയുന്ന ഒരു മരമാണോ ഗോപികയുടെ മനസ്സ് എന്നു തോന്നിയെങ്കിലും കത്തിനു മറുപടി എഴുതി സമയം കളയാതെ അവൾക്ക് നിരന്തരമായി ഫോൺ ചെയ്ത് ആശ്വസിപ്പിക്കാനാണ് ഞാൻ ശ്രമിച്ചത്.

"ഗോപിക മണ്ടത്തരങ്ങൾ ചിന്തിക്കാതിരിക്കൂ. നീ തൃശൂർ വിട്ട് ട്രിവാൻഡ്രത്തേക്കു വാ. നമുക്കീ നഗരത്തിലൂടെ സ്നേഹിച്ചു നടക്കാം. നിന്റെ മനസ്സ് ഞാൻ സൂക്ഷിച്ചുകൊള്ളാം. കോഫി ഹൗസുകളിലെ കപ്പുകൾ നിറയെ സ്നേഹം നിറച്ച് ചായയ്ക്കുപകരം കുടിച്ചുകൊണ്ടേയിരിക്കാം. ഇന്റെ ഗോപിക വാവയല്ലേ. മരണം ഒന്നിനും പോംവഴിയല്ല." ഞാനവളെ കൊച്ചു കുഞ്ഞിനെപ്പോലെ കൊഞ്ചിച്ചു.

നിന്റെ അഡ്വൈസ് എനിക്കു വേണ്ട. ജീവന്റെ ആ ഒരു ബിന്ദുവുണ്ടല്ലോ. അതങ്ങ്ട് കടന്നുകിട്ടിയാൽ പിന്നെ മരണം ല്ലേ? അവൾ ഫോണിലൂടെ നാരായണ നാരായണ എന്നു ജപിക്കാൻതുടങ്ങി.

മരണത്തിനപ്പുറം സത്യസന്ധായിരിക്ക്വോ എല്ലാം? അവൾ ആത്മഗതത്തോടെ ഫോൺ വച്ചു.

പിന്നൊരുദിവസം വിളിച്ചപ്പോൾ അവൾ ഫോൺ എടുത്തതേയില്ല. വീണ്ടുമൊരിക്കൽ ഞാനൊരു ഭ്രാന്തിയാണ്. ഇന്നോടാരും സംസാരിക്കണ്ട എന്ന് ദേഷ്യപ്പെട്ടു.

ഓ ഇതെന്തൊരു പ്രകൃതാ എന്ന് ഞാനുറക്കെ പറഞ്ഞതുകേട്ട് അവൾ ഫോൺ കട്ടു ചെയ്തു.

കുറച്ചുനാൾ ഗോപികയെക്കുറിച്ച് ഒന്നുമറിയാതെ ഞാൻ വല്ലാതെ വിഷമിച്ചു. അവളുടെ സങ്കടങ്ങളും പ്രണയവും താളംതെറ്റിയ മനസ്സിന്റെ പ്രതികരണങ്ങളും കുത്തിക്കുറിച്ച നീണ്ട കത്തുകൾക്കായി ഞാൻ ദിവസങ്ങളോളം കാത്തിരുന്നു. മൊബൈലിലെ മഞ്ഞവെളിച്ചത്തിൽ തെളിയാറുള്ള ഗോപികയുടെ സന്ദേശങ്ങൾ എവിടെ എന്നോർത്ത് സങ്കടപ്പെട്ടു. അവളുടെ മൊബൈൽ സദാസമയവും ജീവനില്ലാതെ കിടന്നു.

ഒടുവിൽ ഇന്നലെയാണ് ഗോപിക യാദൃച്ഛികമായി ഒരുച്ചനേരം ഓഫീസിലേക്ക് കയറിവന്നത്.

അവളുടെ കോൺപോളകളും കവിളും ചുവന്ന് തടിച്ചിരുന്നു. മുടി വല്ലാതെ കൊഴിഞ്ഞുപോയിട്ടുണ്ട്. എങ്കിലും ചുണ്ടുകളിലും കൺകോണുകളിലും സ്നേഹത്തിന്റെ അവർണ്ണനീയമായ ഒരു പ്രസരിപ്പ് ഞാൻ കണ്ടെത്തിയിരുന്നു.

ജ്ഞാനസ്നാനം

എന്നെ ഭ്രാന്തിന് ചികിത്സിച്ചു ആങ്ങളെയൊക്കെ ചേർന്ന്. ഇതൊക്കെ മരുന്നിന്റെ റിയാക്ഷനാ. അവൾ തടിച്ച കൺപോളകൾ കൈത്തലം കൊണ്ട് അമർത്തി.

പിന്നെ ഒരു സന്തോഷവാർത്താനം. ഹരിപ്രണയം അവസാനിപ്പിച്ചൂട്ടോ. സത്യസന്ധനാ പുള്ളിക്കാരൻ. പ്രണയം ഭാവിക്കണില്യല്ലോ.

ഗോപിക ചിരിച്ചു. ചിരിക്കു മാത്രം മാറ്റമൊന്നുമില്ലായിരുന്നു. ഞാൻ അവൾ പറഞ്ഞതൊന്നും കാര്യമാക്കിയില്ല. ചികിത്സയെക്കുറിച്ചു ചോദിച്ച് അവളെ സങ്കടപ്പെടുത്താതിരിക്കാൻ ശ്രമിച്ചു.

നീ വന്നല്ലോ അതുമതി. ഞാനവളുടെ കവിളിൽ മൃദുവായി തലോടി പറഞ്ഞു.

അതുപോട്ടെ,നീ എന്താ ഗ്ലൂമിയായിരിക്കണെ. അവൾ എന്റെ കണ്ണുകളിലേയ്ക്ക് നോക്കി ചോദിച്ചു.

ഈശ്വരാ വിരലുകൾക്കിതെന്തു തണുപ്പാ. ഗോപിക എന്റെ കൈത്തലം അവളുടെ നെഞ്ചിലേക്ക് ചേർത്തുപിടിച്ചിരുന്നു.

“ഇന്നെന്താ നമ്മൾ ചെയ്യാൻ പോകുന്നത്?” ശംഖുമുഖത്തെ പെണ്ണിനെപോയി കണ്ടാലോ? ഇന്നവളുടെ ഭാവമേതെന്ന് കണ്ടുപിടിക്കാം നമുക്ക്. അതല്ലെങ്കിൽ കോവളത്തെ മദാമ്മ സായിപ്പിനെ പ്രണയിക്കുന്നത് കണ്ടിരുന്നാലോ. അവൾ ഉറക്കെച്ചിരിച്ചു.

എത്ര നാളായി നിന്റെയീ ചിരി കേട്ടിട്ട്. ഞാൻ ഗോപികയെ ചിരിയിലേക്ക് സ്വതന്ത്രയാക്കി. അവളുടെ മുടിയിഴകൾ കാറ്റിൽ ഇളകുന്നതും നോക്കി നിന്നു.

ശംഖുമുഖത്തെ സൂര്യനെ പതിവുപോലെ അന്നു കണ്ടതേയില്ല. അവധി ദിവസമായിരുന്നിട്ടും തിരക്കു കുറഞ്ഞ ബീച്ചിലൂടെ ഞങ്ങൾ നടന്നു.

ദാ അതു കണ്ടോ. കന്യകയ്ക്കിന്നൊരു ചിരിയുണ്ട് മുഖത്ത്. ഞാൻ ഗോപികയെ ഉഷാറാക്കാൻ പറഞ്ഞു.

“പാവം. കടലിന്റെ ഓരോ ഭാവങ്ങളും ആവഹിക്കുകയാണ് അവൾ. ദാ, അവളുടെ കണ്ണുകളിൽ പ്രണയം പൂക്കുന്നത് കാണാമോ നെനക്ക്.” അവൾക്ക് സംസാരിക്കുവാൻ ആവേശം കൂടിയതുപോലെ.

“നീ ഇന്നു നല്ല മൂഡിലാ അല്ലേ?”

ഞാൻ പറഞ്ഞത് അവൾ കേട്ടതേയില്ല. ഓടിത്തളർന്ന് മണ്ഡപത്തിനുമപ്പുറത്തെ ഒഴിഞ്ഞ ഒരിടത്തെത്തിയപ്പോൾ ഗോപിക മണലിൽ മലർന്നു കിടക്കുക തന്നെ ചെയ്തു.

ഇവൾ മറ്റൊരു കടൽ തന്നെയാണ്. കടലിനെപ്പോലെ തന്നെ ഓരോ ദിവസവും ഓരോ ഭാവമാണിവൾക്ക്. ഇവളിപ്പോൾ ഉന്മാദിനിയേ അല്ല എന്നോർത്തപ്പോൾ ആശ്വാസം തോന്നി.

“ഉം എന്തു പറ്റി ?” ഗോപിക ഇളം വയലറ്റുനിറത്തിലെ ചുരിദാറിൽ നിന്ന് മണൽത്തരികൾ തട്ടിമാറ്റിക്കൊണ്ടു ചോദിച്ചു.

“സത്യായിട്ടും എനിക്ക് ഭ്രാന്തില്ല. കടലിന്റെ ആഴം അറിയണംന്ന്ള്ളത് ശരിക്കും എന്റെ ആഗ്രഹാ. ദാ ആ നഗ്നകന്യക കാൺകെ മുങ്ങാങ്കുഴിയിട്ടങ്ങന്യങ്ങു പോണം.”

നീ വര്വോ കൂട്ടിന്? നമുക്ക് പൂവാം.

അവൾ എന്നെയും വലിച്ചുകൊണ്ട് പെട്ടെന്നാണ് ഒരു തിരയ്ക്കുള്ളിലേക്ക് ഇറങ്ങിയത്. തീരം തേടി തിര ഉയർന്നെങ്കിലും കടലിന്റെ വിദൂരതയിൽ മരണംപോലെ ശാന്തത കിടക്കുന്നു. ഗോപികയ്ക്കിപ്പോൾ ശക്തി കൂടിയിട്ടുണ്ടെന്നു തോന്നി. അവളുടെ നനഞ്ഞ മുടിയിഴകൾ കറുത്ത നാഗങ്ങളായി എന്റെ കഴുത്തിൽ ചുറ്റിക്കിടന്നു. എന്റെ ചുണ്ടുകൾക്കിടയിലൂടെ അരിച്ചിറങ്ങിയ ഉപ്പുരസം ഞാൻ കുടിച്ചിറക്കി. ഗോപിക എന്നെ ചുറ്റിവരിഞ്ഞിരുന്നു. ഞാൻ അവളുടെ കണ്ണുകളിലേക്ക് ദയനീയമായി നോക്കി. അവിടെ ഇരമ്പുന്ന വലിയൊരു തിരയുടെ രൗദ്രത കണ്ട് ഞാൻ ആദ്യമായി ഗോപികയെ ഭയപ്പെടാൻ തുടങ്ങിയിരുന്നു.

17
നിങ്ങൾക്കായി സമർപ്പിക്കുന്നത്

ഇതൊരു നല്ല സ്പോൺസേർഡ് സീൻ ആക്കാവുന്ന സംഭവമാണെന്നും സ്പോൺസർമാരെ ഇഷ്ടംപോലെ കിട്ടുമെന്നും ഇന്നത്തെ കാലത്ത് ആർക്കും തോന്നാം. ആ രണ്ടുപെൺകുട്ടികൾ ......എന്നു തന്നെ തുടങ്ങാം. അവർ പബ്ലിക് ലൈബ്രറിയുടെ മുൻവശത്തെ പച്ച ഗേറ്റിന് ഒരാറടി ഇടത്തോട്ട് മാറി ഫുട്പാത്തിലാണ് നിൽക്കുന്നത്.

അവരെ സംബന്ധിച്ച് അല്പം മാറി ചന്ദ്രശേഖരൻ നായർസ്റ്റേഡിയത്തിലെ ആരവമോ എതിർവശത്തെ സെമിത്തേരിയിലെ ഇല കൊഴിഞ്ഞു നിൽക്കുന്ന ചെമ്പകമരമോ വായ്മൂടിക്കെട്ടി കടന്നു പോയ ഏതോ രാഷ്ട്രീയപാർട്ടിയുടെ മൗനജാഥയോ അല്ല പ്രശ്നം. എങ്ങനെ എളുപ്പ വഴിയിലൂടെ മരിക്കാം എന്ന വളരെ ലാഘവത്തോടെയുള്ള ഒരു സ്വയം ചോദ്യമാണ് അവർക്ക് പ്രശ്നം.

എങ്ങനെ എളുപ്പവഴിയിലൂടെ ഇംഗ്ലീഷ് പഠിക്കാം. എങ്ങനെ..... വ്യക്തിത്വമുണ്ടാക്കാം എന്നൊക്കെപ്പോലെ എങ്ങനെ എളുപ്പവഴിയിലൂടെ മരിക്കാം എന്നൊരു പുസ്തകം ഉണ്ടോ ഇല്ലയോ എന്നുള്ള പരിജ്ഞാനം പാവപ്പെട്ട (അറിവിൽ) ഈ പെൺകുട്ടികൾക്കില്ലായിരുന്നു.

ഇവിടെ വേണമെങ്കിൽ അനുകമ്പയ്ക്കുവേണ്ടി ഒരു ബിറ്റ് മ്യൂസിക് സംവിധായകന്റെ ഭാവനയ്ക്കനുസരിച്ച് ചേർക്കാം.

ഫൈൻ ആർട്സ് കോളേജിന് മുൻവശത്തെ ഫുട്പാത്തിലാകട്ടെ, രണ്ടു ബുദ്ധിജവികളായിരുന്നു നിലയുറപ്പിച്ചിരുന്നത്. അവർ മീഡിയ മാനിപ്പുലേഷനെക്കുറിച്ചാണ് ആയാസമില്ലാതെ സംസാരിക്കുന്നത്. സംവിധായകന് ഈ ബുദ്ധിജീവികളുടെ കുറച്ച് സംഭാഷണം കേട്ടാൽ പെൺകുട്ടികളുടെ കഥാരൂപാന്തരീകരണത്തിലെ പൈങ്കിളിവൽക്കരണം ഒഴിവാക്കാമെന്ന് വേണമെങ്കിൽ നിരൂപണം

ചെയ്യാം. അതെന്തായാലും വിൻസെന്റ് ജോർജ്ജ് എന്ന ഒന്നാം ബുദ്ധിജീവി നഗരത്തിലെ അറിയപ്പെടുന്ന ഒരു വ്യക്തിയാണ്. ഉടനെ തന്നെ സാംസ്കാരിക നായകൻ എന്ന പദവിയിലേക്ക് ഇദ്ദേഹം ഉയരുമെന്ന് ഒരുപാടാളുകൾ കരുതുന്നുമുണ്ട്.

രണ്ടാം ബുദ്ധിജീവിയായ രാംപ്രകാശാവട്ടെ ബുദ്ധിജീവിമാത്ര മല്ല എഴുത്തുകാരൻ കൂടിയാണ്. അത്യന്താധുനികതയുടെയും അപ്പു റത്തെ ഘട്ടത്തിന്റെ വക്താവ്.

ഒന്നാം ബു ജി: "ഈ മീഡിയ മാനിപ്പുലേഷൻ.............ഓ മടുത്തു രാംപ്രകാശ്."

രണ്ടാം ബുജി അഥവാ രാംപ്രകാശ്; ' എഗ്രീഡ്. കുട്ടികളുടെ കാര്യം തന്നെ എടുക്ക്. ടീവില് കാണണത് മതി നമ്മുടെ കുട്ട്യോ ൾക്ക്."

"സീ മിസ്റ്റർ വിൻസെന്റ്, ഇന്നലെത്തന്നെ മോൻ പറയ്വാ അവന്റെ ക്ലാസ്സിലെ അപർണ്ണയ്ക്ക് യൂസ് ചെയ്യാനിഷ്ടം സ്റ്റേഫ്രീയേക്കാൾ കോട്ടക്സ് ആണെന്ന്."

"ആ.....ശരിയാണ് പ്രകാശ്- നമുക്കൊക്കെ എന്തുപറ്റി ഇത് ? ഈ സമൂഹത്തിനെന്തുപറ്റി? ഇന്നലെ ആ സിംപോസിയം കേട്ടോ?"

" ഓ................... ഞാനത് മറന്നു. ഇപ്പോ ആളുകൾക്കെല്ലാം ജ്വരംപോലെ പിടിച്ചിരിക്കുകയല്ലേ ഈ സൂയിസൈഡിങ് മാനിയ. ഒരു തരത്തിലുള്ള രക്ഷപ്പെടലാണത്....."

"കറക്ട്" - വിൻസെന്റ് പറഞ്ഞു.

അവരുടെ സംസാരം ചൂടുപിടിച്ചു കഴിഞ്ഞിരുന്നു. തിരക്കിൽ ഇതൊക്കെ ക്ഷമയോടെ ശ്രദ്ധിക്കാൻ ആർക്കും ബുദ്ധിമുട്ടാണ്. ക്ഷമ യില്ലാത്ത കാഴ്ചക്കാരൻ റിമോർട്ട് കൺട്രോൾ അമർത്തി ശബ്ദ മൊഴിവാക്കി സീൻമാത്രം കണ്ടുവെന്നുവരാം. വിൻസെന്റ് ജോർജിന്റെയും രാംപ്രകാശിന്റെയും അർത്ഥം മനസ്സിലാകാത്ത ആംഗ്യങ്ങളും ചുണ്ടനക്കങ്ങളും കണ്ട് ചിരിച്ച് ചിരിച്ച് മണ്ണുകപ്പി യേക്കാം.....അതവിടെ നിൽക്കട്ടെ.

പകൽ, സന്ധ്യയുടെ ചുവപ്പുരാശിയിലേക്ക് അരിച്ചിറങ്ങി. പള്ളി യിൽ നിന്ന് മണിമുഴക്കം.....നഗരം സുതാര്യവും തിളക്കവുമാർന്ന ഒരു നിശാവസ്ത്രം അണിഞ്ഞതുപോലെ. ആ വസ്ത്രത്തിന്റെ ഞൊറികളിൽ അവിടവിടായി തുന്നിച്ചേർത്ത മുത്തുകൾ പോലെ തിളങ്ങുന്ന നിയോൺ ബൾബുകൾ.

ഇനി ബുദ്ധിജീവികളെ വിട്ട് നമ്മുടെ പെൺകുട്ടികളിലേക്ക് മട ങ്ങാതെ വയ്യ.

ജ്ഞാനസ്നാനം

അവരുടെ പേരിനൊന്നും ഒരു പ്രസക്തിയുമില്ല. എങ്കിലും അവർ സാവു എന്നും സീതാ എന്നും പരസ്പരം വിളിക്കുന്നുണ്ട്. അവരുടെ വിളിയിലാകട്ടെ, ഇണപിരിയാത്ത സൗഹൃദത്തിന്റെ ഒരുറപ്പുമുണ്ട്. പെൺകുട്ടികൾ ആരെന്നും എന്തിനാണ് ഈ നഗരത്തിലിങ്ങനെ അലയുന്നതുമെന്നൊക്കെ സംശയിച്ചുകൊണ്ട് പലരും ആ വഴിക്ക് കടന്നു പോകുന്നുണ്ട്. "ഇവർ വല്ല.....കളും?" ശ്ശെ അവരുടെയൊക്കെ പതിവടയാളങ്ങളായ വാടിയ മുല്ലപ്പൂക്കളും ചുവപ്പിച്ചു വച്ച ചുണ്ടുകളും കണ്ടില്ല. ഇവരിതെല്ലാം ഉപേക്ഷിച്ചതാകുമോ ?

ചൂഴ്ന്നിറങ്ങിയ നോട്ടങ്ങൾക്കും കൂട്ടിക്കിഴിക്കുന്ന വിലപേശലുകൾക്കും നടുവിൽ എന്തിനാണ് മുല്ലപ്പൂവിന്റെ മദഗന്ധം ? ചുവന്ന ചുണ്ടുകളുടെ തിളക്കം ? എന്നൊക്കെ അവർ ചിന്തിച്ചിട്ടുണ്ടാകുമോ ? കാടുകയറിയുള്ള ചിന്തകൾ ഉപേക്ഷിക്കാം. അവർ രണ്ടു പെൺകുട്ടികൾ മാത്രം. അവരുടെ സംസാരം ഇങ്ങനെയാണ്. "സാവൂ നോക്ക്, പലരും നമ്മളെ നോക്കണുണ്ട് നിക്ക് പേട്യാവ്ണ്."

സീതയുടെ വീണ്ടുവിചാരത്തിലും അങ്കലാപ്പിലും ഒരു സാധാരണ പെൺകുട്ടിയുടെ മനഃപൂർവ്വമല്ലാത്ത നാണം കുണുങ്ങലിലും സാവു ദേഷ്യം കൊണ്ടു. "നോക്ക് നാളെ നമ്മുടെ പടം പത്രത്തിൽ വന്നേക്കാം. പെൺവാണിഭോന്നോ, പ്രേമനൈരാശ്യമെന്നോ പരീക്ഷക്കുതോറ്റൂന്നോ ഒക്കെ വന്നേക്കാം. അതിന് നമുക്കെന്താ ? നീ സമാധാനിക്ക്" സാവു ആശ്വസിപ്പിച്ചു.

കൊഴിയാറായ നീലവാകപ്പൂക്കൾക്കും ചെമ്മാനത്തിനും ഇടയിലൂടെ ആത്മാക്കൾ തെന്നിനടന്നു. സദാചാരബോധമില്ലാത്ത ഒരാത്മാവ് സാവൂന്റെനേർക്ക് നോക്കി കണ്ണിറുക്കാൻ ശ്രമം നടത്തി.

"ന്നാലും എന്റെ സാവൂ. ഒരാത്മഹത്യാക്കുറിപ്പ് നമുക്കെഴുതാം" സീത പറഞ്ഞു. പക്ഷേ, സാവൂന് വിസമ്മതം.

വേണമെങ്കിൽ ഇവിടെ സംഭാഷണത്തിന്റെ രസച്ചരട് അല്പമൊന്ന് അയക്കാം.

രണ്ട് ചെത്ത് പയ്യന്മാർ സാവൂനെ നോക്കി പറഞ്ഞവാക്കുകൾ കട്ടു ചെയ്യാം.

റിമോട്ടുണ്ടല്ലോ കൈയിൽ. വേണമെങ്കിൽ ശബ്ദം കുറച്ച് കേൾക്കാം. അതു കാണികളുടെ കാര്യം.

പക്ഷേ, സാവൂ - അവളൊന്നും കേൾക്കുന്നേയില്ലായിരുന്നു. അവൾ കാണുന്നത് എല്ലാം നിറയെ നൊമ്പരങ്ങളായിപ്പോയി. ആരുമവളെ സ്നേഹിക്കുന്നില്ല എന്നതാണോ പ്രശ്നം ? സീത സാവൂനെക്കുറിച്ചങ്ങനെ ചിന്തിച്ചു. എന്തുമാകട്ടെ, സീതയുടെ പ്രശ്നമെന്ത്

? സാവൂ ചിന്തിച്ചു. നഷ്ടപ്പെട്ട പ്രണയം? അതും എന്തുമാകട്ടെ. സീത കേൾക്കുന്നത് തനിക്കുചുറ്റും ഭൂമി പിളർക്കുന്ന നിലവിളികളാണ്. എന്തായാലും അവർക്ക് ജീവിതം മടുത്തിരിക്കുന്ന കാര്യങ്ങളെക്കുറിച്ച് ഇതേവരെ പരസ്പരം ചർച്ച ചെയ്തിട്ടില്ല എന്നു വ്യക്തം.

ഇപ്പോൾ ഒരോട്ടോറിക്ഷയോ കാറോ വന്നുനിന്ന് അല്പമൊന്ന് കറങ്ങി സാവൂനേം സീതയേം പൊക്കിയെടുത്തേക്കാം എന്നും, അതുമല്ലെങ്കിൽ ക്രൂരനെന്നുതോന്നുന്ന ഒരു പോലീസുകാരൻ വന്നുനിന്ന് അവരെ വിരട്ടി മറ്റൊരു സ്ഥലത്തേക്ക് മാറ്റിനിർത്തിയേക്കാമെന്നും പ്രേക്ഷകരെക്കൊണ്ട് ഉൽക്കണ്ഠാകുലരായി ചിന്തിപ്പിക്കാം.

പക്ഷേ, ഇതൊന്നുമല്ല സംഭവിച്ചത്. രാത്രിവന്നു. നഗരം തിളക്കമാർന്ന കമ്പളം അഴിച്ചുവച്ച് നഗ്നയായി. സാവും സീതം ഓരോട്ടോയ്ക്ക് കൈ കാണിച്ചു. അവർക്ക് റെയിൽവേ സ്റ്റേഷനിലേക്കാണ് പോകേണ്ടത്. കണ്ണൂർ എക്സ്പ്രസ്സിന് കീഴടങ്ങാമെന്ന് അവർ പരസ്പരം വാക്കുപറഞ്ഞിട്ടുണ്ട്. കണ്ണൂർ എക്സ്പ്രസിന്റെ തുറുകണ്ണുകളുടെ പ്രകാശഗോളങ്ങൾ സ്ക്രീൻ നിറയെ കാണിച്ച് പശ്ചാത്തലത്തിൽ ഒരു നീണ്ട ചൂളംവിളിയുടെ പ്രതിദ്ധ്വനി കേൾപ്പിക്കാം. ഒരു കൊമേഴ്സ്യൽ ബ്രേക്കിനുശേഷം, വേണമെങ്കിൽ ഒരു സ്ലോമോഷൻ കൊടുത്ത് ചുവന്ന രക്തമിങ്ങനെ ഷാഡോ കൊടുത്ത് വേലിയേറ്റവും വേലിയിറക്കവും പോലെ കാണിക്കാം. മുടിച്ചുരുളുകൾക്കിടയിൽ സാവുവിന്റെ തിളക്കമാർന്ന പല്ലുകളുടെ ശോഭ ഹൈലൈറ്റ്സ് ചെയ്യാം.

ഈ സമയം നമ്മുടെ ബുദ്ധിജീവികൾ ഓക്കെയും ഗുഡ്നൈറ്റും പറഞ്ഞു പിരിയുകയായിരുന്നു. വർദ്ധിച്ചുവരുന്ന സൂയിസൈഡിങ് മാനിയെക്കുറിച്ച് പരസ്പരം പറഞ്ഞ കാര്യങ്ങൾ ഓർത്തു ദുഃഖിച്ച് കഷ്ടം എന്നു പറയുകയും ആ ദുഃഖം മറക്കാൻ രണ്ടു ബാറുകളിലേക്കായി കാർ ഓടിക്കുകയും ചെയ്തു. ഒരു ബാറിലേക്ക് ഒന്നിച്ചു നീങ്ങാമായിരുന്നില്ലേ എന്നു തോന്നാം.

പക്ഷേ, ബാറിൽ പോകണമെന്ന ആവശ്യം പരസ്പരം അവർ പങ്കുവയ്ക്കുന്നില്ലല്ലോ. ഒന്നിച്ചു കൂടിയാൽ ഇനിയും മീഡിയ മാനിപ്പുലേഷനും സൂയിസൈഡിങ് മാനിയയുമൊക്കെ സംസാരിച്ച് സമയം പോയേക്കാം. കാരണം അത്രയ്ക്കുണ്ടല്ലോ പറയുവാൻ. മാത്രമല്ല, താമസിച്ചു വീട്ടിലെത്തിയാൽ ഒരു പക്ഷേ, ക്രോർപതി കാണാനൊക്കുകയുമില്ല. അമ്പതു ലക്ഷം രൂപ വരെ ഉത്തരം പറഞ്ഞുപറഞ്ഞ് എത്തി, ആറായിരത്തിലേക്ക് ടപ്പനെ തിരിച്ചുവരുന്നത്

കാണാൻ ഒരു ത്രില്ലുതന്നെയെന്നോർത്ത് അവർ ഊറിച്ചിരിക്കുന്നുമുണ്ടായിരുന്നു.

നമ്മുടെ രണ്ടു പെൺകുട്ടികൾക്കും ഈയിടെ ആത്മഹത്യചെയ്ത അഞ്ചംഗ കുടുംബത്തിന്റെ അടുത്തുതന്നെ ഇടം കിട്ടിയിരുന്നു.

ദേശാഭിമാനി

18
ആണെഴുത്ത്

എന്റെ സുഹൃത്തുക്കളായ പല കഥാകൃത്തുക്കൾക്കും പാളയം മാർക്കറ്റിൽനിന്നും കഥാപാത്രങ്ങളെ കിട്ടിയിട്ടുണ്ടെന്നാണ് സ്വകാര്യമായി പറഞ്ഞിട്ടുള്ളത്. ബി. മുരളി കുന്നുകുഴിയിലെ രണ്ടു പരിഷ്കാരികളായ പിടക്കോഴികളെ പാളയം ചന്തവരെ നടത്തിക്കുകകൂടി ചെയ്തു കഥയിൽ. മുട്ടയിടാനും അടയിരിക്കാനും കുഞ്ഞുങ്ങളെ പോറ്റിവളർത്താനും മടിയുള്ള ആ പിടക്കോഴികളുടെ കഥ വായിച്ച് ഞാനും മക്കളും അവരുടെ അച്ഛനുമൊക്കെ ഒത്തിരി ചിരിക്കുകയും ചെയ്തു.

"ഇത് ഫെമിനിസ്റ്റുകള് പിടിക്കും. ഒറപ്പാ."

തോളിൽ മുട്ടുന്ന നീളൻ ഞാത്തണിഞ്ഞ് കൂർത്തയും ധരിച്ചുനടക്കുന്ന സുന്ദരി ഫെമിനിസ്റ്റുകളുടെ സ്ഥിരപരിചിത മുഖങ്ങൾ മനസ്സിലോർത്ത് ഞാൻ പറഞ്ഞു. എന്തായാലും കഥ വായിച്ച് ഉടൻതന്നെ മുരളിയെ വിളിച്ച് പിടക്കോഴിക്കഥയെക്കുറിച്ച് എന്റെ ഭർത്താവ് നല്ല കഥ എന്ന് അഭിനന്ദനം അറിയിച്ചപ്പോൾ ഫെമിനിസ്റ്റുകൾ പിടിക്കുന്ന കാര്യം മുരളിയും ശരിവച്ചു എന്നാണറിഞ്ഞത്.

"സംഗതി ശരിയാ. കുറെ ഫെമിനിസ്റ്റുകളൊക്കെ വിമർശിച്ചിരുന്നു.' എന്ന് മുരളി പറഞ്ഞത്രേ.

എനിക്കീ പൊല്ലാപ്പിനൊന്നും പോകാൻ വയ്യാത്തതുകൊണ്ടാണ് ഞാനാരേയും ശുണ്ഠിപിടിപ്പിക്കാനൊന്നും പോകുന്നില്ല എന്ന് തീരുമാനിക്കുകയും വളരെ നിരുപദ്രവപരമായി കഥാപാത്രങ്ങളെ തപ്പി നടക്കുകയും ചെയ്തുവരുന്നു.

പാളയം മാർക്കറ്റിൽ ചോരകറുത്ത് കട്ടിയായിരിക്കുന്ന നല്ല ഒന്നാന്തരം മീൻതുണ്ടങ്ങൾ കിട്ടും. കടുംവയലറ്റു നിറത്തിലുള്ള കാബേജ് കിട്ടും. കണ്ണുകൾ കൂമ്പി മരണമേ പോകൂ എന്നു പറഞ്ഞ് കൊക്കുന്ന, കൊല്ലാനായി അടുക്കിയിട്ടിരിക്കുന്ന സുന്ദരന്മാരും ധീരന്മാരു

മായ പൂവങ്കോഴികളെ കിട്ടും. ഈ പൂവങ്കോഴികളുടെയൊക്കെ ജീവൻ പറന്നകന്നാലും അവയുടെ കൺപോളകൾക്കു മുകളിൽ അല്പമാത്രമായ ജീവിതത്തിന്റെ ഒരു തുണ്ട് മരണത്തിൽ നിന്നൊളിച്ചു കിടക്കുന്നതുപോലെ മറഞ്ഞു കിടക്കുമെന്നും നിരീക്ഷണകുതുകിയായ ഞാൻ കണ്ടെത്തിയിരുന്നു. എനിക്ക് അറിഞ്ഞുകൂടാത്ത ഒത്തിരി സംഭവങ്ങൾ അവിടെയുണ്ടെന്ന് പറഞ്ഞാൽ മതിയല്ലോ.

പെണ്ണെഴുത്ത് എന്ന സംഭവം തകൃതിയായി നടക്കുന്ന ഇക്കാലത്ത് ഒരാണെഴുത്തിനെക്കുറിച്ച് അന്വേഷണം നടത്തിയാലോ എന്നാണ് ഒരു ചുമ്മാ കഥാകൃത്ത് ആയ, അതായത് പെണ്ണെഴുത്തോ ആണെഴുത്തോ എഴുതാത്ത എന്റെ ഈയടുത്ത കാലത്തെ ഒരതിമോഹം.

ഓരോരോ മോഹങ്ങളിങ്ങനെ വന്നാലെന്തു ചെയ്യും നമ്മളീ പാവങ്ങളായ മനുഷ്യജന്തുക്കൾ അല്ലേ ? എന്നിലെ കഥാകൃത്ത് ഉള്ളിൽ പതുങ്ങിയിരുന്ന് പറഞ്ഞു. സത്യം പറഞ്ഞാൽ ഈ പെണ്ണെഴുത്തിനെക്കുറിച്ചുപോലും അത്ര പിടിയൊന്നുമില്ല കേട്ടോ പെണ്ണായ എനിക്ക്. നാടൻഭാഷയിൽ പറഞ്ഞാൽ ഒരു കുന്തോം അറിയില്ല. അല്ലെങ്കിൽ ഒരു ചുക്കും ചുണ്ണാമ്പുമറിയില്ല.

പെണ്ണെഴുതുമ്പോഴായിരിക്കും പെണ്ണെഴുത്ത്. അതോ പെണ്ണിനെക്കുറിച്ചെഴുതുമ്പോഴോ. അറിയില്ല വ്യക്തമായി.

എന്തായാലും പെണ്ണെഴുത്ത് എന്ന് ഓർക്കുമ്പോൾ ഇതിനേക്കുറിച്ചൊക്കെ ബിംബകല്പനകൾ ഉയർത്തുന്ന ചില സുന്ദരി കഥാകൃത്തുക്കളൊക്കെ നിരയായി മനസ്സിൽ വന്നു നിൽക്കും. അവരൊക്കെ പച്ചപ്പരിഷ്കാരികളും കഥയ്ക്കൊപ്പം എന്തെങ്കിലുമൊക്കെ നിറം പിടിപ്പിച്ച തൊങ്ങലുകൾ ചേർത്ത് അതായത് ചില പെൺവാക്കുകൾ തൂക്കിയിട്ടുള്ളവരും സദാസമയവും പ്രണയത്തെ ഉദ്ഘോഷിക്കുന്നവരും ആയിരുന്നു എന്ന കാര്യം ഞാൻ പേർത്തും പേർത്തും മനസ്സിൽ ചേർത്തുവച്ചു. ഇപ്പോഴെന്തോ ഈയിടെയായി പേർത്തും പേർത്തും, ചാരെ അണഞ്ഞു, പരമാനന്ദ രസം, പറവതിന്, കാരണഭൂതൻ, കൂലങ്കഷം എന്നിങ്ങനെയൊക്കെയുള്ള പ്രയോഗങ്ങളോട് വല്ലാത്ത ഒരു പ്രണയം ഉണ്ടെനിക്ക്. ഒരാസക്തി എന്നു വച്ചോളൂ.

പറഞ്ഞുവരുന്നത് ആണെഴുത്തിനെക്കുറിച്ചാണല്ലോ. ബി മുരളി പിടക്കോഴിയെ നടത്തിച്ച അതേ വഴിയിൽ, അതായത് പാളയത്തെ എം.എൽ.എ ഹോസ്റ്റലിനും സദാസമയവും യുവതയുടെ അതൃപ്തമായ ഒരു മുരളൽ ഒതുക്കിപ്പിടിക്കുന്ന ചന്ദ്രശേഖരൻ നായർ

സ്റ്റേഡിയത്തിൽ തലകുമ്പിട്ടു നിൽക്കുന്ന മരങ്ങൾക്കും ഇടയിലുള്ള വഴിയരികിലൂടെ നടക്കുകയായിരുന്നു ഞാൻ. അപ്പോഴാണ് യാദൃച്ഛികമായി ഹരി എന്ന എഴുത്തുകാരനെ കണ്ടത്. അയാൾക്ക് ഒരെഴുത്തുകാരന്റെ യാതൊരുവിധ വേഷഭൂഷാദികളോ, ഞാനൊരു മഹാസാഹിത്യകാരൻ എന്നുള്ള മട്ടോ മാതിരിയോ ഒന്നും കണ്ടില്ല. അല്ലറ ചില്ലറ ചില കെട്ടും മട്ടുമൊക്കെയുണ്ട് കേട്ടോ. ഒരു ഫ്രഞ്ച് താടിയും പാറിപറന്ന അവിടവിടെ നരച്ച മുടിയിഴകളും ഉണ്ടായിരുന്നു. നീലാകാശ നിറത്തിൽ അല്പം നരകലർന്ന ഒരു ജീൻസും കടും കറുപ്പിലുള്ള ഷർട്ടും വേഷം.

കൈയിലെ പ്ലാസ്റ്റിക് സഞ്ചിയിൽ നിന്നും ചുവന്ന ചീരയും കറിവേപ്പില തുമ്പും മിനുസം നഷ്ടപ്പെട്ട വാഴപ്പിണ്ടിയുടെ ഒരു കറുത്ത കഷണവും പുറംകാഴ്ചകളിലേക്ക് തിരിഞ്ഞുനിൽക്കുന്നുണ്ട്. പ്ലാസ്റ്റിക്കിന്റെ കൃത്രിമ തൊലിമിനുപ്പിനെ കുത്തിത്തുറന്ന് പുറത്തുവരാൻ വെമ്പൽ കൊള്ളുന്നു. മുരിങ്ങക്കായുടെ കൂർത്ത മുഖം. അയാൾ ഓട്ടോയ്ക്ക് കൈകാണിക്കുവാൻ തയ്യാറെടുക്കുമ്പോഴായിരുന്നു എന്നെ കണ്ടത്.

“ഹല്ലോ അന്ന് വി.ജെ.ടി ഹാളിൽ വച്ച് കണ്ട കഥാകൃത്തല്ലേ.” ഞാൻ ഉച്ചത്തിൽ ചോദിച്ചു.

“അതെ. ഞാൻ ഹരി. ഹരീന്ദ്രൻ.” അയാൾ ശബ്ദം കുറച്ചാണ് സംസാരിച്ചത്.

“എന്താ ഇവിടെ....” ഞാനും ശബ്ദം കുറച്ചു ചോദിച്ചു.

‘‘എന്ത് പറയാനാ കുടുംബസ്ഥനാ. ഭാര്യേം മക്കളും നാട്ടിൽപോയിരിക്കാ...പാളയം മാർക്കറ്റില് മലക്കറി വാങ്ങാനെത്തീതാ.”

“അതുപോട്ടെ, നാടെവിടാ ഹരിടെ.”

“തനി കോട്ടയംകാരനാ.”

“ആഹാ. വെറുതെയല്ല കഥേല് കോട്ടയം അച്ചായന്മാർടേം അച്ചായത്തികളുടേം എന്നാ ചെയ്യാനാ, എന്നാ പറയാനാ, ചെയ്യത്തില്ല, ഒക്കത്തില്ല എന്നൊക്കെ പ്രയോഗങ്ങള് നേരെ വരുത്താറുള്ളത് അല്ലേ?”

ഞാനെന്റെ സാഹിത്യമേൽക്കോയ്മയുണ്ടെന്ന ഭാവം ഹരിയുടെ മേലെ വെറുതെ ഒന്നു കുടഞ്ഞുനോക്കി. ഹരി, ഒന്നും പറഞ്ഞില്ല മറുപടി. കവറിനു പുറത്തേക്ക് വീഴാറായ വാടിയ ചീരയിലകളെയും തണ്ടിനെയും കവറിനുള്ളിലേക്ക് ശ്രദ്ധയോടെ ഒതുക്കിവച്ചു.

“അപ്പഴേ ഹരീ, അത് പോട്ടെ.”

ആണെഴുത്തിനെക്കുറിച്ചെന്താ അഭിപ്രായം ഹരീടേ."

"ആണെഴുത്ത്?" ഹരി, ആ വാക്കിനെയെടുത്ത് കണ്ണുകൾകൊണ്ട് അന്തരീക്ഷത്തിന്റെ കാണാക്കൊളുത്തിൽ തൂക്കിയിട്ടു.

" അത് പിന്നെ ഹരീ നമുക്കതൊന്ന് ഡിസ്കസ് ചെയ്യണം. എന്റെ കൂടെ നിന്നാ മതി."

മറുപടി പറയാനായി ഹരി ഒരുനിമിഷം കാത്തു നിന്നതേയുള്ളൂ. അപ്പെഴേക്കും ഒരൊഴിഞ്ഞ ഓട്ടോ ഞങ്ങൾക്കരികിൽ എത്തിയിരുന്നു. ഹരി കൈകാണിച്ച് ഓട്ടോ നിർത്തിച്ച് ഒരലസമായ ചിരിയിൽ എല്ലാമൊതുക്കി മലക്കറി സഞ്ചി മടിയിൽ വച്ച് യാത്രയായി.

ജീവിതത്തിൽ ഇന്നേവരെ വന്നു ചേർന്നിട്ടില്ലാത്ത ഒരു കൂർത്ത നിരാശ എന്നെ വരയാൻ തുടങ്ങിയിരുന്നു. ഇതിനാണ് പണി പാളിയെന്നൊക്കെ ഈ തിരുവനന്തപുരത്തുകാർ പറയുന്നത് അല്ലേ എന്ന് മനസ്സിൽ ഒരു വെറും ചോദ്യമുയർത്തി ഞാൻ, മുരളിയുടെ പിടക്കോഴികൾ ഈ റോഡിലൂടെയാണല്ലോ നടന്നുപോയത് എന്നാലോചിച്ച് വെറുതെ നിന്നു.

പിന്നീടങ്ങോട്ടാണ് കാര്യങ്ങൾ ആകെ കുഴഞ്ഞുമറിഞ്ഞത്.

ജീവിതമങ്ങനെ വല്ലവിധത്തിലും ഉരുട്ടിയും ചില സന്ദർഭങ്ങൾ ചൂണ്ടയിൽ കൊരുത്ത്, കഥയെഴുതിയും വെട്ടിയും തിരുത്തിയും കഴിഞ്ഞു വരികയായിരുന്നു ഞാൻ. ഹരിയുടെ കഥകളൊന്നും എങ്ങും കാണാറില്ലായിരുന്നു. അയാളിനി എഴുത്തു നിർത്തിയിട്ടുണ്ടാകുമോ.

പിന്നെയും ഞാൻ പാളയം പള്ളിക്കു മുൻപിലൂടെ എത്രയോ വട്ടം നടന്നു. എത്രയോ ട്രാഫിക്ബ്ലോക്കുകളിൽ കുരുങ്ങിക്കിടന്ന് ചീത്തവാക്കുകൾ സ്വയം പറഞ്ഞ് തിളച്ചുമറിഞ്ഞ്, രോഷമൊതുക്കി. എത്രയോ പെൺകുട്ടികൾ ജീൻസിനു മുകളിലേക്ക് അടിവസ്ത്രത്തിന്റെ ലേസ് കാണിച്ചു നടക്കുന്ന ന്യൂ ജനറേഷൻ ഫാഷൻ കാഴ്ചകളിലേക്ക് ഒന്നും അറിയുന്നില്ല എന്ന ഭാവത്തിൽ പാവം ചമഞ്ഞ് ഒളികണ്ണയച്ചു. ഇവളുമാർക്കൊന്നും ഒരു പണിയുമില്ലേ എന്ന് അന്തരീക്ഷത്തിലേക്ക് ചോദ്യമെറിഞ്ഞ് ചുണ്ടുകൂർപ്പിച്ചിരുന്നു.

കാലം പോകപ്പോകെ കഥാതന്തുക്കൾ എനിക്ക് പിടിതരാതെ മറഞ്ഞിരുന്നു. ചില പെൺകഥാകൃത്തുക്കൾ കാമശാസ്ത്രത്തിന്റെ വരികൾ കഥകളിൽ തിരുകി വായനക്കാരെ ഞെട്ടിച്ചു. ചിലർ ബലാൽസംഗത്തെയും ജാതിചിന്തയെയും കൈകളിലിട്ട് ഉരുട്ടി. ചിലർ ആധുനികജീവിതത്തിൽ കള്ളന്മാർക്കും കൊലപാതകികൾക്കും രാഷ്ട്രീയക്കാർക്കുമുള്ള സ്ഥാനം ഉപന്യാസരൂപത്തിൽ

കഥകളിൽ പറത്തി. ചില കഥാകൃത്തുക്കൾ കഥകളുടെ നഗ്നശരീരങ്ങളെ മൗനം പുതപ്പിച്ചു കിടത്തി. എന്തായാലും ഹരി എഴുത്തു തന്നെ നിർത്തിക്കളഞ്ഞ മട്ടാണ്. കഥകളൊന്നും കാണുന്നേയില്ലായിരുന്നു. ഒരിക്കൽ യാദൃശ്ചികമായി ഞാനയാളെ കണ്ടു.

"ഹായ് ഹരീ സുഖാല്ലേ" ഞാൻ ലോഹ്യം കാണിച്ചു ചോദിച്ചു.

പതിവുപോലെ അയാളുടെ കൈയിലെ പ്ലാസ്റ്റിക് സഞ്ചിയിൽ എന്തൊക്കെയോ പച്ചക്കറികൾ ആലോചനാമഗ്നരായി ചെരിഞ്ഞും മറിഞ്ഞും കിടന്നു.

"ഹരീ" ഞാൻ കുറച്ച് സ്നേഹം ശബ്ദത്തിൽ ഇട്ടലിയിച്ച് ഒന്നുകൂടി വിളിച്ചു.

"എന്തായി എഴുത്ത്?'

ഇത്തവണ, ഹരിയുടെ മൂക്കിൻതുമ്പിലൂടെയും കവിളിലൂടെയും ദേഷ്യം ചുവന്ന നിറത്തിൽ ഇരച്ചുകയറുന്നത് ഞാൻ കണ്ടു.

"എന്റെ സുഹൃത്തേ, എങ്കിൽ കേട്ടോളൂ...."

ഹരി അവിടവിടെ നരച്ച താടി ഉഴിഞ്ഞുകൊണ്ട് പറഞ്ഞുതുടങ്ങി.

"ഞാനൊരു മഹാബോറനാണ്. കള്ളുകുടിയനും ചീട്ടുകളിക്കാരനുമാണ്. ഒത്തിരി പെണ്ണുങ്ങളെ പീഡിപ്പിച്ചിട്ടുണ്ട്. ഭാര്യ മകളുമായി ചേർന്ന് എന്നോട് പിണങ്ങിപ്പോയി."

"ഇപ്പോൾ അങ്ങനെ ഒറ്റയ്ക്കു കഴിയുന്നു. ദാ കണ്ടില്ലേ ഇതെല്ലാം കൊണ്ടു ചെന്നിട്ടുവേണം ഭക്ഷണം ഉണ്ടാക്കി കഴിക്കാൻ."എനിക്ക് ഹരിപറഞ്ഞതൊന്നും വിശ്വസിക്കാനായില്ല.

ഞാൻ ഹരിയെ കൂടുതൽ പറയുന്നതിൽ നിന്നും വിലക്കി.

അയാൾ അലസമായ ഒരു ചിരി സമ്മാനിച്ചുകൊണ്ട് തുടർന്നു.

"ശരി ഞാനിങ്ങനെയൊക്കെയെന്ന് സങ്കല്പിച്ച് ഒരു രചന നടത്തുന്നുണ്ട് ഉടൻ."

അതിന് നിങ്ങൾ ആണെഴുത്തെന്നോ, പെണ്ണെഴുത്തെന്നോ, ആൺപെൺ എഴുത്തെന്നോ എന്ത് ലേബലെങ്കിലും ഒട്ടിച്ചോളൂ.

"അപ്പോൾ കാണാട്ടോ."

ഹരി ഒരു ഓട്ടോ കൈകാണിച്ച് നിർത്തിച്ച് അതിൽ കയറാൻ തുടങ്ങവേ പറഞ്ഞു. "ഞാമ്പറഞ്ഞതൊക്കെ വെറുതെയാട്ടോ. ഒന്നും തെറ്റിദ്ധരിക്കേണ്ട. എല്ലാം ഓരോരാ സങ്കല്പമല്ലേ. ഈ കഥേം കഥാപാത്രങ്ങളും ആണെഴുത്തും പെണ്ണെഴുത്തും എല്ലാം."

"ദാ ഇപ്പോത്തന്നെ ഞാനിത്ര വേഗത്തിൽ പോണത് ഭാര്യയെ ഡോക്ടറുടെ അടുത്ത് കൊണ്ടുപോകാനാ - അവൾക്ക് വയ്യ.

ശ്വാസം മുട്ടലുണ്ട്. ഷുഗറും."

"വരട്ടെ, കാണാട്ടോ."

ഹരി കൈവീശി മറഞ്ഞു.

മുരളിയുടെ പിടക്കോഴികൾ നടന്നുപോയ ഈ വഴിയിൽ, കൃത്യമായി പറഞ്ഞാൽ എം.എൽ.എ ഹോസ്റ്റലിനു മുൻപിലെ വെയിൽ ഉറഞ്ഞ വഴിയിൽ എന്തു ചെയ്യേണ്ടൂ എന്നറിയാതെ ഹരി കയറിപ്പോയ ഓട്ടോയും നോക്കി ഞാൻ നിന്നു. ആണെഴുത്തും പെണ്ണെഴുത്തും മനസ്സിനുള്ളിൽ കെട്ടിമറിഞ്ഞു. ഞാൻ വിഭ്രമാത്മകമായ ഒരു വേദിയിൽ അകപ്പെട്ടതുപോലെ സ്വയം കുഴഞ്ഞുമറിഞ്ഞ് അങ്ങനെ.⊙

19
കൂനമ്മാക്കിലെ കൂണുകൾ

പള്ളിക്കൂടം പൂട്ടിയാൽ പിള്ളേരേംകൊണ്ട് സൂസന്നയ്ക്കൊരു പോക്കുണ്ട്, പാമ്പാക്കുടയിലുള്ള അവളുടെ പാലത്തുങ്കുടിവീട്ടിലേക്ക്.

കോഴിയെന്നോ, പോത്തെന്നോ, പന്നിയെന്നോ ഒന്നും നോക്കാതെ എന്തും കഴിക്കുന്ന പ്രകൃതക്കാരനായ എന്നെപ്പോലൊരു ഭർത്താവിനെ അവൾക്കു കിട്ടിയത് അവളുടെ ഭാഗ്യം എന്നൊക്കെ ഞാൻ കേൾക്കാതിരിക്കാൻ ഒച്ച താഴ്ത്തി ഫോണിലൂടെ ആരോടൊക്കെയോ അവൾ പറയുന്നതും ഞാൻ കേട്ടിട്ടുണ്ട്.

എന്തായാലും, ഏതേലും ഇറച്ചിയൊക്കെ മഞ്ഞൾച്ചന്തം കൂട്ടി വറ്റൽമുളക് ഒടിച്ചിട്ട്, ഇഞ്ചിയും തേങ്ങയും വടിവൊത്ത ചതുരാകൃതിയിൽ മുറിച്ചിട്ട്, നല്ല കടുംപച്ച കറിവേപ്പിലയും കടുകും ഉള്ളിയും മൂപ്പിച്ച് ബ്രൗൺ നിറത്തിൽ വരട്ടിയെടുത്ത് ചില്ലുപാത്രത്തിൽ നിറച്ച് ഫ്രിഡ്ജിൽ ഒരാഴ്ചത്തേക്കായി എനിക്കായി കരുതിയിട്ടേ സൂസന്ന അവളുടെ വീട്ടിലേക്ക് പോകാറുള്ളു. അക്കാര്യത്തിൽ ഞാനും ഭാഗ്യവാൻ തന്നെ.

പക്ഷേ ഫ്രിഡ്ജടയ്ക്കുമ്പോൾ അവളുടെ ചില കന്നന്തരം നിറഞ്ഞ വർത്തമാനം എനിക്കൊട്ടും പിടിക്കാറില്ല, "ഇച്ചായ ഇവിടെ കിടന്ന് കൂത്താട്ട്യേക്കരുത്. കൂട്ടുകാരൊക്കെ, വരണത് കൊള്ളാം. പക്ഷേ ഇരുചെവിയറിയരുത്. അല്ലേങ്കിൽ ഞാമ്പിന്നെ ആ മോളിയടേം മറിയക്കുട്ട്യേടേമൊക്കെ കളിയാക്കലും കുത്തുവാക്കും കേക്കേണ്ടിവരമ്പം എന്റെ വായിത്തോന്നീതൊക്കെ ഞാമ്പറയേം ചെയ്യുവേ.

അങ്ങിനെയാ ഞാൻ കാൽനൂറ്റാണ്ടുമുമ്പ് മരിച്ചുപോയ വല്ല്യച്ചായിയേയും അതിനുമുമ്പേ സ്വർഗ്ഗത്തിലേക്കു ചിരിതൂകി കടന്നുപോയ വല്ല്യമ്മച്ചിയേം കാണാനും ഓർമ്മകൾകൊണ്ടൊന്ന് തൊട്ടുരുമ്മാനും കൂനമ്മാക്കിലേക്ക് അതായത് എന്റെ തറവാട്ടിലേക്ക്

ഒരു മനസഞ്ചാരം നടത്തീത്. വെറുതെ പോയതല്ലാട്ടോ. അതൊക്കെ ഒന്നെഴുതാൻ പറ്റിയ സമയാ ഇതെന്ന് കരുതീട്ട് തന്നെ. അങ്ങിനെയാ ഞാനിങ്ങനെയൊക്കെ കുറിക്കാൻ തുടങ്ങിയത്.. വല്ല്യമ്മച്ചി പലതരം കൂണുകൾ കണ്ടെത്തി പലതരത്തിൽ പാചകം ചെയ്ത് രുചിക്കൂട്ടുകൾക്കൊപ്പം സ്നേഹമസാല പുരട്ടികിടത്തുന്നതിൽ അതിവിദഗ്ധയായിരുന്നു. കണ്ണിനും കാതിനും കൊഴപ്പോണ്ടെന്നൊക്കെ വല്ല്യമ്മച്ചി പറയുമെങ്കിലും ആ കൈപ്പുണ്യം ഒന്നു വേറെതന്നെയാണെന്ന് വല്യച്ചായി വരുന്നോരോടും പോകുന്നോരോടും പറഞ്ഞ് രസിച്ചു. കൂണുകളുടെ ഇളം മുളപ്പുകൾതേടി വല്ല്യമ്മച്ചി അയൽക്കാരുടെ അതിർത്തികൾ ഭേദിച്ചുവരെ പര്യടനംനടത്തിയിട്ടുള്ളതിനെക്കുറിച്ച് അൽപസൊൽപ്പം അസൂയകലർത്തി വല്യച്ചായി പലവട്ടം പറയുന്നത് കുട്ടികളായിരിക്കെ ഞങ്ങളും രസത്തോടെ കേട്ടിരുന്നിട്ടുണ്ട്. പറമ്പിന്റെ ഏതൊക്കെ മൂലയിൽ കൂണുകൾ മുളച്ചുപൊന്തുമെന്ന് വല്ല്യമ്മച്ചി ഊഹിച്ചുപറയുകയും കണ്ടെത്തുകയും ചെയ്യുമായിരുന്നുപോലും

പശുത്തൊഴുത്തിനടുത്ത വയ്ക്കോൽകൂനയിലെ മുത്തുപതിപ്പിച്ചതുപോലുള്ള നറുംകൂണുകൾ. വെട്ടിയിട്ട പനന്തടിയിലാകെ വെയിൽ പുതച്ച് തിളങ്ങുന്ന അരിക്കൂണുകൾ. സ്വപ്നദൃശ്യംപോലെ മിന്നിവന്ന് പെട്ടെന്ന് കൊഴിഞ്ഞു പോകുന്ന ഗോപുരാകൃതി കൂണുകൾ. അങ്ങനെയങ്ങനെ കൂണുകളുടെ നിര ഒന്നു വേറെതന്നെ. കൂടാതെ പലതരം ഇലകൾ നുള്ളിയെടുത്ത് വല്ല്യമ്മച്ചിയുണ്ടാക്കുന്ന തോരൻവേറെയും. മത്തനില, പയറ്റില ചീരയില ചേനക്കൂമ്പില, മുള്ളഞ്ചീര, തകരയില അഗസ്തിച്ചീര ഇവയൊക്കെ കുനുകുനാ അരിഞ്ഞ് പച്ചത്തേങ്ങ അരപ്പുകൾക്കിടയിലൂടെ രുചിയോർമ്മകളങ്ങനെ കൺതുറന്നു നീന്തി.

അപാരബുദ്ധിതന്നെ. വല്യച്ചായി സ്നേഹപുരസ്സരം ആകാശത്തിലെവിടെയോ വല്ല്യമ്മച്ചി ഉണ്ടെന്ന് സങ്കല്പിച്ച് അങ്ങോട്ട് നോക്കി ഒരു ശിശുച്ചിരി ചിരിച്ചത് ഇന്നലത്തെപ്പോലെ ഓർമ്മയുണ്ട്. വല്ല്യച്ചായിക്കപ്പോൾ ഓർമ്മ നഷ്ടപ്പെടുന്ന സമയമായിരുന്നു.

ഓർമ്മകൾ ഉണ്ടായിരിക്കണം എന്ന പി. ഭാസ്കരൻമാഷിന്റെ കവിത ഞങ്ങളെ ഒത്തിരി പ്രാവശ്യം ചൊല്ലികേൾപ്പിച്ചിട്ടുള്ള വല്ല്യാച്ചായിയെ ആ കവിത ചൊല്ലിച്ചൊല്ലി ഓർമ്മകളുടെ ഉമ്മറത്തേക്ക് കൊണ്ടുവരാൻ ഞങ്ങൾ നിരന്തരം ശ്രമിച്ചു തോറ്റുതോറ്റു കുഴഞ്ഞിരുന്നു. മരിച്ചുപോയ കാർന്നോന്മാരുടെ അസ്ഥിക്കുരുപ്പുകളാണ് കൂണുകളായി മുളപ്പൊട്ടി വരുന്നതെന്ന് വല്യച്ചായി പറ

ഞ്ഞിരുന്ന കഥകളിലേക്ക് ഞങ്ങളും ഇടയ്ക്കിടയ്ക്ക് നുഴഞ്ഞുകയറാറുണ്ട്.

മന്ത്രവാദികളും വൈദ്യൻമാരുമായ മുതുവല്യപ്പന്മാരുടേയും അവരുടെ സുന്ദരിമാരായ പനങ്കുല മുടിയുള്ള വല്യമ്മച്ചിമാരുടെയും പാദസ്പർശങ്ങളാൽ അലങ്കരിച്ചിരുന്ന ഞങ്ങളുടെ തറവാട്ടുമഹിമകളിലാകെ ഭൂതപ്രേതപിശാചുക്കളും മാലാഖമാരും മായാജാലക്കാരും പാതിരിമാരും ഇടകലർന്ന് യഥേഷ്ടം മേഞ്ഞുനടന്നിരുന്നുവെങ്കിലും ഞങ്ങളാകെ ഭയമില്ലാത്തവരായിരുന്നു. അവരെക്കാളും ഭയപ്പെടേണ്ടത് ചുറ്റിനുമുള്ള മനുഷ്യരെയാണ് എന്നുള്ളഗുണപാഠങ്ങളാൽ സമ്പന്നമായിരുന്നു ഞങ്ങൾക്കു കിട്ടിയിരുന്ന അറിവുകൾ.

എഴുതിയെഴുതി വല്യമ്മച്ചീടേം വല്യച്ചായിടേം പച്ചിലത്തോരനും കൂൺതീയലും വായ്മുകുളങ്ങളെ ഉത്തേജിപ്പിച്ച് രുചിയുടെ നെറുകയിൽ കാലുകുത്തിയപ്പോഴാണ് ഫ്രിഡ്ജിനകത്തെ ഇറച്ചിമസാലകളെക്കുറിച്ച് ഓർമ്മ വന്നതും എനിക്കൊരു ഹരം കയറിയതും. അപ്പോഴായിരുന്നു, സൂസന്നയുടെ വിളി വന്നത്. "അച്ചായാ എനിക്കും പിള്ളാർക്കും ഇന്നലെ മുതലാ ആ അസുഖം തുടങ്ങ്യേ... ടീവില് ബീഫ് ബീഫ് എന്ന കേട്ടു കേട്ടു കുട്ടികൾക്ക് ആധിയായതുപോലെ.

"ഒന്നും കഴിക്കാൻ പറ്റത്തില്ല. വായിലേക്ക് എന്തേലും കൊണ്ടുരമ്പം തുടങ്ങും ഓക്കാനം. പേടി പേടീന്ന് വച്ചാ മരിച്ചവരൊക്കെ വന്ന് പേടിപ്പക്കണെതുപോലെ എറച്ചീടെ മണടീക്കമ്പം ഒര് മരണവെപ്രാളം. അച്ചായാ ഒര് തരം എറച്ചിപ്പേടി. നമ്മക്ക് കൂനമ്മാക്കീലേക്ക് പോകാം. അച്ചായന്റെ വല്യമ്മച്ചീടേം വല്യച്ചായീടേം ഓർമ്മകളും പൊതച്ച് കൊറച്ചുനേരം അവിടെ കെടക്കണം. ഒന്നുല്ലേലും അച്ചായൻ പറയാറുള്ള കൂണും പച്ചെലേം തേടി നമ്മക്ക് നടക്കാല്ലോ."

"എന്തായാലും ഈ എറച്ചിപ്പേടി വയ്യാ അച്ചായാ

എന്നാ ശരി.

പിന്നെ അച്ചായാ ഒരു കാര്യം മറന്നു. ഈ കൂണിനും ബീഫിന്റെ മണം വരുവോ?"

ദീപിക വാർഷികപ്പതിപ്പ്

20

നാഗമ്പടം വഴി

വടക്കുനിന്നുള്ള ഏതുതീവണ്ടിയിലാണെങ്കിലും കോട്ടയത്തിനടുത്തുള്ള തുരങ്കത്തിലേക്ക് കടക്കുമ്പോൾ എന്തോ ഓർത്തുകൊണ്ടെന്നതുപോലെയാണ് തീവണ്ടി അപ്പോൾ പോകുന്നത് എന്ന് എല്ലാ യാത്രകളിലും അവൾക്കു തോന്നാറുള്ളതാണ്. ബോഗികൾക്കുളളിൽ നിറച്ചും യാത്രക്കാരുണ്ടായിരുന്നു. എന്നിട്ടും അരണ്ട വെളിച്ചത്തിൽ പൊതിഞ്ഞ ശൂന്യതയിൽ എല്ലാവരും നിശബ്ദരും ചലിക്കാത്തവരുമായിരുന്നു. എന്താണ് ഇങ്ങിനെയൊക്കെ എന്നോർത്തതും ബോഗിയുടെ അങ്ങേ മൂലയിൽ ഒരു കുഞ്ഞുണർന്നു പേടിച്ചു കരഞ്ഞു-തീവണ്ടി പെട്ടെന്ന് തുരങ്കം കടന്ന്, റെയിൽവേ കോളനിയുടെ വരാന്തയിൽ ഇരുന്ന് ഉച്ചത്തിൽ ആരെയോ പച്ചത്തെറി പറഞ്ഞുകൊണ്ടിരിക്കുന്ന സ്ത്രീയെയും ആടും കോഴിക്കുഞ്ഞുങ്ങളും മുഷിഞ്ഞ മനുഷ്യരും ഇടകലർന്ന് തട്ടിയും മുട്ടിയും ജീവിതത്തെ നീക്കിക്കൊണ്ടിരിക്കുന്ന കോളനിയുടെ അടക്കം പറച്ചിലുകളെയും വകവയ്ക്കാതെ ചൂളം വിളിച്ചപ്പോഴും അവളുടെ തൊട്ടരികിൽ അയാളുണ്ട്.

യാത്രയുടെ ആദ്യം മുതൽ അവളോടൊപ്പം അയാൾ ഉണ്ടെങ്കിലും എല്ലായ്പോഴും അയാളുടെ മൗനം അവളെ ആക്രമിച്ചുകൊണ്ടേയിരുന്നു. പനിക്കാലത്ത് തോന്നാറുള്ളതുപോലെ ദേഹമാകെ മുൾമുനകൾ അടുക്കിവച്ചിരിക്കുന്ന അടരുകൾ ഉണ്ടെന്ന് കരുതി അവൾക്ക് ഇരിക്കപ്പൊറുതിമുട്ടി. ഇടയ്ക്കെപ്പോഴോ അയാൾ മൊബൈലിൽ നിന്ന് ആരെയോ വിളിച്ചു. അടക്കിയ സ്വരത്തിൽ, കൈ ആംഗ്യങ്ങളോടെ എന്തൊക്കെയോ പറഞ്ഞുനിർത്തി ഒരു നെടുവീർപ്പിട്ടു. അയാൾ കറുത്ത കണ്ണട ധരിച്ചിരുന്നതിനാൽ, തന്നെ തുറിച്ചു നോക്കുകയാണോ എന്നവൾക്കു ഉറപ്പിക്കുവാൻ കഴിഞ്ഞില്ല. എങ്കിലും കണ്ണടക്കറുപ്പിനുള്ളിൽ നിന്നും പുറപ്പെടുന്ന നോട്ടത്തിന്റെ ഭാരമേറി വരുന്നുണ്ടോ എന്നവൾ സംശയിച്ചു. അയാളുടെ ചൂടോ, തണുപ്പോ തോന്നാത്ത ഉറച്ച നിശ്വാസം അവളെ ചുറ്റിപ്പിടിച്ചു തളർത്തി. തീവണ്ടി കോട്ടയത്തു നിർത്തിയപ്പോൾ അവൾ ഇറ

ങ്ങി. അയാളും. അവളെ കാത്ത് ആരും സ്റ്റേഷനിലില്ലായിരുന്നു.

അയാളെയും. റെയിൽ പാളം ക്രോസ് ചെയ്ത് പോയാൽ നാഗമ്പടത്തേയ്ക്കുള്ള എളുപ്പ വഴിയേ സഞ്ചരിക്കാം. അവൾ പാലം മുറിച്ചു കടന്നു. അാളും. അവൾ ഒരു നിമിഷം നിന്ന് നെറ്റിയിലെ വിയർപ്പ് ചുരിദാറിന്റെ ഷാൾ കൊണ്ട് ഒപ്പിയെടുത്തു.

നീ നിന്ന് എന്തേലും ഓർക്കൂ എന്ന് വിളിച്ചു കൂവി തീവണ്ടി പോയി. അവൾ ഓർത്തു. നാഗമ്പടം പാലത്തിന് താഴെയുള്ള ഇടവഴികളിൽ കള്ളന്മാരും പിടിച്ചുപറിക്കാരും തെരുവുപെണ്ണുങ്ങളും ശൗര്യം കൂടിയ നായ്ക്കളും പുകയൂതി രസിക്കുന്ന നായാടികളും മണ്ണിൽ പുതഞ്ഞ് കളിക്കുന്ന കുട്ടികളും കറപ്പല്ലുകാട്ടി വെറുതെ ചിരിക്കുന്ന ഭ്രാന്തന്മാരും ഉണ്ടെന്ന് ആരോ അവളോട് പറഞ്ഞിട്ടുള്ളത് കറുത്തക്യാൻവാസിൽ വരച്ച ഒരു ചിത്രം പോലെ തെളിഞ്ഞു. ഓർമ്മകളുടെ നടുക്കത്തിൽ, തൊട്ടപ്പുറത്തെ ബസ്റ്റാന്റിലെ തിളയ്ക്കുന്ന ആരവം പോലും കേൾക്കാതെ ഏകയായി അവൾ നിന്നു.

അയാളും.

"ശ്ശെ ഇതൊന്തൊരുനാശം" അവളുടെ ശബ്ദം ഇത്തിരി ഉയർന്നുപോയിരുന്നു. അവൾ അയാളെ അവഗണിച്ച് വള്ളിച്ചെരുപ്പുകളിൽ ആഞ്ഞുചവിട്ടി രോഷത്തോടെ നടന്നു.

മുന്നോട്ടു നടക്കുന്തോറും നാഗമ്പടവും, ഒരു ദാക്ഷിണ്യവുമില്ലാതെ ആരോടൊക്കെയോ ഉള്ള ദേഷ്യത്തോടെ നടന്നു പോകുന്ന ആൾക്കൂട്ടവും, ഉരുകിക്കിടന്ന ഇരുമ്പുപാളങ്ങളും കണ്ട് അവൾ സ്വയം ഒരു തുരങ്കമായി മാറുന്നതായും അതിനുള്ളിലൂടെ ആരൊക്കെയോ നുഴഞ്ഞുപോകുന്നതായും അവൾക്കു തോന്നി. അവൾ ഭയക്കാൻ തുടങ്ങിയിരുന്നു. അയാളെവിടെ? അപരിചിതനായിരുന്നെങ്കിലും, കുറച്ചുമുമ്പുവരെ അവളെ ഭയപ്പെടുത്തിക്കൊണ്ടാണ് തൊട്ടരികിൽ നിന്നിരുന്നതെങ്കിലും, ഇപ്പോൾ ഈ ലോകത്ത് ഏറ്റവും അടുപ്പമുള്ള ഒരാൾ അയാളായിരിക്കുമെന്നും തന്റെ തൊട്ടരികിൽ അയാൾ ഉണ്ടെന്നും ആശ്വസിച്ച് അവൾ തിരിഞ്ഞുനോക്കി. ഉണ്ട്. അയാളുണ്ട്. അവൾക്ക് തൊട്ടരികിൽ നിന്നുതന്നെയാണ് അവൾക്കു പേരറിയാത്ത ഒരു ദീർഘദൂര തീവണ്ടിയുടെ ചക്രങ്ങൾക്കിടയിലേക്ക് ചിന്നിച്ചിതറാനായി അയാൾ ധൃതിയിൽ നടന്നുപോയത്. നാഗമ്പടത്തെ സൂര്യൻ വഴിതെറ്റാതെ പടിഞ്ഞാറോട്ട് മാറി നിന്നു. ഒരു കാറ്റ് വെറുതെ ആ വഴി വന്ന് പോയി.

പ്രസാധകൻ ഓണപ്പതിപ്പ്

www.ingramcontent.com/pod-product-compliance
Lightning Source LLC
LaVergne TN
LVHW040752051026
849519LV00007BA/2524